എങ്ങനെ നല്ല കമ്യൂണിസ്റ്റാകാം

**engane nalla communistakaam**

•

lu shav chi

•

*tenth edition*
january 2015

•

*typesetting & published*
chintha publishers, thiruvananthapuram

•


•

*cover*
shahul aliyar

•



---

*വിതരണം*

**ദേശാഭിമാനി ബുക്ക് ഹൗസ്**

H O തിരുവനന്തപുരം–695 035
phone: 0471-2303026, 6063026
www.chinthapublishers.com
chinthapublishers@gmail.com

*ബ്രാഞ്ചുകൾ*

ഹെഡ്ഡാഫീസ് ബ്രാഞ്ച് കുന്നുകുഴി • സ്റ്റാച്യു തിരുവനന്തപുരം • കെ എസ് ആർ ടി സി ബസ് സ്റ്റേഷൻ ആലപ്പുഴ • കെ എസ് ആർ ടി സി ബസ് സ്റ്റേഷൻ എറണാകുളം • ചിറ്റൂർ റോഡ് എറണാകുളം • മച്ചിങ്ങൽ ലെയ്ൻ തൃശൂർ • ഐ ജി റോഡ് കോഴിക്കോട് • മാവൂർ റോഡ് കോഴിക്കോട് • എൻ ജി ഒ യൂണിയൻ ബിൽഡിങ് കണ്ണൂർ • സെൻട്രൽ ബസ് ടെർമിനൽ കോംപ്ലക്സ് താവക്കര കണ്ണൂർ

---

CR - 1428 / 3621

# എങ്ങനെ നല്ല കമ്യൂണിസ്റ്റാകാം

ലൂ ഷാവ് ചി

ചിന്ത പബ്ലിഷേഴ്സ്
തിരുവനന്തപുരം-695 035
വില: ₹ 90

# ലൂ ഷാവ് ചി

ആയിരത്തി എണ്ണൂറ്റി തൊണ്ണൂറ്റി എട്ടിൽ ഹുനാൻപ്രവി ശ്യയിലെ നിങ് സിയാങ് കൗണ്ടിയിൽ ജനിച്ചു. 1920 ൽ സോഷ്യലിസ്റ്റ് യൂത്ത് ലീഗ് അംഗം. 1921 ൽ ചൈനീസ് കമ്യൂ ണിസ്റ്റ് പാർട്ടി സ്ഥാപിക്കപ്പെട്ടപ്പോൾ അതിൽ അംഗമായി. 1922 ൽ ചൈനാലേബർ ഓർഗനൈസേഷന്റെ സെക്രട്ടേറി യറ്റിൽ. 1927 വരെ വിപ്ലവ ട്രേഡ് യൂണിയനുകളുടെ നേതൃ ത്വത്തിൽ. 1927 ലെ വിപ്ലവം പരാജയപ്പെട്ടപ്പോൾ ഒളി വിൽപ്പോയി, ട്രേഡ് യൂണിയൻ പ്രസ്ഥാനത്തെ നയിച്ചുകൊ ണ്ടിരുന്നു. 1932 ൽ ക്യാങ്സി പ്രദേശത്തെ വിപ്ലവത്താവള ത്തിൽപ്പോയി അവിടത്തെ തൊഴിലാളിപ്രസ്ഥാനങ്ങൾക്ക് നേതൃത്വം കൊടുത്തു.

1932 മുതൽ ചൈനീസ് കമ്യൂണിസ്റ്റുപാർട്ടിയുടെ കേന്ദ്ര കമ്മിറ്റിയിൽ പൊളിറ്റ്ബ്യൂറോ അംഗമായിരുന്നു ലൂ ഷാവ് ചി. 1943 മുതൽ സെക്രട്ടേറിയറ്റ് മെമ്പരും ചൈനീസ് ജന കീയ വിപ്ലവ സൈനിക കൗൺസിലിന്റെ വൈസ് ചെയർമാനും ആയിരുന്നു. 1949 ഒക്ടോബർ 1 ന് ചൈനീസ് ജനകീയ റിപ്പബ്ലിക് രൂപംകൊണ്ടപ്പോൾ അതിന്റെ വൈസ് ചെയർമാനായി.

*എങ്ങനെ നല്ല കമ്യൂണിസ്റ്റാകാം, ഉൾപ്പാർട്ടി സമരം, പാർട്ടി യെപ്പറ്റി, ദേശീയതയും സാർവദേശീയതയും* എന്നിവയാണ് പ്രധാന രാഷ്ട്രീയകൃതികൾ.

# ഉള്ളടക്കം

# അവതാരിക

ഇ എം എസ് നമ്പൂതിരിപ്പാട്

**ചൈ**നീസ് കമ്യൂണിസ്റ്റ് പാർട്ടിയുടെ നേതൃനിരയിൽ സമുന്നത സ്ഥാനം വഹിച്ചിരുന്ന ഒരു മഹാനാണ് ലൂ ഷാവ് ചി. 1949 ലെ വിജയക രമായ റിപ്പബ്ലിക് രൂപീകരണംവരെ ഒരു തലമുറക്കാലത്ത് മൗ, ജു എൻ ലായ്, ജൂട്ടെ എന്നീ നേതാക്കന്മാരുടെ സമശീർഷനെന്ന സ്ഥാനം അദ്ദേഹം വഹിച്ചിരുന്നു.

ഈ കാലഘട്ടത്തിൽ പാർട്ടിയുടെ കൂട്ടുനേതൃത്വത്തിന്റെ സൃഷ്ടി യായി പ്രത്യക്ഷപ്പെട്ട പല ആശയങ്ങളും പിന്നീട് ലോകകമ്യൂണിസ്റ്റ് പ്രസ്ഥാനത്തിന് വലിയൊരു മുതൽക്കൂട്ടായിട്ടുണ്ട്. ഇന്ത്യയടക്കമുള്ള പിന്നണി രാജ്യങ്ങളിലെ കമ്യൂണിസ്റ്റ് പ്രസ്ഥാനങ്ങൾക്ക്, വിശേഷിച്ചും സ്വീകാര്യമാവുന്ന പല ആശയങ്ങളും ഇക്കൂട്ടത്തിലുൾപ്പെടുന്നു. മൗ സെ ദൊങ്ങിന്റെ കൃതികളെന്ന രൂപത്തിലാണ് അവ പുറത്തുവന്നിട്ടുള്ളത്.

അതേ കൂട്ടത്തിലുൾപ്പെടുത്താവുന്ന ഒരു കൃതിയാണ് ഇവിടെ പ്രസി ദ്ധീകരിക്കുന്ന *എങ്ങനെ ഒരു നല്ല കമ്യൂണിസ്റ്റാകാം.* മൗവിന്റെ കൃതിക ളെപ്പോലെ ഇതിന്റെയും മുഖ്യമായ ഉള്ളടക്കം ചൈനീസ് കമ്യൂണിസ്റ്റ് നേതൃത്വത്തിന്റെ കൂട്ടായ അനുഭവങ്ങളിൽനിന്ന് ഉയർന്നുവന്ന നിഗമന ങ്ങളാണ്. അതേ അവസരത്തിൽ, കൂട്ടായ നേതൃത്വത്തിന്റെ ആശയ ങ്ങൾക്ക് സമൂർത്തരൂപം നൽകുന്നതിൽ മൗ കൃതികളിൽ മൗവിന്റേതെ ന്നപോലെ ഇതിൽ ലൂ ഷാവിന്റെ വ്യക്തിത്വത്തിനും സവിശേഷമായ സ്ഥാനമുണ്ട്.

ജനകീയ റിപ്പബ്ലിക് രൂപംകൊണ്ടതിൽ പിന്നീടുള്ള കാലത്ത് ചൈനീസ് കമ്യൂണിസ്റ്റ് പാർട്ടിക്കുള്ളിൽ രൂക്ഷമായ ഉൾപ്പാർട്ടിസമരം നട ക്കുകയുണ്ടായല്ലോ. അതു വ്യക്തമായ രൂപം കൈക്കൊണ്ടത് 1950 ക

ളുടെ അവസാനവർഷങ്ങളിലാണ് – അതേവരെ പാർട്ടിയുടേതെന്ന പോലെ റിപ്പബ്ലിക്കിന്റെ ചെയർമാനായിരുന്ന മൗ പാർട്ടി പ്രവർത്തന ത്തിൽ മുഴുകുന്നതിനുവേണ്ടി റിപ്പബ്ലിക് ചെയർമാൻ പദത്തിൽനിന്നും ഒഴിഞ്ഞുനിന്നതിനുശേഷം 1956 ൽ നടന്ന എട്ടാം പാർട്ടി കോൺഗ്ര സിൽപോലും (അതിൽ ഇന്ത്യൻ സൗഹാർദപ്രതിനിധി സംഘത്തിൽ ഈ ലേഖകനും ഉൾപ്പെട്ടിരുന്നു). ചൈനീസ് നേതൃത്വം ഒറ്റക്കെട്ടായാണ് നിന്നത്.

പക്ഷേ, റിപ്പബ്ലിക്കിന്റെ ചെയർമാനായി ലൂവും പാർട്ടിയുടെത് മൗവു മായിരുന്ന കാലത്ത് അത്യുഗ്രമായ ഒരു ഉൾപ്പാർട്ടി സമരം പൊട്ടിപ്പു റപ്പെട്ടു. പാർട്ടി മെമ്പർമാരല്ലാത്ത ലക്ഷക്കണക്കിന് യുവതീയുവാക്കളും ആ സമരത്തിൽ പങ്കെടുത്തു; "നേതൃത്വത്തിന്റെ ആസ്ഥാനം കടന്നാക്ര മിക്കുക" എന്ന മുദ്രാവാക്യം ഉയർന്നുവന്നു: അതിനു മൗവിന്റെ അനു ഗ്രഹാശിസുകളുമുണ്ടായിരുന്നു (ഈ സ്ഥിതിക്ക് അന്നത്തെ സമരത്തെ "ഉൾപ്പാർട്ടി സമര" മെന്നു വിളിക്കാമോ എന്ന പ്രശ്നമുണ്ട്. അതിരിക്ക ട്ടെ). ആ ഉൾപ്പാർട്ടി സമരത്തിന്റെ മുഖ്യലക്ഷ്യം "ചൈനയിലെ ക്രൂഷ്ചേവ്" എന്നും "മുതലാളിത്ത പാതക്കാരിൽ മുഖ്യൻ" എന്നും മറ്റും വിശേഷിപ്പിക്കപ്പെട്ട ലൂ ഷാവ് ചി ആയിരുന്നു. അദ്ദേഹത്തിന്റെ റിപ്പബ്ലിക്കിന്റെ ചെയർമാനെന്ന സ്ഥാനത്തുനിന്നും മാറ്റി. പക്ഷേ, മറ്റൊ രാളെ ആ സ്ഥാനത്തേക്ക് പ്രതിഷ്ഠിക്കാൻ ഒരു വ്യാഴവട്ടത്തിലധികം കാലം വേണ്ടിവന്നു. ജു എൻ ലായ്, മൗ, ജൂഠെ എന്നീ ത്രിമൂർത്തിക ളുടെ ചരമത്തിനുശേഷമാണ്, മുമ്പ് മൗ എന്നപോലെ റിപ്പബ്ലിക്കിന്റെയും പാർട്ടിയുടെയും ചെയർമാൻ സ്ഥാനം ഹൂവാകാ ഫ്രെണ്ടിന് നൽകപ്പെ ട്ടത്.

ഇതിനിടയ്ക്കാകട്ടെ, ലൂ ഷാവ് ചിയെ "ചൈനയിലെ ക്രൂഷ്ചേവ്" ആയി വിശേഷിപ്പിക്കാനിടയാക്കിയ "സാംസ്കാരിക വിപ്ലവ"കാലത്തെ നടപടികൾ പലതും തിരുത്തപ്പെട്ടു. അക്കാലത്ത് അവഹേളനാപാത്ര ങ്ങളായിരുന്ന പലരും പാർട്ടിയിലും റിപ്പബ്ലിക്കിലും ഉയർന്ന സ്ഥാനങ്ങ ളിലെത്തി. ഇതിനിടയ്ക്ക് മരണപ്പെട്ടുപോയ പലരെ സംബന്ധിച്ചും മുൻ റിക്കാർഡുകൾ തിരുത്തി അവർക്ക് പാർട്ടിയുടെ ചരിത്രത്തിൽ സമുന്ന തസ്ഥാനം നൽകി. മുമ്പ് ലൂവിനെയും ദൊങ്ങിനെയും പഴിചാരുന്നതു പോലെ ഇപ്പോൾ എല്ലാ കുറ്റങ്ങൾക്കും *ഗാങ് ഓഫ് ഫോർ* നാൽവർ കൂട്ടത്തെ പഴിചാരുകയെന്ന പതിവുവന്നു.

ഇതിനിടയ്ക്ക് ലൂ ഷാവ് ചിക്ക് എന്തുപറ്റി എന്ന ചോദ്യത്തിനുത്തരം കാണാൻ പ്രയോജനപ്പെടുന്ന യാതൊരു വിവരവും ഔദ്യോഗികമായി കിട്ടിയിട്ടില്ല. പക്ഷേ, "സാംസ്കാരിക വിപ്ലവ"ത്തിന്റെ മൂർധന്യാവസ്ഥ യിൽപ്പോലും തന്റെ മൗലിക നിലപാടിൽ യാതൊരു മാറ്റവും വരുത്താത്ത ലൂ വാർധക്യസഹജമായ ദേഹാസ്വാസ്ഥ്യം മൂലം മരണപ്പെട്ടു എന്നൂഹി ക്കാനാണ് വഴി. അതു ശരിയായാലും തെറ്റായാലും ഇവിടെ പ്രസിദ്ധീ കരിക്കുന്ന അദ്ദേഹത്തിന്റെ കൃതിക്കുള്ള പ്രാധാന്യം ഇല്ലാതാവുന്നില്ല.

1956 ൽ എട്ടാം പാർട്ടി കോൺഗ്രസിനു ശേഷമുള്ള മുതലാളിത്ത പാത ക്കാരിൽ മുഖ്യനായിട്ടാണ് ലൂ പ്രവർത്തിച്ചതെന്ന വാദം ശരിയാണെ ങ്കിൽപ്പോലും, പാർട്ടിയുടെ കൂട്ടുനേതൃത്വത്തിന്റെ അനുഭവങ്ങൾക്കും നിഗ മനങ്ങൾക്കും രൂപം നൽകുകയാണ് ഈ കൃതി രചിച്ച കാലത്ത് അദ്ദേഹം ചെയ്തത്. അതുകൊണ്ട് ചൈനീസ് വിപ്ലവത്തിന്റെ അനുഭവങ്ങൾ ഉൾക്കൊള്ളാൻ ശ്രമിക്കുന്നവരെല്ലാം സൂക്ഷ്മമായി പഠിക്കേണ്ട ഒരു ഗ്രന്ഥ മാണിത്.

തൊഴിലാളിവർഗത്തിന്റേതിന് തികച്ചും പ്രതികൂലമായ പല ചിന്താ ഗതികളും തൊഴിലാളിവർഗത്തിന്റെ അണികളിലേക്ക് നുഴഞ്ഞുകയറു മെന്നും അവയെ ഓരോന്നിനെയും ഇഞ്ചിഞ്ചായി എതിർത്തുകൊണ്ട ല്ലാതെ തൊഴിലാളിവർഗത്തിന്റെ വിപ്ലവകാരിയായ മുന്നണിവിഭാഗത്തെ ഒരു പാർട്ടിയായി സംഘടിപ്പിക്കാൻ കഴിയില്ലെന്നും മാർക്സിസം – ലെനി നിസം അനുശാസിക്കുന്നു. ഈ തത്വം വിശദീകരിക്കുന്നതിനുവേണ്ടി യാണ് ലെനിൻ *എന്തു ചെയ്യണം?* എന്ന തന്റെ കൃതി രചിച്ചത്. റഷ്യൻ ബോൾഷെവിക് പാർട്ടി കെട്ടിപ്പടുക്കുന്നതിനുവേണ്ട ആശയപരമായ അടി സ്ഥാനമിട്ടത് ഈ കൃതിയാണെന്ന് അനന്തരകാല സംഭവങ്ങൾ തെളി യിച്ചു. പാർട്ടിയിലേക്ക് വരുന്ന ഇടത്തരക്കാരുടെയും മറ്റും പ്രശ്നമിരി ക്കട്ടെ, മുതലാളിയുമായി നിരന്തരം പോരാടിക്കൊണ്ടിരിക്കുന്ന തൊഴി ലാളിപോലും ജീവിക്കുന്ന ചുറ്റുപാടും ശ്വസിക്കുന്ന വായുവും ശത്രുവർഗ ചിന്താഗതിയുടേതാണ്. ആ സ്ഥിതിക്ക് ഓരോ പാർട്ടിമെമ്പരിലും നിസ്സം ശയം പ്രതിഫലിക്കുന്ന ഈ ശത്രുവർഗ ചിന്താഗതികൾക്കെതിരായി നിര ന്തരമായ സമരം നടത്തുന്നത് ഒരു വിപ്ലവപ്പാർട്ടി കെട്ടിപ്പടുക്കുന്നതിന്റെ അനുപേക്ഷണീയമായ ഉപാധിയാണ്.

ഈ മാർക്സിസ്റ്റ് – ലെനിനിസ്റ്റ് തത്വത്തിൽനിന്നാണ് ലൂവിന്റെ ഈ കൃതി ആരംഭിക്കുന്നത്. ലക്ഷക്കണക്കിനു തൊഴിലാളികൾ, കോടിക്ക ണക്കിനു കൃഷിക്കാർ (ഇതിൽ കർഷകത്തൊഴിലാളികളും പെടും) പതി നായിരക്കണക്കിന് മറ്റു വർഗങ്ങളിൽനിന്ന് ഉയർന്നുവന്ന വിപ്ലവകാരികൾ – ഇവരെല്ലാം ഉൾക്കൊള്ളുന്നതാണ് കമ്യൂണിസ്റ്റ് പാർട്ടി. ഇവരെല്ലാം നൽകുന്ന വിലയേറിയ സംഭാവനകളാണ് വിപ്ലവപ്രസ്ഥാനത്തെയും പാർട്ടിയെയും അനുദിനം ശക്തിപ്പെടുത്തുന്നത്. അതേ അവസരത്തിൽ, ഇവർ ഓരോരുത്തരും താന്താങ്ങൾ ജീവിക്കുന്ന ചുറ്റുപാടിന്റേതായ ദൗർബല്യങ്ങളും ദുർഗുണങ്ങളും പാർട്ടിയിലേക്കും കൊണ്ടുവരുന്നു. അത് പാർട്ടിക്കകത്ത് അഭിപ്രായ വ്യത്യാസങ്ങളായും ഭിന്നിപ്പായും പ്രത്യ ക്ഷപ്പെടുന്നു. അതുകൊണ്ട് പാർട്ടി മെമ്പർമാരോരുത്തരുടെയും മികച്ച സേവനം പരമാവധി ഉപയോഗപ്പെടുത്തുമ്പോൾതന്നെ, ദൗർബല്യ ങ്ങൾക്കും ദുർഗുണങ്ങൾക്കുമെതിരായ സമരം സംഘടിതമായി നടത്തു കകൂടി വേണം.

ഇതു നടത്തണമെങ്കിൽ അതിനൊരു മുഖ്യ മുന്നുപാധിയുണ്ട്. ലെനിൻ *എന്തു ചെയ്യണം* എന്ന കൃതിയിൽ ആവർത്തിച്ചാവർത്തിച്ച്

ഊന്നിപ്പറഞ്ഞതും പിന്നീട് എല്ലാ കമ്യൂണിസ്റ്റ് പാർട്ടികളുടെയും ഭരണ ഘടനയിൽ ഉൾപ്പെടുത്തപ്പെട്ടതുമായ ഒന്നാണത് – ഓരോ പാർട്ടിമെ മ്പറും ഒരു ഘടകത്തിൽ അംഗമായി പ്രവർത്തിക്കണമെന്ന വ്യവസ്ഥ. സ്വന്തം ഘടകത്തിൽ നടക്കുന്ന ചർച്ചകൾ, ഓരോ മെമ്പറും നടത്തുന്ന പ്രവർത്തനത്തിന്റെ വിമർശനാത്മക പരിശോധന, തുടർന്നെടുക്കുന്ന കൂട്ടായ തീരുമാനം – ഇവയിലൂടെയാണ് ഓരോരുത്തരുടെയും കഴിവ് പരമാവധി വികസിപ്പിച്ച് ദൗർബല്യങ്ങളും ദുർഗുണങ്ങളും പരമാവധി ഇല്ലാതാക്കാൻ കഴിയുക.

ഈ മാർക്സിസ്റ്റ് – ലെനിനിസ്റ്റ് തത്വം ചൈനീസ് വിപ്ലവത്തിന്റെയും അവിടത്തെ കമ്യൂണിസ്റ്റ് പാർട്ടിയുടെയും അനുഭവങ്ങളുടെ വെളിച്ചത്തിൽ സമ്പുഷ്ടമാക്കാനാണ് ലു ഷാവ് കി ഈ ഗ്രന്ഥത്തിലൂടെ ശ്രമിച്ചിട്ടുള്ള ത്. അതെല്ലാം അതേപടി മറ്റേതെങ്കിലും രാജ്യത്ത് പകർത്താൻ ശ്രമി ക്കുന്നത് പരമവിഡ്ഢിത്തമായിരിക്കും. എന്തുകൊണ്ടെന്നാൽ, ചൈനീസ് ജനതയുടെ വിപ്ലവസമരങ്ങളിൽനിന്ന് ഉയർന്നുവരുന്ന അനുഭവങ്ങളാണ് ലുവിന്റെ പരാമർശങ്ങൾക്ക് അടിസ്ഥാനം. മറ്റു രാജ്യങ്ങളിലെ വിപ്ലവ സമര ചരിത്രങ്ങളുടെ അനുഭവം വ്യത്യസ്തമായിരിക്കും. യഥാർഥം പറ യുകയാണെങ്കിൽ ഓരോ രാജ്യത്തിലും കമ്യൂണിസ്റ്റ് പാർട്ടി അതാതിന്റെ ചരിത്രാനുഭവം മുന്നിൽവച്ചും അതാതിടത്തെ സാമൂഹ്യവും സാംസ്കാ രികവുമായ പശ്ചാത്തലം പൂർണമായും കണക്കിലെടുത്തും അതാതിന്റെ അണികളിൽ പ്രത്യക്ഷത്തിലുള്ള പാളിച്ചകൾ, ദൗർബല്യങ്ങൾ എന്നിവ തികച്ചും സമൂർത്തമായി പരിശോധിക്കണം.

ഈ സമാപനത്തോടെ 'നല്ല കമ്യൂണിസ്റ്റുകാരാ'യി പ്രവർത്തിക്കുന്ന ലക്ഷക്കണക്കിനു തൊഴിലാളികൾ, കൃഷിക്കാർ, കർഷകത്തൊഴിലാളി കൾ, ഇടത്തരം ജീവനക്കാർ, വിദ്യാർഥി–യുവജന മഹിളാ വിഭാഗങ്ങൾ, അവശജാതിക്കാർ, മതന്യൂനപക്ഷങ്ങൾ എന്നീ വിവിധ വിഭാഗങ്ങളിൽ നിന്ന് വരുന്ന വിപ്ലവകാരികളെ പാർട്ടിയിലേക്കെടുത്ത് ഒരു ബഹുജന വിപ്ലവ തൊഴിലാളിവർഗ പാർട്ടി കെട്ടിപ്പടുക്കുന്നതെങ്ങനെയെന്ന പ്രശ്നം ഇന്ത്യൻ കമ്യൂണിസ്റ്റ് പ്രസ്ഥാനത്തിന്റെ മുമ്പിൽ ഉയർന്നുവന്നിരിക്കുന്നു. അതായിരുന്നു ഇക്കഴിഞ്ഞ ഡിസംബർ അവസാനവാരത്തിൽ ഹൗറയിൽ ചേർന്ന കമ്യൂണിസ്റ്റ് (മാർക്സിസ്റ്റ്) പാർട്ടി പ്ലീനത്തിന്റെ മുഖ്യ ചർച്ചാവി ഷയം.

ഇതാകട്ടെ, ഇപ്പോൾ പെട്ടെന്ന് പൊന്തിവന്ന ഒരു പ്രശ്നമല്ലതാ നും. 1951–ൽ അവിഭക്ത കമ്യൂണിസ്റ്റ് പാർട്ടി അംഗീകരിച്ച നയപ്രഖ്യാപ നരേഖ ഈ പ്രശ്നം ഉന്നയിച്ചിരുന്നു.

തൊഴിലാളിവർഗ നേതൃത്വത്തിൽ, തൊഴിലാളി – കർഷക സമര സഖ്യത്തെ അടിത്തറയാക്കി, അങ്ങേയറ്റം വിപുലമായ ഒരു ജനകീയ ജനാധിപത്യമുന്നണി കെട്ടിപ്പടുത്ത് ഇന്ത്യയുടെ സാമ്രാജ്യവിരുദ്ധവും ഫ്യൂഡൽ വിരുദ്ധവുമായ വിപ്ലവം പൂർത്തീകരിച്ച് സോഷ്യലിസത്തി ലേക്ക് നീങ്ങുകയെന്ന കാഴ്ചപ്പാടാണല്ലോ 1951–ൽ പാർട്ടി അംഗീകരിച്ച

പരിപാടിയുടെയും നയപ്രഖ്യാപനരേഖയുടെയും കാഴ്ചപ്പാട്. ഈ വഴിക്ക് നീങ്ങണമെങ്കിൽ അതിനുള്ള മുഖ്യമായ ഉപാധി കമ്യൂണിസ്റ്റ് പാർട്ടിയെ ഒരു ബഹുജന വിപ്ലവപ്പാർട്ടിയാക്കി മാറ്റുകയാണെന്ന് ആ രേഖയിൽ വെട്ടിത്തുറന്നു പറഞ്ഞിരുന്നു.

ബഹുജന വിപ്ലവപ്പാർട്ടിയെന്ന ഈ ആശയത്തിന്റെ രണ്ടു ഘടക ങ്ങൾക്കും – ബഹുജനപ്പാർട്ടി, വിപ്ലവപ്പാർട്ടി എന്നീ രണ്ടിനും – ഒരേ സമയത്ത് പ്രാധാന്യം നൽകിക്കൊണ്ടാണ് നയപ്രഖ്യാപനരേഖ തയാ റാക്കിയത്.

അനുദിനം മൂർച്ഛിച്ചുകൊണ്ടിരിക്കുന്ന മുതലാളിത്ത പ്രതിസന്ധി യുടെ ഫലമായി അധികമധികം തൊഴിലാളികളും മറ്റധാനിക്കുന്ന ബഹു ജനങ്ങളും കമ്യൂണിസ്റ്റ് പാർട്ടിയിലേക്ക് ആകർഷിക്കപ്പെടും; എല്ലാ വർഗ ങ്ങളിലും ജനവിഭാഗങ്ങളിലുംപെട്ട വിപ്ലവകാരികളും നേതൃത്വത്തിന് കമ്യൂണിസ്റ്റ് പാർട്ടിയുടെ നേർക്ക് ഉറ്റുനോക്കാൻ തുടങ്ങും. അത്തരക്കാ രെയെല്ലാം പാർട്ടി അംഗത്വത്തിലേക്ക്– ക്രമേണ പാർട്ടി നേതൃനിരയി ലേക്ക് തന്നെ – കൊണ്ടുവരാൻ ബോധപൂർവമായി പ്രവർത്തിക്കണം. ഇതാണ് ബഹുജനപ്പാർട്ടിയെന്ന ആശയത്തിന്റെ കാതലായ ഭാഗം.

അതേ അവസരത്തിൽ, ബഹുജനപ്പാർട്ടിയാക്കുന്നതിന്റെ മറവിൽ കമ്യൂണിസ്റ്റ് പാർട്ടിയുടെ വിപ്ലവസ്വഭാവം കുറയ്ക്കരുതെന്നും നയപ്ര ഖ്യാപനരേഖയ്ക്ക് നിർബന്ധമുണ്ടായിരുന്നു. താൻ അംഗമായിട്ടുള്ള പാർട്ടിഘടകത്തിന്റെ കൂട്ടായ നിയന്ത്രണത്തിൽ സ്വയം പ്രവർത്തിക്കു കയും മറ്റുള്ളവരെക്കൊണ്ട് പ്രവർത്തിപ്പിക്കുന്നതിൽ സഹകരിക്കുകയും ചെയ്യാൻ ഓരോ പാർട്ടി മെമ്പർക്കും കടമയുണ്ട്. അതാണ് കമ്യൂണിസ്റ്റു കാരുടേതായ വിപ്ലവപാർട്ടിയും വർഗവഞ്ചകരുടെതായ സോഷ്യൽ ഡമോ ക്രാറ്റിക് പാർട്ടിയും തമ്മിലുള്ള മുഖ്യവ്യത്യാസമെന്ന് മാർക്സിസം – ലെനിനിസം – ലെനിനിസം അനുശാസിക്കുന്നു.

ഈ തത്വത്തെ ആസ്പദമാക്കി നിരന്തരം പ്രവർത്തിക്കുന്ന എണ്ണ മറ്റ ഘടകങ്ങളുടെ ഒരു  സമുച്ചയമാണ് കമ്യൂണിസ്റ്റ് പാർട്ടിയെന്നതി നാൽ വിപുലീകൃതമായ ബഹുജനപ്പാർട്ടിയിലും വിപ്ലവ പാർട്ടിയുടേതായ ഈ വ്യവസ്ഥ കർശനമായി പാലിക്കണമെന്ന് നയപ്രഖ്യാപനരേഖ ചൂണ്ടി ക്കാണിച്ചു. ബഹുജനപ്പാർട്ടിയെന്ന പേരിൽ വിപ്ലവസ്വഭാവമോ, വിപ്ലവ പ്പാർട്ടിയെന്ന പേരിൽ ബഹുജനസ്വഭാവമോ കളഞ്ഞുകുളിക്കാതെ, രണ്ടും ചേർന്നുകൊണ്ടുള്ള ഒരു ബഹുജനവിപ്ലവപ്പാർട്ടി കെട്ടിപ്പടുക്ക ണമെന്നർഥം.

ഇതിൽ ബഹുജനപ്പാർട്ടി എന്ന ആശയത്തിൻമേൽ പ്രത്യക്ഷമായി ഊന്നിനിന്നുകൊണ്ടും വിപ്ലവപ്പാർട്ടിയെന്ന വശം അവഗണിച്ചുകൊണ്ടും കമ്യൂണിസ്റ്റ് പാർട്ടിയെ പുനഃസംഘടിപ്പിക്കാനുള്ള ഒരു ശ്രമം 1952 മുതൽ അവിഭക്ത കമ്യൂണിസ്റ്റ് പാർട്ടിയിൽ നടക്കുകയുണ്ടായി. അതിന്റെ ദുഷ്ഫ ലമാണ് ഇന്നത്തെ വലത് കമ്യൂണിസ്റ്റ് പാർട്ടി. എം പിമാർ, എം എൽ എമാർ, കഴിയുമ്പോഴെല്ലാം മന്ത്രിമാർ മുതലായി അധികാരവും പദവി

യുമുള്ള സ്ഥാനങ്ങൾ നേടിയെടുക്കാനുള്ള ശ്രമം അതിന്റെ രാഷ്ട്രീയ സംഘടനാ പ്രവർത്തനങ്ങളിലാകെ പ്രതിഫലിച്ചു. ഇത്തരം സ്ഥാനല ബ്ധിയെ മാത്രം ആസ്പദമാക്കിക്കൊണ്ടുള്ള ഒരു ബഹുജനപ്പാർട്ടിയായി അവിഭക്ത കമ്യൂണിസ്റ്റ് പാർട്ടിയെയാകെ മാറ്റാമെന്നാണവർ കരുതിയത്.

പക്ഷേ, ഈ ശ്രമത്തിന് കനത്ത തിരിച്ചടിയുണ്ടായി. പാർട്ടിയിൽ സാമാന്യം സ്വാധീനശക്തിയുള്ള ഒരുവിഭാഗം ഈ നീക്കത്തെ ശക്തി യുക്തം എതിർത്തു. തുടർന്നുണ്ടായ ഭിന്നിപ്പിൽനിന്നു വലതും മാർക്സി സ്റ്റുമെന്ന രണ്ടു കമ്യൂണിസ്റ്റുപാർട്ടികളും പിന്നീട് ഏതാനും നക്സലൈറ്റ് ഗ്രൂപ്പുകളും ഉയർന്നുവന്നു. സാമൂഹ്യപരിവർത്തനത്തിനുള്ള മുഖ്യമാർഗം വിപ്ലവ സമരങ്ങളുടേതാണെന്ന അടിത്തറയിൽ ഉറച്ചുനിൽക്കുമ്പോൾ തന്നെ, വിപ്ലവ സമരങ്ങൾക്കു ജനങ്ങളെ സംഘടിപ്പിക്കുന്നതിനുള്ള മാർഗ മായി പാർലമെന്ററി സ്ഥാപനങ്ങളെ ഉപയോഗിക്കുകയെന്ന മാർക്സിസ്റ്റ് – ലെനിനിസ്റ്റ് കാഴ്ചപ്പാട് പ്രവൃത്തിയിൽ വരാൻ തുടങ്ങി. ഇതിനെ വലതു വശത്തുനിന്നും ഇടതുവശത്തുനിന്നും എതിർക്കുന്നവരാണ് വലതു പാർട്ടിയും നക്സലുകാരും എന്നുവന്നു.

ഈ അനുഭവം മുന്നിലുള്ളതിനാൽ ഹൗറാപ്ലീനത്തിൽ സെൻട്രൽ കമ്മിറ്റി അവതരിപ്പിച്ച രേഖയിലെ ബഹുജനപ്പാർട്ടിയെന്ന ആശയത്തെ സംശയത്തോടും അവിശ്വാസത്തോടുംകൂടി നോക്കുന്നവർ പ്ലീനം പ്രതി നിധികളിൽ ധാരളമുണ്ടായിരുന്നു. മുമ്പ് അവിഭക്ത കമ്യൂണിസ്റ്റു പാർട്ടി യെന്നപോലെ ഇപ്പോൾ കമ്യൂണിസ്റ്റ് (മാർക്സിസ്റ്റ്) പാർട്ടിയും ഒരു ബഹു ജന പാർട്ടിയാവാൻ ശ്രമിച്ചാൽ അത് മറ്റൊരു വലതായിത്തീരുകയില്ലേ എന്ന സംശയം ഉന്നയിക്കപ്പെട്ടു.

ഇത് സംബന്ധിച്ചു സുദീർഘവും രൂക്ഷവുമായ ചർച്ച പ്ലീനത്തിൽ നടന്നു. അതിന്റെ ഭാഗമായി കഴിഞ്ഞ പതിനാല് കൊല്ലക്കാലത്ത് കമ്യൂ ണിസ്റ്റ് (മാർക്സിസ്റ്റ്) പാർട്ടി സംഘടനാരംഗത്ത് തുടർന്നുപോന്ന നയ സമീപനം സഗൗരവമായ ഒരു സ്വയംവിമർശനത്തിന് വിധേയമാക്കപ്പെ ട്ടു. ഈ സ്വയം വിമർശനത്തിൽനിന്ന് ഉയർന്നുവന്ന വസ്തുതകൾ താഴെ കൊടുക്കുന്നവയാണ്.

ഒന്നാമത്, വലതുപാർട്ടിയെപ്പോലെ ഒരു ബഹുജനപ്പാർട്ടിയായി മാറ രുതെന്ന സദുദ്ദേശ്യത്തോടെ പാർട്ടിയുടെ പ്രവർത്തനമേഖലയും അംഗ സംഖ്യയും ഘടകങ്ങളുടെ എണ്ണവുമൊക്കെ കഴിയുന്നത്ര കുറയ്ക്കാ നാണ് കമ്യൂണിസ്റ്റ് (മാർക്സിസ്റ്റ്) പാർട്ടിയുടെ നേതൃത്വം ശ്രമിച്ചത്.

കോൺഗ്രസിന്റെയും ബൂർഷ്വാ വലതുപക്ഷ പാർട്ടികളുടെയും നയ പരമായ പാപ്പരത്തം നിമിത്തം കമ്യൂണിസ്റ്റ് (മാർക്സിസ്റ്റ്) പാർട്ടിയെയും അതുൾക്കൊള്ളുന്ന ഇടതുപക്ഷ ജനാധിപത്യ പ്രസ്ഥാനത്തോടും ആദ രവു കാണിക്കുന്നവരുടെ എണ്ണം അടിക്കടികൂടിക്കൊണ്ടിരുന്നു. വിവിധ ജനവിഭാഗങ്ങളിൽനിന്നുവരുന്ന ഈ അനുഭാവികളെ അവരുടെ പ്രവർത്ത നത്തിന്റെ ഗുണദോഷങ്ങൾ നോക്കി പാർട്ടിയിലേക്കെടുക്കാൻ വമ്പിച്ച സാധ്യതകൾ ഉയർന്നുവന്നിരുന്നു. അങ്ങനെ അഖിലേന്ത്യാ വ്യാപകമായി

പ്രവർത്തിക്കുന്ന ഒരു പാർട്ടിയായി ഉയരാൻ വേണ്ട അനുകൂല സാഹ ചര്യം ഉളവായി.

പക്ഷേ, പാർട്ടിയുടെ വിപ്ലവസ്വഭാവം കളഞ്ഞുകുളിക്കരുതെന്ന ന്യായത്തിന്മേൽ അതിന്റെ വിപുലീകരണത്തെ ബോധപൂർവ മായിത്തന്നെ തടയുന്ന ഒരു സമീപനത്തിലേക്കാണ് പാർട്ടി നേതൃത്വം ചെന്നെത്തിയത്. 1967-ൽ സെൻട്രൽ കമ്മിറ്റി അംഗീകരിച്ച സംഘടനാ പ്രമേയത്തിൽത്തന്നെ ഈ സമീപനത്തിന്റെ ബീജം അടങ്ങിയിരുന്നു. എന്നാൽ അത് വളർന്ന് പൂർണരൂപത്തിലെത്തിയത് 1973-ലാണ്. ഈ രണ്ടു പ്രമേയങ്ങളിലും അടങ്ങിയ ശരിയായ സമീപനാംശങ്ങൾ നില നിർത്തിക്കൊണ്ടും തെറ്റായത് തിരുത്തിക്കൊണ്ടുമുള്ള ഒരു പുതിയ സമീ പനമാണ് പ്ലീനം അംഗീകരിച്ചത്.

*രണ്ടാമത്,* വിപ്ലവസ്വഭാവം കളഞ്ഞു കുളിക്കാതെ തന്നെ ബഹുജ നപ്പാർട്ടിയായി മാറുകയെന്ന കാഴ്ചപ്പാടിന് ഇന്നത്തെ ഇന്ത്യൻ രാഷ്ട്രീയ പരിതഃസ്ഥിതിയിൽ വിശേഷിച്ചും പ്രാധാന്യമുണ്ട്. എന്തുകൊണ്ടെന്നാൽ, കോൺഗ്രസ്, ജനത, മറ്റു ബൂർഷ്വാ പാർട്ടികൾ, വലത് കമ്യൂണിസ്റ്റ് പാർട്ടിയും മുൻസോഷ്യലിസ്റ്റ് ഗ്രൂപ്പുകളും, വിവിധ നക്സലൈറ്റ് ഗ്രൂപ്പു കൾ – ഇവരുടെയെല്ലാം രാഷ്ട്രീയ സമീപനത്തിന്റെ പാപ്പരത്തം നിമിത്തം കമ്യൂണിസ്റ്റ് (മാർക്സിസ്റ്റ്) പാർട്ടിയിലേക്ക് അധികമധികം ജന വിഭാഗങ്ങൾ ആകൃഷ്ടരായി വരികയാണ്. അവരിൽ കൊള്ളാവുന്നവ രെയെല്ലാം പങ്കെടുപ്പിച്ചുകൊണ്ട് കമ്യൂണിസ്റ്റ് (മാർക്സിസ്റ്റ്) പാർട്ടിയെ വിപുലീകരിക്കുന്നില്ലെങ്കിൽ സ്വേച്ഛാധിപത്യ ശക്തികൾക്കെതിരായും അധ്വാനിക്കുന്നവരുടെ താൽപ്പര്യങ്ങൾ സംരക്ഷിക്കാൻ വേണ്ടിയും പ്രവർത്തിക്കുന്ന ഇടതുപക്ഷ ജനാധിപത്യമുന്നണി കെട്ടിപ്പടുക്കാൻ കഴി യുകയില്ല.

പാർട്ടിയുടെ സംഘടന വലുതാവുക; അതിന്റെ അംഗങ്ങളുടെയും അനുഭാവികളുടെയും എണ്ണം പെരുകുക; പാർട്ടി അംഗങ്ങളും അല്ലാ ത്തവരുമായ ബഹുജനങ്ങളുടെ വർഗബോധവും രാഷ്ട്രീയപക്വതയും ഉയർത്തുക – ഇതെല്ലാം ചെയ്യാതെ ഇടതുപക്ഷ ജനാധിപത്യ പ്രസ്ഥാ നത്തിൽ കമ്യൂണിസ്റ്റ് (മാർക്സിസ്റ്റ്) പാർട്ടി നിറവേറ്റേണ്ട പങ്ക് നിറവേ റുകയില്ല. 1951-ലെ നയപ്രഖ്യാപനരേഖ ചൂണ്ടിക്കാണിച്ചതുപോലെ, ഇന്ത്യയുടെ ജനകീയ ജനാധിപത്യവിപ്ലവം പൂർത്തീകരിക്കുന്നതിന് മാത്ര മല്ല, ഇന്നത്തെ അടിയന്തര രാഷ്ട്രീയ കടമയായ ഇടതുപക്ഷ ജനാധി പത്യമുന്നണി കെട്ടിപ്പടുക്കുന്നതിലും പാർട്ടിയുടെ വിപുലീകരണം അനി വാര്യമാണെന്നർഥം.

*മൂന്നാമത്,* വിപ്ലവസ്വഭാവം നിലനിർത്താനെന്ന പേരിൽ വിപുലീ കരണത്തിനെതിരായ നയസമീപനം അംഗീകരിച്ചിട്ടുപോലും പാർട്ടി അംഗത്വത്തിന്റെ മുഖ്യോപാധിയായി മാർക്സിസം – ലെനിനിസം അനു ശാസിക്കുന്ന രണ്ട് മുഖ്യകാര്യങ്ങൾ – വിവിധ രൂപങ്ങളിൽ അനുദിനം പ്രത്യക്ഷപ്പെടുന്ന ശത്രുവർഗ ചിന്താഗതികൾക്കെതിരായ ആശയസമ

രം, ആ ആശയസമരമടക്കം എല്ലാ രൂപത്തിലുമുള്ള പാർട്ടി പ്രവർത്തന ത്തിന്റെ കേന്ദ്രമെന്ന നിലയ്ക്ക് സെൻട്രൽ കമ്മിറ്റി മുതൽ ബ്രാഞ്ച് വരെ യുള്ള പാർട്ടി ഘടകങ്ങൾ പ്രവർത്തിക്കുകയും അവയ്ക്ക് പാർട്ടി മെമ്പർമാർ സ്വയം കീഴ്പ്പെടുകയും ചെയ്യുക ഇതുരണ്ടും – കമ്യൂണിസ്റ്റ് (മാർക്സിസ്റ്റ്) പാർട്ടിക്കകത്ത് നടക്കുന്നില്ലെന്നതാണ് പരമാർഥം. ബൂർഷ്വാ – ഭൂപ്രഭുഭരണവർഗങ്ങളും അവരുടെ അനുയായികളായ പെറ്റി ബൂർഷ്വാ ബുദ്ധിജീവികളും നിരന്തരം പ്രചരിപ്പിക്കുന്ന കപടവാദങ്ങളെ തൊലിയുരിച്ച് കാണിച്ച് തൊഴിലാളിവർഗ ചിന്താഗതിക്ക് ജനങ്ങളുടെ ഇടയിൽ മുൻകൈ നേടുകയെന്ന കാഴ്ചപ്പാട് തന്നെ പാർട്ടി നേതൃത്വ ത്തിന് ഇല്ലാതായി. സെൻട്രൽ കമ്മിറ്റി തൊട്ട് കീഴോട്ട് ബ്രാഞ്ച് വരെ ഓരോ നിലവാരത്തിലുമുള്ള പാർട്ടി ഘടകങ്ങൾ അതതിന്റെ പ്രവർത്ത നപരിധിക്കകത്ത് ആശയ സമരത്തിന്റേതായ ഈ ചുമതല നിറവേറ്റു കയോ സ്വന്തം പ്രവർത്തനത്തെ സ്വയംവിമർശനപരമായി പരിശോധി ക്കുകയോ ചെയ്യാൻ മുതിർന്നിട്ടില്ല. സ്വയംവിമർശനപരമായ ഈ പരി ശോധനയിലൂടെ പാർട്ടി മെമ്പർമാരുടെ പ്രവർത്തനം വിലയിരുത്തി തെറ്റു തിരുത്താനോ, ഈ തെറ്റുതിരുത്തലിന്റെ അടിസ്ഥാനത്തിൽ സംഘ ടനാ മാറ്റങ്ങൾ വരുത്താനോ കാര്യമായ ഒരു ശ്രമവും നടന്നിട്ടില്ല. എന്നുവച്ചാൽ മാർക്സിസം – ലെനിനിസം അനുശാസിക്കുന്ന അനിവാ ര്യമായ വിപ്ലവസ്വഭാവം വളർത്തുന്ന കാര്യം പോകട്ടെ, നില നിർത്താൻപോലും ഈ കാലഘട്ടത്തിൽ നമുക്ക് കഴിഞ്ഞിട്ടില്ല.

ഈ വസ്തുതകൾ പരിഗണിച്ചിട്ടാണ് ബഹുജന വിപ്ലവപ്പാർട്ടി കെട്ടി പ്പടുക്കുകയെന്ന ആശയം സെൻട്രൽ കമ്മിറ്റി അവതരിപ്പിക്കുകയും പ്ലീനം അംഗീകരിക്കുകയും ചെയ്തത്. ഈ ഉദ്ദേശ്യത്തോടെ നടപ്പിലാക്കേണ്ട പല നിർദേശങ്ങളും പ്ലീനം അംഗീകരിച്ച സംഘടനാ പ്രമേയത്തിലും റിപ്പോർട്ടിലും അടങ്ങിയിട്ടുണ്ട്. അവയും ഭാവിയിൽ പ്രവർത്തനാനുഭവ ങ്ങളെ ആസ്പദമാക്കി ഉന്നയിക്കുന്ന മറ്റു നിർദേശങ്ങളും നടപ്പിലാക്കാൻ ശ്രമിക്കുന്നവർക്ക് ചൈനീസ് കമ്യൂണിസ്റ്റ് നേതൃത്വത്തിന്റെ അനുഭവ ങ്ങൾ ഉൾക്കൊള്ളുന്ന ഈ ഗ്രന്ഥം സഹായകരമായിരിക്കും.

ഇതിനുമുമ്പ് സൂചിപ്പിച്ചതുപോലെ ചൈനീസ് വിപ്ലവത്തിന്റെ അനു ഭവങ്ങളെ ആസ്പദമാക്കിയ ഈ ഗ്രന്ഥത്തിന്റെ ഉള്ളടക്കം അതേപടി ഇന്ത്യയിൽ പ്രയോഗിക്കാൻ ശ്രമിക്കുന്നത് തികച്ചും അബദ്ധമായിരിക്കും. ഇന്ത്യൻ തൊഴിലാളിവർഗത്തിന്റെ അണികളിലേക്ക് കടന്നുവരുന്ന ശത്രു വർഗ ചിന്താഗതികൾ ചൈനയിലേതിൽ നിന്നും വ്യത്യസ്തമാണ്. അതു കൊണ്ട് ഇവിടെ സമൂർത്ത രൂപത്തിൽ പ്രത്യക്ഷപ്പെടുന്ന ശത്രുവർഗ ചിന്താഗതികൾക്കെതിരായ സമരത്തിന്റെ രൂപവും ഭാവവും ചൈനയി ലേതിൽനിന്ന് വ്യത്യസ്തമായിരിക്കും.

പക്ഷേ, ലോകവ്യാപകമായ പ്രാധാന്യമുള്ള തൊഴിലാളി സമീപ നം, സ്വന്തം സമരചരിത്രങ്ങളുടെ ആകത്തുകയായ അനുഭവങ്ങളും നിഗ മനങ്ങളും – ഈ രണ്ട് അടിസ്ഥാന ശിലകളെ ആസ്പദമാക്കി ഉയർത്തി

കൊണ്ടു വരുന്ന ഒരു സൗധമാണ് ലക്ഷക്കണക്കിനു സാധാരണക്കാരെ "നല്ല കമ്യൂണിസ്റ്റുകാ"രാക്കുന്ന പാർട്ടി സംഘടന. ഇത് ചൈനയ്ക്കെ ന്നപോലെ തന്നെ ഇന്ത്യക്കും ബാധകമാണ്. എന്നുവച്ചാൽ, ചൈനീസ് വിപ്ലവത്തിന്റെ അനുഭവങ്ങളെ ആസ്പദമാക്കി "നല്ല കമ്യൂണിസ്റ്റുകാ"രെ ജനലക്ഷങ്ങളിൽ നിന്നു വാർത്തെടുക്കാൻ ഈ ഗ്രന്ഥം സഹായിച്ചതു പോലെ, ഇന്ത്യയുടെ അനുഭവങ്ങളെ ആസ്പദമാക്കി ഇവിടത്തെ ജനല ക്ഷങ്ങളിൽനിന്നു "നല്ല കമ്യൂണിസ്റ്റു"കാരെ വാർത്തെടുക്കാനുള്ള ഒരു ശ്രമമാണ് സെൻട്രൽ കമ്മിറ്റി തൊട്ടു കീഴോട്ട് ബ്രാഞ്ചുവരെ എല്ലാ നില വാരത്തിലും നടക്കേണ്ടത്.

ഇതവസാനിപ്പിക്കുന്നതിനു മുമ്പ് ഈ ലേഖകനുണ്ടായ ഒരനുഭവം ഇവിടെ രേഖപ്പെടുത്തട്ടെ. 1956-ലെ ചൈനീസ് പാർട്ടി കോൺഗ്രസിൽ സൗഹാർദ പ്രതിനിധിയെന്ന നിലയ്ക്ക് പങ്കെടുത്തിരുന്ന ഈ ലേഖകൻ ലൂ ഷാവ് ചിയുമായി ഒരു സംഭാഷണം നടത്തുകയുണ്ടായി. ചൈനീസ് കമ്യൂണിസ്റ്റ് പാർട്ടിയുടെ ചരിത്രത്തിൽ ഒരു ഡസനോളം തവണ 'തെറ്റു തിരുത്തൽ പ്രസ്ഥാനം' (Rectification Campaign) നടന്നതായി കേട്ടിരു ന്നു. ഈ ഗ്രന്ഥത്തിൽ വിവരിക്കുന്നതുപോലെ "നല്ല കമ്യൂണിസ്റ്റു"കാരെ വാർത്തെടുക്കുകയായിരുന്നു ഈ പ്രസ്ഥാനത്തിന്റെ ലക്ഷ്യം.

അതുകൊണ്ട് ഈ പ്രസ്ഥാനം സംബന്ധിച്ച് കൂടുതലറിയാൻ വേണ്ട ജിജ്ഞാസയോടെയാണ് ലൂവുമായുള്ള സംഭാഷണം ആരംഭിച്ച ത്. ഇന്ത്യൻ പാർട്ടിയുടെ അന്നത്തെ പരിതഃസ്ഥിതി, പാർട്ടി നേരിടുന്ന പ്രശ്നങ്ങൾ എന്നിവയെ സംബന്ധിച്ച ഒരു ഏകദേശവിവരവും ലൂവിനു നൽകിക്കൊണ്ട് ഈ ലേഖകൻ അദ്ദേഹത്തോടു ചോദിച്ചു: "ഈ പരി തഃസ്ഥിതിയിൽ ഇന്ത്യൻ പാർട്ടിയിൽ ഒരു തെറ്റുതിരുത്തൽ പ്രസ്ഥാനം സംഘടിപ്പിക്കുകയാണെങ്കിൽ അതെങ്ങനെയാവണം?"

ഇതിനു ലൂ നൽകിയ ഉത്തരം ശ്രദ്ധേയമാണ്:

> തെറ്റു തിരുത്തൽ പ്രസ്ഥാനത്തിന്റെ തുടക്കം വസ്തുനിഷ്ഠമായ പഠനത്തിലൂടെ രാജ്യത്തെ സ്ഥിതിഗതികൾ, വിപ്ലവപ്രസ്ഥാനവും പാർട്ടിയും നേരിടുന്ന പ്രശ്നങ്ങൾ എന്നിവയെക്കുറിച്ച് വ്യക്ത മായ ധാരണയുണ്ടാക്കുകയാണ്. അതിന്റേതായ പ്രക്രിയയിൽ തൊഴിലാളിവർഗത്തിന്റെയും ശത്രുവർഗങ്ങളുടെയും ചിന്താഗതി കൾ തമ്മിൽ ഏറ്റുമുട്ടുന്നതായിക്കാണാം. ആ ഏറ്റുമുട്ടൽ സംഘ ടിതമായി നടത്തുക; ശത്രുവർഗ ചിന്താഗതികളെ എതിർത്ത് തോൽപ്പിച്ച് തൊഴിലാളിവർഗ ചിന്താഗതിക്ക് മുൻകൈ നേടുക – ഇതാണ് 'തെറ്റുതിരുത്തൽ പ്രസ്ഥാന'ത്തിലൂടെ നേടേണ്ടിയിരി ക്കുന്നത്.

ഈ ഗ്രന്ഥത്തെ ഒരു വേദപുസ്തകം പോലെ കണക്കാക്കി അതി ലടങ്ങിയ ആശയങ്ങൾ അതേപടി പകർത്താൻ ശ്രമിക്കുന്നതിനെതിരായി മുകളിൽ ആവർത്തിച്ചാവർത്തിച്ചു നൽകിയ താക്കീതുകൾ ഒന്നുകൂടി

ഉറപ്പിക്കുന്നതിനു വേണ്ടിയാണ് ഈ സംഭവം വിവരിച്ചത്. അതേ അവ സരത്തിൽ, ഹൗറാപ്ലീനം വിഭാവനം ചെയ്യുന്നതുപോലുള്ള ഒരു ബഹു ജന വിപ്ലവപാർട്ടി സംഘടിപ്പിക്കുന്നതിൽ സഹായകരമാവുന്ന ഒരു പുതു സമീപനം ഈ ഗ്രന്ഥത്തിൽ വായനക്കാർക്ക് കാണാം. പാർട്ടി മെമ്പർമാരും അനുഭാവികളുമായ എല്ലാ സഖാക്കളും ഇതു വേണ്ടതു പോലെ പ്രയോജനപ്പെടുത്തുമെന്ന് ഞാൻ ആശിക്കുന്നു.

തിരുവനന്തപുരം
27‒1‒1979

# മുഖവുര

സഖാക്കളെ! ഞാൻ നിങ്ങളോട് മാപ്പു ചോദിച്ചുകൊള്ളട്ടെ, നിങ്ങൾക്ക് ഒരു ക്ലാസുതരണമെന്നു നിങ്ങൾ എന്നോട് ആവശ്യപ്പെട്ടിട്ട് നാളുകൾ പലതു കഴിഞ്ഞു. പക്ഷേ, ഇന്നു മാത്രമേ എനിക്ക് വന്നുചേ രാൻ സാധിച്ചുള്ളൂ. ഇന്നു ഞാൻ സംസാരിക്കുവാൻ പോകുന്ന സംഗതി കമ്യൂണിസ്റ്റ് പാർട്ടി മെമ്പർമാരുടെ വിദ്യാഭ്യാസമാണ്. പാർട്ടിയെ ശക്തി പ്പെടുത്തുകയും ഉറപ്പിക്കുകയും ചെയ്യുകയെന്ന അടിസ്ഥാനപരമായ കടമ നമ്മെ അഭിമുഖീകരിച്ചുകൊണ്ടിരിക്കുന്ന ഒരു കാലഘട്ടത്തിൽ ഈ സംഗ തിയെക്കുറിച്ച് സംസാരിക്കുന്നത് വിഫലമാകാനിടയില്ലെന്നു ഞാൻ കരു തുന്നു. ഞാൻ പ്രതിപാദിക്കാൻ പോകുന്ന വിഷയത്തെ പല ഭാഗങ്ങ ളായി വിഭജിക്കാനാഗ്രഹിക്കുന്നു. അതുകൊണ്ട് അവയിൽ ഒരു ഭാഗ ത്തെപ്പറ്റി മാത്രമാണ് ഞാനിന്ന് സംസാരിക്കുന്നത്. മറ്റു ഭാഗങ്ങൾ അടുത്ത പ്രാവശ്യം പറഞ്ഞുകൊള്ളാം. ചെറുപ്പക്കാരായ പുതിയ സഖാ ക്കൾക്ക് ഞാൻ പ്രതിപാദിക്കുന്ന കാര്യങ്ങൾ വ്യക്തമാകണമെങ്കിൽ ചില പ്രത്യേക സംഗതികളെക്കുറിച്ച് അവശ്യമായ വിശദീകരണങ്ങളും ഉദാ ഹരണങ്ങളും നൽകേണ്ടിയിരിക്കുന്നു. അതുകൊണ്ട്, എന്റെ പ്രഭാഷണം വളരെ സംക്ഷിപ്തമാക്കാൻ സാധ്യമല്ല. തുടക്കത്തിൽത്തന്നെ ഈയൊരു സംഗതി വ്യക്തമാക്കിക്കൊള്ളട്ടെ.

## കമ്യൂണിസ്റ്റ് പാർട്ടി മെമ്പർമാർ എന്തിന് സ്വയം വിദ്യാഭ്യാസം നടത്തണം?

സഖാക്കളേ! കമ്യൂണിസ്റ്റ് പാർട്ടിയിലെ മെമ്പർമാർ എന്തിന് ആശ യപരമായും സാംസ്കാരികമായും മറ്റും സ്വയം വിദ്യാഭ്യാസം നടത്തണം?

മനുഷ്യൻ ലോകത്ത് ആവിർഭവിച്ചത് മുതൽക്കുതന്നെ ജീവിക്കു
ന്നതിനുവേണ്ടി, അവന്റെ ജീവിതത്തിന് ആവശ്യമായ ഉപയോഗസാധ
നങ്ങൾ ഉൽപ്പാദിപ്പിക്കുവാൻ വേണ്ടി, അവന് പ്രകൃതിയോട് എതിരിട്ടു
സമരം ചെയ്യേണ്ടിവന്നിട്ടുണ്ട്. എന്നാൽ:

> ഭൗതിക പദാർഥങ്ങളുടെ ഉൽപ്പാദനത്തിനായി മനുഷ്യർ പ്രകൃതി
> യോട് മല്ലടിക്കുകയും പ്രകൃതിയെ ഉപയോഗിക്കുകയും ചെയ്യു
> ന്നത് ഒറ്റപ്പെട്ട വ്യക്തികളായിട്ടല്ല; പൊതുവായിട്ടാണ്, സംഘങ്ങ
> ളായിട്ടാണ്, സമൂഹങ്ങളായിട്ടാണ്. അതുകൊണ്ട്, എല്ലാ
> കാലത്തും എല്ലാ ചുറ്റുപാടുകളിലും ഉൽപ്പാദനം സാമൂഹ്യ
> ഉൽപ്പാദനമാണ്. ഭൗതികപദാർത്ഥങ്ങളുടെ ഉൽപ്പാദനകാര്യ
> ത്തിൽ, മനുഷ്യർ ഓരോ ഉൽപ്പാദനരീതിക്കുള്ളിലും ഒരുവിധത്തി
> ലല്ലെങ്കിൽ മറ്റൊരു വിധത്തിലുള്ള പരസ്പര ബന്ധങ്ങളിലേർപ്പെ
> ടുന്നു. പലതരത്തിലുള്ള ഉൽപ്പാദനബന്ധങ്ങളിലേർപ്പെടുന്നു.

*(സി പി എസ് യു (ബി) ചരിത്രം, ചിന്ത എഡിഷൻ,*
1975, പേജ് 135)

ഇപ്രകാരം, മനുഷ്യൻ ഉൽപ്പാദനത്തിനുവേണ്ടി പ്രകൃതിക്കെതിരായി നട
ത്തിയിട്ടുള്ള സമരം സ്വഭാവത്തിൽ സാമൂഹ്യമാണ്. മനുഷ്യർ സാമൂഹ്യ
ജീവികളെന്ന നിലയിൽ പ്രകൃതിക്കെതിരായി നടത്തുന്ന ഇടതടവി
ല്ലാത്ത ഈ സമരത്തിനിടയിലാണ് മനുഷ്യർ തുടർച്ചയായി പ്രകൃതിയെ
മാറ്റിക്കൊണ്ടിരിക്കുന്നത്; അതേസമയം തങ്ങളിൽതന്നെയും മാറ്റം വരു
ത്തുന്നത്, പരസ്പരബന്ധങ്ങളിലും മാറ്റം വരുത്തിക്കൊണ്ടിരിക്കുന്നത്.
സാമൂഹ്യജീവികളായ മനുഷ്യർ പ്രകൃതിക്കെതിരായി നടത്തുന്ന നീണ്ട
സമരത്തിനിടയിലാണ് അവരുടെ ശരീരാവയവങ്ങളും (കൈ, കാല്, ശരീ
രസ്ഥിതി മുതലായവ) സാമൂഹ്യബന്ധങ്ങളും, സമുദായഘടനകളും, തല
ച്ചോറും ആശയങ്ങളും ആകെതന്നെ തുടർച്ചയായി മാറുകയും വളരു
കയും ചെയ്യുന്നത്. ഇതിന് കാരണം:

> ഉൽപ്പാദനത്തിന്റെ ആദ്യത്തെ സവിശേഷത അത് ഒരേ
> സ്ഥാനത്ത് അധികകാലം നിൽക്കുകയില്ലെന്നുള്ളതാണ്; എല്ലാ
> യ്പ്പോഴും മാറിക്കൊണ്ടും വികസിച്ചുകൊണ്ടുമിരിക്കുന്നു എന്ന
> താണ്. മാത്രമല്ല, ഉൽപ്പാദനരീതിയിലുണ്ടാകുന്ന മാറ്റങ്ങൾ,
> സാമൂഹ്യവ്യവസ്ഥയിലൊട്ടാകെയും സാമൂഹ്യാശയങ്ങളിലും
> രാഷ്ട്രീയാഭിപ്രായങ്ങളിലും, രാഷ്ട്രീയസ്ഥാപനങ്ങളിലും ഉള്ള
> മാറ്റങ്ങളെ അനിവാര്യമായും പ്രോത്സാഹിപ്പിക്കുന്നു. *(സി പി*
> *എസ് യു (ബി) ചരിത്രം, ചിന്ത,* 1975 പേജ് 136)

മൃഗങ്ങളിൽ നിന്നുള്ള ഒരു പരിണാമവിശേഷമാണ് മനുഷ്യൻ. ആദ്യ

കാലങ്ങളിൽ, മനുഷ്യന്റെ ജീവിതരീതിയും സാമൂഹ്യഘടനയും ആശ യസംഹിതയുമെല്ലാം ഇന്നു കാണുന്നതിൽ നിന്നു വളരെ വ്യതസ്തമാ യിരുന്നു. അതുപോലെതന്നെ ഭാവിയിലും അവന്റെ ജീവിതരീതിയും സാമൂഹ്യഘടനയും ആശയസംഹിതയുമെല്ലാം ഇന്നു കാണുന്നതിലും വ്യത്യസ്തമായിത്തന്നെയിരിക്കുകയും ചെയ്യും.

മനുഷ്യപ്രകൃതിയും മനുഷ്യസമൂഹവും ചരിത്രപരമായ പരിണാ മഗതിയുടെ ഒരു രൂപമാണ്. അവ നിരന്തരം വളർന്നുകൊണ്ടും മാറി ക്കൊണ്ടുമിരിക്കുന്നു; സമരത്തിന്റെ ഗതിക്രമത്തിനിടയിൽ അവ തുടർച്ച യായി മാറിയിട്ടുണ്ട്, ഇനിയും മാറ്റാൻ കഴിയും.

മനുഷ്യസമൂഹം ഒരു പ്രത്യേക ചരിത്രപരമായ ഘട്ടം വരെ വളർന്നെത്തിയപ്പോൾ 'വർഗസമൂഹം' ഉടലെടുത്തു. അതുമുതൽക്ക് വർഗസമൂഹത്തിലുള്ള ആളുകൾ ഒരു നിർദിഷ്ട വർഗത്തിൽപ്പെട്ടവർ എന്ന നിലയ്ക്ക് നിന്നുപോന്നു. മാർക്സിസ്റ്റ് ദർശനത്തിന്റെ തത്വങ്ങ ളനുസരിച്ച് മനുഷ്യരുടെ സാമൂഹ്യസത്തയാണ് അവരുടെ ആശയ സംഹിതയെ നിർണയിക്കുന്നത്. അങ്ങനെ ഒരു വർഗസമൂഹത്തിൽ, മനുഷ്യരുടെ ആശയസംഹിത ഒരു പ്രത്യേക സാമൂഹ്യവർഗത്തിന്റെ ആശയങ്ങളെ പ്രതിനിധീകരിക്കുന്നു. ഒരു വർഗസമൂഹത്തിൽ തുട രെത്തുടരെ വർഗസമരങ്ങളുണ്ടാകുന്നുണ്ട്. ഇങ്ങനെ, പ്രകൃതിക്കെ തിരായ നിരന്തര സമരത്തിനിടയിലും സമൂഹത്തിനുള്ളിലുള്ള നിര ന്തര വർഗസമരത്തിനിടയിലും മനുഷ്യർ പ്രകൃതിയെ മാറ്റുന്നു, സമൂഹത്തെ മാറ്റുന്നു; അതേസമയം തങ്ങളുടെ സ്വന്തം ആശയങ്ങളെ തന്നെ മാറ്റിത്തീർക്കുന്നു.

മാർക്സ് ഒരിക്കൽ തൊഴിലാളികളോട് പറഞ്ഞു:

നിലവിലിരിക്കുന്ന സാമൂഹ്യബന്ധങ്ങളെ മാറ്റിത്തീർക്കുന്നതിനു വേണ്ടി മാത്രമല്ല; പിന്നെയോ,നിങ്ങളെതന്നെ സ്വയം മാറ്റി ത്തീർക്കുന്നതിനുവേണ്ടിയും രാഷ്ട്രീയ ഭരണഭാരം ഏറ്റെടുത്തു നടത്താൻ കഴിവുള്ളവരാകാൻ വേണ്ടിയും പതിനഞ്ചോ ഇരു പതോ അൻപതോ വർഷത്തെ നീണ്ടകാലത്തെ ആഭ്യന്തരവും സാർവദേശീയവുമായ യുദ്ധങ്ങളിലൂടെ നിങ്ങൾക്ക് കടന്നുപോ കേണ്ടിവരും.

മറ്റു തരത്തിൽ പറഞ്ഞാൽ, മനുഷ്യർ തങ്ങളിൽ മാറ്റമുണ്ടാക്കുന്നത് പ്രകൃ തിക്കെതിരായി അവർ നടത്തുന്ന സമരത്തിനിടയിൽ മാത്രമല്ല, നിരന്ത രമായ സാമൂഹ്യ സമരത്തിൽ കൂടിയുമാണ്. തൊഴിലാളിവർഗത്തിന് തങ്ങളെയും നിലവിലുള്ള സമൂഹത്തെയും മാറ്റി പണിയുന്നതിന് ദീർഘ കാലത്തെ സാമൂഹ്യ സമരത്തിൽക്കൂടി ബോധപൂർവം കടന്നുപോകേ ണ്ടതുണ്ട്.

മാറ്റം ആവശ്യമായവരും മാറ്റാൻ കഴിയുന്നവരുമാണ് തങ്ങളെന്ന് മനുഷ്യർ മനസിലാക്കണം. തങ്ങൾ മാറ്റമില്ലാത്തവരും പരിപൂർണരും

പരിശുദ്ധരും മാറ്റത്തിന് അതീതരുമാണെന്ന് മനുഷ്യർ സ്വയം കരുതരു ത്. മാറ്റം ആവശ്യമാണെന്ന് കരുതുന്നത് കുറച്ചിലല്ല. കാരണം, പ്രകൃ തിപരവും സാമൂഹ്യവുമായ പരിണാമത്തിന്റെ അനിവാര്യ നിയമങ്ങൾക്ക് അനുയോജ്യമായ ഒന്നാണത്; അല്ലാത്തപക്ഷം മനുഷ്യർക്ക് പുരോഗമി ക്കുവാൻ സാധിക്കുകയില്ല.

കമ്യൂണിസ്റ്റുകാരായ നാം ആധുനിക ചരിത്രത്തിൽ ഏറ്റവും പുരോ ഗമിച്ച വിപ്ലവകാരികളും അതേ സമയം സമൂഹത്തെയും ലോകത്തെയും മാറ്റുന്നതിൽ പോരാടുകയും മുന്നോട്ടു നീക്കുകയും ചെയ്യുന്ന ശക്തിയു മാണ്. ഇന്ന് ലോകത്ത് വിപ്ലവകാരികളുണ്ടാകാതിരിക്കുവാൻ തരമില്ല. കാരണം, പ്രതിവിപ്ലവകാരികൾ ഇന്നും നിലനിൽക്കുന്നതുതന്നെ. അതു കൊണ്ട് പ്രതിവിപ്ലവകാരികൾക്കുനേരെ വിട്ടുവീഴ്ചയില്ലാത്ത സമരം നട ത്തുകയാണ് വിപ്ലകാരികളുടെ നിലനിൽപ്പിനും വളർച്ചയ്ക്കും അത്യാ വശ്യമായ ഉപാധി. അപ്രകാരമുള്ള ഒരു സമരം നടത്താതിരിക്കുകയയാ ണെങ്കിൽ അവരെ വിപ്ലവകാരികളെന്ന് വിളിക്കാൻ വയ്യ; മാത്രമല്ല, അവർക്ക് പുരോഗമിക്കുവാനും വളരുവാനും സാധിക്കുന്നതുമല്ല. പ്രതി വിപ്ലവകാരികൾക്ക് നേരെയുള്ള ഈ ഇടതടവില്ലാത്ത സമരം വഴിക്കാണ് കമ്യൂണിസ്റ്റ് പാർട്ടിമെമ്പർമാർ മനുഷ്യസമൂഹത്തെയും ലോകത്തെയും അതേസമയം തങ്ങളെതന്നെയും മാറ്റിത്തീർക്കുന്നത്.

ഒരു കമ്യൂണിസ്റ്റ് പാർട്ടി മെമ്പർ, വിവിധ രംഗങ്ങളിൽ വച്ച് പ്രതിവി പ്ലവത്തിനെതിരായി നടത്തുന്ന സമരം മുഖേന തന്നിൽ മാറ്റം വരുത്തു ന്നു. അതിന്റെ അർഥം ഒരാൾക്ക് സ്വന്തം പുരോഗതി നേടുന്നതിനും സ്വന്തം വിപ്ലവഗുണത്തെയും വിപ്ലവകലയെയും ഉയർത്തുന്നതിനും താഴെപ്പറയുന്ന രണ്ടുവശങ്ങളുടെ ഏകീകരണം ആവശ്യമാണെന്നാണ്. അതായത് പ്രായോഗിക സമരത്തിൽ കാച്ചിയെടുക്കലും ആശയങ്ങളെ വളർത്തലും. പുതുതായി വന്ന ഒരാൾക്ക് ഏത് സ്ഥിതിവിശേഷത്തെയും നേരിടാൻ തക്ക പകതയും പരിശീലനവും സിദ്ധിച്ച ഒരു വിപ്ല വകാരി യാകുന്നതിന് ദീർഘകാലത്തെ വിപ്ലവ സമരങ്ങളിലൂടെ ഉരുക്കുപോലെ ഉറയ്ക്കണം, വിദ്യാഭ്യാസം കിട്ടണം; അതായത്, ദീർഘകാലത്തെ പരി ഷ്കരണത്തിലൂടെ കടന്നുപോകണം. താരതമ്യേന പരിചയം കുറഞ്ഞ ഒരു വിപ്ലവകാരി ശത്രുവിനെക്കുറിച്ചും തന്നെക്കുറിച്ചും യഥാർഥത്തിൽ അവഗാഢമായ അറിവുനേടാൻ കഴിവുള്ളവനായിരിക്കയില്ല. കാരണം, അയാൾ പഴയ സമൂഹത്തിൽ വളർന്നുവന്നവനാണ്, അതുകൊണ്ട്, സ്വാഭാവികമായും അയാൾ പഴയ സമൂഹത്തിലുള്ള വിവിധാശയങ്ങളുടെ അബദ്ധ ധാരണകളുടെയും ശീലങ്ങളുടെയും അവശിഷ്ടങ്ങൾ കൂടെ കൊണ്ടുവന്നിരിക്കും. പോരെങ്കിൽ അയാൾക്ക് ഇപ്പോഴും വേണ്ട അനു ഭവങ്ങൾ ഉണ്ടായിട്ടില്ല, വളരെക്കാലത്തെ വിപ്ലവപരിചയം നേടിയിട്ടില്ല.

ഈ നില മാറ്റുന്നതിന്, ചരിത്രത്തിൽനിന്ന് (മുൻഗാമികളുടെ അനു ഭവത്തിൽനിന്ന്) വിപ്ലവകരമായ അനുഭവങ്ങൾ പഠിക്കുന്നതിന് പുറമെ അയാൾ അന്നന്നുള്ള വിപ്ലവപ്രവർത്തനങ്ങളിൽ സ്വയം പങ്കുകൊള്ളു

കയും വേണം. ഈ വിപ്ലവപ്രവർത്തനത്തിൽ, അതായത് പലതരത്തി ലുള്ള പ്രതിവിപ്ലവ ശക്തികൾക്കെതിരായ സമരത്തിനിടയിൽ അയാൾ തന്റെ വ്യക്തിപരമായ കർമകുശലതയെ വളർത്തുകയും പഠനത്തിലും വിദ്യാഭ്യാസത്തിലുമുള്ള യത്നങ്ങളെ ഇരട്ടിപ്പിക്കുകയും വേണം. അപ്പോൾ മാത്രമേ സ്വന്തം അനുഭവങ്ങളിൽനിന്ന് ക്രമേണ പഠിക്കുന്ന തിനും സാമൂഹ്യവളർച്ചയുടെയും വിപ്ലവത്തിന്റെയും നിയമങ്ങൾ കൂടു തൽ ആഴത്തിൽ മനസിലാക്കുന്നതിനും അയാൾക്ക് കഴിയൂ; ശത്രുവി നെയും തന്നെപ്പറ്റിയും മനസിലാക്കുന്നതിനും തന്റേതായ പഴയ ആശ യങ്ങളിലും ശീലങ്ങളിലും അബദ്ധ ധാരണകളിലും കടന്നുകൂടിയിട്ടുള്ള തെറ്റിനെ കണ്ടുപിടിക്കുന്നതിനും അവയെ തിരുത്തുന്നതിനും അയാൾ ശക്തനാവൂ; സ്വന്തം ബോധത്തിന്റെയും വിപ്ലവഗുണങ്ങളുടെയും വിപ്ല വരീതികളുടെയും മറ്റും നിലവാരത്തെ ഉയർത്തുന്നതിന് അയാൾക്ക് കഴി യൂ. അതുകൊണ്ട്, തന്നെത്തന്നെ മാറ്റിത്തീർക്കുന്നതിനും തന്റെ ബോധ ത്തിന്റെ നിലവാരം ഉയർത്തുന്നതിനും ഒരു വിപ്ലവകാരി വിപ്ലവ പ്രവർത്ത നത്തിൽനിന്നും സ്വയം ഒറ്റപ്പെട്ടു നിൽക്കുകയോ സ്വയം വിദ്യാഭ്യാസം നടത്താനും പ്രായോഗികാനുഭവങ്ങളിൽനിന്ന് (തന്റെയും അന്യരുടെയും) പഠിക്കുവാനുള്ള സ്വന്തം പരിശ്രമങ്ങളെ ഉപേക്ഷിക്കുകയും ചെയ്യാൻ പാടുള്ളതല്ല. ഈ ഒടുവിൽ പറഞ്ഞ സംഗതി കാര്യമായെടുക്കുന്നില്ലെ ങ്കിൽ ഒരു വിപ്ലവകാരിക്ക്, തന്നെത്തന്നെ വളർത്തുകയെന്ന കാര്യം അസാധ്യമായിത്തന്നെ ഭവിക്കും.

ഉദാഹരണമായി, പല കമ്യൂണിസ്റ്റ് പാർട്ടി മെമ്പർമാരും ഏതെങ്കി ലുമൊരു വിപ്ലവപരമായ ബഹുജന സമരത്തിൽ ഒത്തൊരുമിച്ച് പങ്കെടു ക്കുന്നു, ഒരേ വിപ്ലവപ്രവർത്തനം തന്നെ അവർ നടത്തുന്നു. എങ്കിലും അവസാനം അവരിൽ അത് ചെലുത്തിയ സ്വാധീനം വ്യത്യസ്തമായിരു ന്നുവെന്നുവരാം. ചിലർ വളരെവേഗം മുന്നോട്ട് കയറിയെന്നും, പണ്ടേ പിന്നോക്കം നിൽക്കുന്ന ചിലർ മറ്റുള്ളവരോടൊപ്പമെത്തിയെന്നും വരാം. വേറെ ചിലർ വളരെ സാവധാനത്തിൽ മാത്രമേ പുരോഗമിക്കുന്നുള്ളു വെന്നും വരാം. എന്നാൽ മറ്റു ചിലരാകട്ടെ, സമരത്തിനിടയ്ക്ക് ആടിക്ക ളിക്കാൻപോലും തുടങ്ങിയെന്നുവരാം – വിപ്ലവപ്രവർത്തനം അവരെ മുന്നേറുവാൻ തക്ക കഴിവുള്ളവരാക്കുന്നതിനുപകരം പിന്നോക്കം തള്ളു കയാണ് ചെയ്യുക. എന്താണിതിനെല്ലാം കാരണം?

ഉദാഹരണത്തിന്, നമ്മുടെ പാർട്ടി മെമ്പർമാരെ സംബന്ധിച്ചിട ത്തോളം ഒരു കഠിന പരീക്ഷണമായിത്തീർന്നിട്ടുള്ളതും, പാർട്ടിമെ മ്പർമാർക്കിടയിലും ബഹുജനങ്ങൾക്കിടയിൽപ്പോലും അങ്ങേയറ്റം പുരോ ഗമനപരവും ക്രിയാത്മകവുമായ സ്വാധീനശക്തി ഉളവാക്കിയിട്ടുള്ളതു മാണ് ലോങ്മാർച്ച്. അതിൽ നമ്മുടെ പാർട്ടി മെമ്പർമാരിൽ അനേകം പേർ പങ്കെടുത്തിട്ടുണ്ട്. എന്നാലും അവരിൽ ഒരു ചെറു ന്യൂനപക്ഷത്തെ സംബന്ധിച്ചിടത്തോളം അത് നേരെ വിപരീതഫലമാണുണ്ടാക്കിയത്. ആ ലോങ്മാർച്ചിന്റെ കഠിനസമരത്തിലൂടെയും പത്തു വർഷത്തെ ആദ്യ

ന്തര സമരത്തിലൂടെയും കടന്നുപോയശേഷം ഈ കഠിനസമരത്തെക്കു റിച്ച് അവർ ഭയപ്പെടാൻ തുടങ്ങി. അങ്ങനെ അവർ യുദ്ധത്തിൽനിന്നും പിൻവാങ്ങി കടന്നുകളയാൻ ശ്രമിച്ചു. അവസാനം പുറമേ നിന്നുമുള്ള പ്രലോഭനത്തിന് വഴങ്ങി അവർ വിപ്ലവത്തിന്റെ അണികളിൽനിന്നുതന്നെ വിട്ടുപോയി. അനേകം പാർട്ടിമെമ്പർമാർ ലോങ്മാർച്ചിൽ പങ്കെടുത്തു വെങ്കിലും അത് അവരിൽ ചെലുത്തിയ സ്വാധീനവും അതിന്റെ ഫല ങ്ങളും അത്രയേറെ വ്യത്യസ്തങ്ങളായിരുന്നു. എന്താണിതിനെല്ലാം കാരണം?

ഇതിന് കാരണം: ഈ പാർട്ടി മെമ്പർമാർ വ്യത്യസ്തങ്ങളായ വിപ്ലവ ഗുണമുള്ളവരും വിപ്ലവപ്രവർത്തനത്തിനിടയിൽ വിഭിന്ന ഗതിക ളിൽ വളർന്നു വന്നിട്ടുള്ളവരുമായിരുന്നുവെന്നുള്ളതാണ്; വിപ്ലവപ്രവർത്ത നത്തിലുള്ള അവരുടെ സ്വന്തം യത്നങ്ങളിലും സ്വയം വളർത്തുന്നതിന്റെ തോതിലും രീതിയിലും അവർ വ്യത്യസ്തതയുള്ളവരായിരുന്നുവെന്നു ള്ളതാണ്. വിപ്ലവകാരികൾ ആർജിച്ചിട്ടുള്ള വ്യത്യസ്ത ഗുണ ങ്ങൾകൊണ്ടും സ്വയം വളർത്താനുള്ള യത്നങ്ങളുടെ വ്യത്യാസം കൊണ്ടും തികച്ചും വ്യത്യാസപ്പെട്ട അഥവാ വിപരീതമായ ഫലങ്ങളും സ്വാധീനവും ഉളവായെന്നുവരും. ഇത് നിങ്ങളുടെ ഈ വിദ്യാലയത്തിൽ പോലും കാണാം. സ്കൂളിൽ നിങ്ങൾക്കെല്ലാവർക്കും ഒരേ തരത്തിലുള്ള വിദ്യാഭ്യാസവും പരിശീലനവുമാണ് കിട്ടുന്നത്. എന്നിരുന്നാലും, വിഭിന്ന ഗുണങ്ങളാലും അനുഭവങ്ങളാലും സാംസ്കാരിക നിലവാരങ്ങളാലും സ്വന്തം കഴിവുകളുടെ വ്യത്യാസങ്ങളാലും സ്വയം വിദ്യാഭ്യാസത്തിന്റെ ക്രമരീതികളുടെ വൈപരീത്യങ്ങളാലും നിങ്ങൾക്ക് വ്യത്യസ്തങ്ങളായ അഥവാ വിപരീതങ്ങളായ ഫലങ്ങൾ ലഭിച്ചുവെന്നുവരാം. യെനാനിലുള്ള സ്റ്റഡിക്ലാസുകളിൽവച്ച് വേണ്ടത്ര പഠനവും പരിശീലനവും സിദ്ധിച്ചതി നുശേഷവും ചുരുക്കം ചിലയാളുകൾ വിപ്ലവത്തിൽനിന്നും വിട്ടുപോയ വിവരം നിങ്ങൾ നേരിട്ടറിഞ്ഞിട്ടുള്ളതാണല്ലോ? ഇതിനും കാരണം മുൻപ റഞ്ഞതാണ്. അതുകൊണ്ട്, ഒരു വിപ്ലവകാരിയെ സംബന്ധിച്ചിടത്തോളം സ്വയം മാറ്റാനും വളരാനും, സ്വന്തം പരിശ്രമവും സ്വയം വിദ്യാഭ്യാസവും വിപ്ലവസമരത്തിനിടയ്ക്കുള്ള പഠനവും ആവശ്യമാണ്; അനുപേക്ഷണീ യമാണ്.

വളരെക്കാലത്തെ വിപ്ലവസമരത്തിൽ ഉരുക്കുപോലെ ഉറച്ച എല്ലാ വിപ്ലവകാരികൾക്കും ഒരു നല്ല അനുഭവജ്ഞാനമുള്ള വിപ്ലവകാരിയായി വളരുവാൻ കഴിഞ്ഞില്ലെന്നുവരും. കാരണം, അയാളുടെ സ്വന്തം ശ്രമ ങ്ങളും സ്വയം വിദ്യാഭ്യാസവും വേണ്ടത്രയില്ലാത്തതുതന്നെ. എന്നാൽ, വളരെ നല്ല അനുഭവജ്ഞാനമുള്ള വിപ്ലവകാരികളാവുന്നതിൽ ജയം നേടി യിട്ടുള്ളവരെല്ലാം നിശ്ചയമായും ദീർഘകാലം വിപ്ലവസമരത്തിലിടപെട്ട് ഉരുക്കുപോലുറയ്ക്കുകയും സ്വയം വിദ്യാഭ്യാസം നടത്തുകയും ചെയ്തി ട്ടുള്ളവരായിരിക്കണം. അതുകൊണ്ട്, നമ്മുടെ പാർട്ടിമെമ്പർമാർക്ക് രാഷ്ട്രീയമായി അചഞ്ചലരായ ഉയർന്ന വിപ്ലവകാരികളായിത്തീരുന്ന

തിന്, ബഹുവിധ ദുരിതങ്ങളുടെയും വിഷമതകളുടെയും ഇടയ്ക്ക് നിന്നു കൊണ്ട് ബഹുജനങ്ങൾ നടത്തുന്ന വിപ്ലവസമരത്തിൽ പങ്കെടുത്തു കൊണ്ട് ഉരുക്കുപോലെ ഉറയ്ക്കണം; പുതിയതിനെ കാണാനുള്ള കാഴ്ച നഷ്ടപ്പെടരുത്: സ്വയം വിദ്യാഭ്യാസം ശക്തിപ്പെടുത്തണം, തങ്ങളുടെ ചിന്താശക്തി വളർത്തണം.

കൺഫ്യൂഷ്യസ് പറഞ്ഞു:

പതിനഞ്ചാമത്തെ വയസിൽ എന്റെ മനസ്സ് പഠിപ്പിൽ വ്യാപൃതമായിരുന്നു. മുപ്പതിൽ, ഞാൻ ദൃഢതയുള്ളവനായി. നാൽപ്പതിൽ, എനിക്ക് യാതൊരു സംശയവും അവശേഷിച്ചിരുന്നില്ല. അമ്പതിൽ, ഞാൻ ദൈവകൽപ്പനയറിഞ്ഞു. അറുപതിൽ, എന്റെ കാത് സത്യത്തെ സ്വീകരിക്കാനുള്ള അനുസരണയോടുകൂടിയ ഒരു ഉപകരണമായിരുന്നു. എഴുപതിൽ നീതിയെ അതിലംഘിക്കാതെ തന്നെ എനിക്ക് എന്റെ ഹൃദയത്തിന്റെ അഭിലാഷങ്ങളെ പിന്തുടരാൻ കഴിഞ്ഞു.

ഇവിടെ കൺഫ്യൂഷ്യസ് താൻ ഉരുക്കുപോലെ ഉറച്ചതിന്റെയും സ്വയം ജ്ഞാനം നേടിയതിന്റെയും ക്രമാനുഗതമായ വളർച്ചയെ വിവരിക്കുകയായിരുന്നു. താൻ ജന്മനാതന്നെ ഒരു ഋഷിയായിരുന്നുവെന്ന് അദ്ദേഹം സ്വയം അഭിമാനിക്കുന്നേയില്ല.

മെൻഷ്യസ് പറഞ്ഞു:

ദൈവം ഏതെങ്കിലുമൊരു മനുഷ്യനെ ഒരു മഹത്തായ ചുമതല ഏൽപ്പിക്കാൻ തുടങ്ങുമ്പോൾ ആദ്യമേ തന്നെ പീഡാനുഭവങ്ങളെക്കൊണ്ട് അവന്റെ മനസിനെ ക്ലേശിപ്പിക്കുകയും അവന്റെ മാംസപേശികളെയും അസ്ഥികളെയും കഷ്ടപ്പാടിന് വിധേയമാക്കുകയും ചെയ്യുന്നു; അവന്റെ ശരീരത്തെ വിശപ്പിന് കാഴ്ച വയ്ക്കുകയും; അവനെ അങ്ങേയറ്റം ദാരിദ്ര്യത്തിന് കീഴ്പ്പെടുത്തുകയും; അവന്റെ ദൈനംദിന കൃത്യങ്ങളെ കുഴപ്പത്തിലാക്കുന്നു. ഈ പരീക്ഷണ രീതികളെക്കൊണ്ട് ദൈവം അവന്റെ ചിന്തയെ ഉത്തേജിപ്പിക്കുകയും സ്വഭാവത്തെ ദൃഢപ്പെടുത്തുകയും കഴിവുകേടുകളെ പരിഹരിക്കുകയും ചെയ്യുന്നു.

മഹാനായ ഒരാൾക്ക് അവശ്യം കടന്നു പോകേണ്ട ഉരുക്കുപോലെ ഉറയ്ക്കലിന്റെയും സ്വയം വിദ്യാഭ്യാസത്തിന്റെയും പരിണാമഗതിയെയാണ് മെൻഷ്യസും സൂചിപ്പിക്കുന്നത്. കമ്യൂണിസ്റ്റ് പാർട്ടി മെമ്പർമാർക്ക് ഈ ലോകത്തെ മാറ്റുകയെന്ന മുമ്പെങ്ങും നേരിട്ടിട്ടില്ലാത്ത 'മഹത്തായ ചുമതലയാണ്' വഹിക്കേണ്ടതായിട്ടുള്ളത്; അതുകൊണ്ട്, അവർക്ക് ഇത്തരം ഉരുക്കുപോലെ ഉറയ്ക്കുന്നതിലൂടെയും സ്വയം വിദ്യാഭ്യാസത്തിലൂടെയും കടന്നുപോകേണ്ടത് കൂടുതലാവശ്യമാണ്.

കമ്യൂണിസ്റ്റ് പാർട്ടിയംഗങ്ങളുടെ വളർച്ച വിപ്ലവാത്മകമായ വളർച്ച യാണ്. വിപ്ലവ പ്രവർത്തനങ്ങളിൽ നിന്നോ അധ്വാനിക്കുന്ന ബഹുജന സഞ്ചയങ്ങളുടെ, വിശേഷിച്ചും തൊഴിലാളി വർഗത്തിന്റെ പ്രായോഗിക മായ വിപ്ലവപ്രസ്ഥാനത്തിൽ നിന്നോ സ്വയം വേറിട്ടു നിന്നുകൊണ്ട് നമുക്ക് നമ്മെ വളർത്തുവാൻ സാധ്യമല്ല. നമ്മെ വളർത്തുകയെന്നതിന്റെ ഏകലക്ഷ്യം, വിപ്ലവപ്രവർത്തനത്തിന്റെ താൽപ്പര്യങ്ങളെ സഹായിക്കു കയും ബഹുജനങ്ങളുടെ പ്രായോഗിക വിപ്ലവ പ്രസ്ഥാനത്തെ കൂടുതൽ ഫലപ്രദമായി നയിക്കുകയുമാണ്. കമ്യൂണിസ്റ്റ് പാർട്ടി അംഗങ്ങളെ വളർത്തുന്നതും സാമൂഹ്യ പ്രവർത്തനത്തിൽ നിന്നും വേറിട്ടു നിൽക്കുന്ന ആശയവാദാധിഷ്ഠിതവും ഔപചാരികവും അമൂർത്തവുമായ വിദ്യാഭ്യാ സവും തമ്മിലുള്ള വ്യത്യാസം ഇതിലാണ് സ്ഥിതി ചെയ്യുന്നത്. ഇതി നെക്കുറിച്ച് ചുരുങ്ങിയ ഒരു വിവരണം പിന്നീട് ഞാൻ തന്നുകൊള്ളാം.

ശ്രമകരവും വിഷമംപിടിച്ചതും വിജയിക്കാത്തതുമായ വിപ്ലവപ്ര വർത്തനത്തിൽ കൂടി മാത്രമല്ല, പിന്നെയോ, അനുകൂലവും വിജയപ്ര ദവും വിജയിക്കുന്നതുമായ വിപ്ലവപ്രവർത്തനങ്ങളിൽക്കൂടിയും നമ്മുടെ പാർട്ടിമെമ്പർമാർ സ്വയം ഉരുക്കുപോലെ ഉറയ്ക്കണം, തങ്ങളുടെ സ്വയം വിദ്യാഭ്യാസത്തെ ഊർജിതമാക്കണം. ചില പാർട്ടിമെമ്പർമാർ ജയവും നേട്ടങ്ങളുംകൊണ്ട് സന്തുഷ്ടചിത്തരാകുമ്പോൾ സമചിത്തത പാലി ക്കാൻ ശക്തരല്ലാതാവുകയും മതിമറന്നുപോവുകയും ചെയ്യുന്നുണ്ട്. ജയവും നേട്ടങ്ങളും ബഹുജനങ്ങളുടെ ഇടയിൽ അവർക്കുള്ള ഒരു മാതിരി പ്രശസ്തിയും അതുപോലെ ബഹുജനങ്ങൾ നൽകുന്ന അഭിന ന്ദനവും അവരെ വിവേകശൂന്യരും ഗർവിഷ്ഠരും ഉദ്യോഗസ്ഥ ദുഷ്പ്രഭു ക്കളും ചിലപ്പോൾ ചാഞ്ചാടുന്നവരും അഴിമതിക്കാരും നശിച്ചവരുമാ ക്കുന്നു; അങ്ങനെ അവർ പഴയ വിപ്ലവബോധം തീരെ കളഞ്ഞുകുളി ക്കുന്നു.

പലപ്പോഴും നമ്മുടെ പാർട്ടിയംഗങ്ങളിൽ ഒറ്റയ്ക്കും തെറ്റയ്ക്കും കാണാറുള്ള സംഗതികളാണവ. പാർട്ടിക്കുള്ളിൽ തന്നെ ഇത്തരം സംഭ വവികാസങ്ങൾ നിലനിൽക്കുന്നത് പാർട്ടി മെമ്പർമാർക്ക് ഗൗരവമേറിയ ഒരു മുന്നറിയിപ്പാണ്. കാരണം, ഈ സംഗതി കഴിഞ്ഞ തലമുറകളിലെ വിപ്ലവകാരികളുടെയിടയിലും ഉണ്ടായിരുന്ന ഒരു അനിവാര്യ സംഭവവി കാസമായിരുന്നു. എന്നാൽ ഇതിനെ നമ്മുടെ പാർട്ടിക്കുള്ളിൽ ഒരിക്കലും വച്ചുപൊറുപ്പിക്കുന്നതല്ല. പഴയ തലമുറകളിലെ വിപ്ലവകാരികൾ, വിപ്ല വത്തിന്റെ വിജയത്തിനും നേട്ടങ്ങൾക്കും മുമ്പ്, സ്വന്തം വിജയത്തിനും നേട്ടങ്ങൾക്കും മുമ്പ്, പുരോഗമനവാദികളും മർദിതരുമായ ബഹുജന ങ്ങളുടെ താൽപ്പര്യങ്ങളെ പ്രതിനിധീകരിക്കുന്നതിനും സ്വന്തം വിപ്ലവ ബോധം തണുത്തുപോകാതെ നിലനിറുത്തുന്നതിനും ശക്തരായിരുന്നു. എന്നാൽ വിപ്ലവവും അവർ തന്നെയും വിജയത്തിന്റെ മുടി ചൂടിയതോടെ പലപ്പോഴും അവർ അഴിമതിക്കാരും ഉദ്യോഗസ്ഥ ദുഷ്പ്രഭുക്കളും അധഃ പതിച്ചവരുമായിട്ടുണ്ട്, അവരുടെ വിപ്ലവബോധവും പുരോഗമന സ്വഭാ

വവും കളഞ്ഞുകുളിച്ചിട്ടുണ്ട്, വിപ്ലവത്തിനും സാമൂഹ്യ പരിണാമത്തിനും തടസക്കാരായിത്തീർന്നിട്ടുണ്ട്.

കഴിഞ്ഞ നൂറു കൊല്ലക്കാലത്തിനിടയ്ക്ക്, അഥവാ ഈ അടുത്ത അൻപതുവർഷക്കാലത്തിനിടയ്ക്ക് ചൈനയിലെ അനേകം വിപ്ലവകാരി കൾ, അവർക്ക് കുറച്ചൊക്കെ വിജയം ലഭിക്കുകയയും അവർ ചുമതല യുള്ള സ്ഥാനങ്ങളിലേക്ക് ഉയർത്തപ്പെടുകയും ചെയ്തതോടെ അഴിമ തിയുടെയും അധഃപതനത്തിന്റെയും ലക്ഷണങ്ങൾ കാണിക്കുവാൻ തുട ങ്ങിയത് നമുക്കറിയാം. കഴിഞ്ഞ തലമുറകളിലെ വിപ്ലവകാരികളുടെ വർഗാടിസ്ഥാനത്തിന്റെ ഫലമായിട്ടാണിതുണ്ടായത്. എന്തുകൊണ്ട ന്നാൽ കഴിഞ്ഞകാലത്തെ വിപ്ലവകാരികൾ ചൂഷകവർഗത്തെ പ്രതിനി ധീകരിക്കുന്നവരായിരുന്നു. അതുകൊണ്ട്, അവർ തങ്ങളുടെ വിപ്ലവം വിജ യിച്ചുവെന്നു കണ്ടപ്പോൾ സ്വാഭാവികമായും ചൂഷിതരായ ബഹുജനങ്ങ ളുടെ നേർക്ക് തിരിഞ്ഞ് അവരെ അമർത്താനൊരുമ്പെട്ടു; വിപ്ലവത്തിന്റെ തുടർന്നുള്ള പുരോഗതിക്കും സാമൂഹ്യപരിവർത്തനത്തിനും നേരിട്ടു തട സക്കാരാവുകയും ചെയ്തു. കഴിഞ്ഞകാലത്തെ വിപ്ലവകാരികൾ വിപ്ല വത്തിന്റെ വിജയത്തിനുശേഷം അഴിമതിക്കാരും ഉദ്യോഗസ്ഥദുഷ്പ്രഭു ക്കളും ആയിത്തീരുകയും അധഃപതിച്ച് വിപ്ലവഗുണങ്ങൾ കളഞ്ഞു കുളി ക്കുകപോലും ചെയ്യുകയും ഉണ്ടാകുമെന്നുള്ളത് അനിവാര്യമായിരുന്നു.

എന്നാൽ ഇത് കമ്യൂണിസ്റ്റുകാരായ നമ്മെ സംബന്ധിച്ചിടത്തോളം ശരിയല്ല, ശരിയാകാനും വയ്യ. നാം പ്രതിനിധീകരിക്കുന്ന തൊഴിലാളി വർഗം ആരെയും ചൂഷണം ചെയ്യുന്ന ഒരു വർഗമല്ലാത്തതുകൊണ്ട് അവർക്ക് വിപ്ലവത്തെ അവസാനം വരെ നയിക്കാനും മനുഷ്യവർഗത്തെ മുഴുവനും പൂർണമായി മോചിപ്പിക്കുവാനും അവസാനം മനുഷ്യസമൂ ഹത്തിലുള്ള എല്ലാത്തരം അഴിമതികളെയും ഉദ്യോഗസ്ഥ ദുഷ്പ്രഭുത്വ ത്തെയും അധഃപതനത്തെയും തുടച്ചുനീക്കുന്നതിനും സാധിക്കും. അവർക്ക് അഴിമതിയുടെയും ഉദ്യോഗസ്ഥ ദുഷ്പ്രഭുത്വത്തിന്റെയും അധഃ പതനത്തിന്റെയും എല്ലാ രൂപങ്ങൾക്കുമെതിരായി സന്ധിയില്ലാത്ത സമരം നടത്തുന്നതിനാവശ്യമായ നിഷ്കൃഷ്ട ശിക്ഷണവും ഉറച്ച സംഘടന യുമുള്ള ഒരു ഭരണകൂടവും പാർട്ടിയും കെട്ടിപ്പടുക്കുന്നതിനും പാർട്ടി യുടെയും ഭരണകൂടത്തിന്റെയും പരിശുദ്ധിയെ സംരക്ഷിക്കുവാൻ വേണ്ടി തങ്ങളുടെ പ്രവർത്തനത്തിൽ അഴിമതിക്കാരും ഉദ്യോഗസ്ഥ ദുഷ്പ്രഭു ക്കളും അധഃപതിച്ചവരുമായ വ്യക്തികളെ (അവർ എത്രതന്നെ വലിയ ആളുകളാണെങ്കിലും) പാർട്ടിയിൽനിന്നും ഭരണകൂടത്തിൽനിന്നും ഇട തടവില്ലാതെ പുറത്താക്കി ശുദ്ധീകരിക്കാനും കഴിയും.

തൊഴിലാളി വർഗത്തിന്റെ വിപ്ലവപ്പാർട്ടിയുടെ ഈ മുഖ്യസ്വഭാവം കഴിഞ്ഞ കാലത്തെ മറ്റു യാതൊരു വിപ്ലവപ്പാർട്ടികളിലും കണ്ടിരുന്നില്ല, കാണാനിടയുമില്ല. അതുകൊണ്ട്, നമ്മുടെ പാർട്ടിമെമ്പർമാർ ഈ മുഖ്യ സ്വഭാവത്തെ വ്യക്തമായും മനസിലാക്കുകയും വിപ്ലവം വിജയിക്കുകയും പല നേട്ടങ്ങളുമുണ്ടാക്കുകയും ചെയ്യുന്നതിനിടയ്ക്കും നമ്മുടെ ജനസ്വാ

ധീനത്തിനും അധികാരശക്തിക്കും അളവറ്റ ഉയർച്ചയുണ്ടാകുന്ന സമയത്തും നമ്മുടെ സ്വയം വിദ്യാഭ്യാസത്തെ ഊർജിതപ്പെടുത്തുവാനും നമ്മുടെ വിപ്ലവഗുണങ്ങളുടെ പരിശുദ്ധിയെ സംരക്ഷിക്കാനും പ്രത്യേകം ശ്രദ്ധിക്കുകയും ചെയ്യേണ്ടതായുണ്ട്. വിജയശ്രീലാളിതരായ ശേഷം അധഃപതിച്ച പഴയ വിപ്ലവകാരികളുടെ വഴിക്ക് പോകാതിരിക്കാൻ നാം അവസാനം വരെ കരുതിയിരിക്കണം.

ഇപ്രകാരമുള്ള വിപ്ലവകരമായ ദൃഢീകരണവും വിദ്യാഭ്യാസവും നമ്മുടെ പാർട്ടിമെമ്പർമാരിൽ ഓരോരുത്തർക്കും വേണ്ടതാണ്; വിശേ ഷിച്ചും, തൊഴിലാളിവർഗത്തിൽപ്പെടാത്ത പുതിയ പാർട്ടിമെമ്പർമാരെ സംബന്ധിച്ചിടത്തോളം ഈ രണ്ടു കടമകളും വളരെയധികം പ്രാധാന്യ മർഹിക്കുന്നവയാണ്. എന്തുകൊണ്ടാണ് തൊഴിലാളിവർഗത്തിൽപ്പെ ടാത്ത പുതിയ പാർട്ടി മെമ്പർമാർക്ക് ഈ രണ്ട് കാര്യങ്ങളും വിശേഷ പ്രാധാന്യമുള്ളതെന്നു പറയുന്നത്? കാരണം: *ഒന്ന്,* അത്തരം പാർട്ടിമെ മ്പർമാർ തൊഴിലാളിവർഗത്തിൽനിന്നും വന്നിട്ടുള്ളവരല്ലെന്നുള്ളതുത ന്നെ. "തൊഴിലാളിവർഗത്തിൽനിന്ന് വന്നിട്ടുള്ള പാർട്ടിമെമ്പർമാർക്ക് തൊഴിലാളി വർഗത്തിന്റേതായ സഹജഗുണങ്ങളുണ്ട്" എന്ന് ലെനിൻ പറഞ്ഞിട്ടുണ്ട്. മറ്റു വർഗങ്ങളിൽനിന്നും വന്നിട്ടുള്ള പാർട്ടി മെമ്പർമാർക്ക് ആ വർഗങ്ങളുടേതായ സഹജഗുണങ്ങളുണ്ടാവുമെന്നും വ്യക്തം. ഇന്ന് അവർ കമ്യൂണിസ്റ്റാശയങ്ങളെ സ്വീകരിച്ചിട്ടുണ്ടെങ്കിലും ഇപ്പോഴും കുറെ യൊക്കെ കമ്യൂണിസ്റ്റല്ലാത്ത ചിന്താഗതികളെയും ശീലങ്ങളെയും വച്ചു പുലർത്തുന്നവരാണ്. *രണ്ട്,* അവർ പുതിയ പാർട്ടിമെമ്പർമാരായതുകൊ ണ്ടുതന്നെ; ഇപ്പോഴും വേണ്ടുവോളം വിപ്ലവപരമായ ദൃഢീകരണം കിട്ടി യിട്ടുള്ളവരല്ല. അതുകൊണ്ട്, അവർക്ക് നല്ല വിപ്ലവകാരികളായിത്തീര ണമെങ്കിൽ വിപ്ലവസമരങ്ങളിൽ പങ്കെടുത്ത് ഉരുക്കുപോലെ ഉറയ്ക്കു കയും സ്വയം പഠിച്ചു വളരുകയും വേണം.

വിപ്ലവപരമായ ദൃഢീകരണവും സ്വയംവിദ്യാഭ്യാസവും എല്ലാ പാർട്ടിമെമ്പർമാർക്കും അവശ്യമാവശ്യമായ സംഗതികളാണ്; അവർ തൊഴിലാളിവർഗത്തിൽപ്പെടാത്ത പുതിയ മെമ്പർമാരോ പഴക്കമുള്ള വരോ തൊഴിലാളിവർഗത്തിൽ തന്നെയുള്ളവരോ ആകട്ടെ, എല്ലാവർക്കു മത് അത്യാവശ്യമാണ്. കാരണം, നമ്മുടെ കമ്യൂണിസ്റ്റ് പാർട്ടി ആകാശ ത്തുനിന്നും പൊട്ടിവീണതല്ല; നേരെമറിച്ച് ചൈനീസ് സമൂഹത്തിൽനി ന്നുതന്നെ മുളയെടുത്തുയർന്നതാണ്, ചൈനയിലെ ഈ പഴയ ചീഞ്ഞു നാറിയ സമൂഹത്തിൽനിന്നുവന്നവരാണ് നമ്മുടെ പാർട്ടി മെമ്പർമാർ. ഇന്നും ആ സമൂഹത്തിലാണവർ ജീവിക്കുന്നത്. അതുകൊണ്ട്, നമ്മുടെ പാർട്ടി യംഗങ്ങളിൽ ഏറെക്കുറെ ആ പഴയ സമൂഹത്തിന്റെ അവശിഷ്ടങ്ങളായ ആശയഗതികളും ശീലങ്ങളും കടന്നുകൂടിയിട്ടുമുണ്ട്; അവർ പഴയ സമൂ ഹത്തിന്റെ എല്ലാ വൃത്തികെട്ട വശങ്ങളോടും നിരന്തരം ബന്ധപ്പെട്ടാണ് കഴിയുന്നതും. തൊഴിലാളിവർഗത്തിന്റെ മുന്നണി പടയെന്ന നിലയ്ക്ക് നമ്മുടെ ശുദ്ധിയെ വളർത്തുന്നതിനും സുരക്ഷിതമാക്കുന്നതിനുംവേണ്ടി,

നമ്മുടെ സാമൂഹ്യഗുണങ്ങളെയും വിപ്ലവനൈപുണ്യത്തെയും ഉയർത്തു
ന്നതിനുവേണ്ടി നമുക്കിനിയും എല്ലാവിധത്തിലും ദൃഢീകരണവും സ്വയം
വിദ്യാഭ്യാസവും ആവശ്യമാണ്.

അതുകൊണ്ടാണ് കമ്യൂണിസ്റ്റ് പാർട്ടി മെമ്പർമാർ സ്വയം വിദ്യാ
ഭ്യാസം നടത്തണമെന്നു പറയുന്നത്.

## മാർക്സിന്റെയും എംഗൽസിന്റെയും ലെനിന്റെയും സ്റ്റാലിന്റെയും ഉത്തമശിഷ്യരാകാൻ ശ്രമിക്കുക

"ഒരു കമ്യൂണിസ്റ്റ് പാർട്ടി മെമ്പറാകുന്നതിന് പാർട്ടി ഭരണഘടന
യിൽ നിബന്ധന ചെയ്തിട്ടുള്ള യോഗ്യതകളുണ്ടായിരിക്കണമെന്ന് മാത്ര
മേയുള്ളൂ – അതായത്, പാർട്ടിയുടെ നിയമങ്ങളും പരിപാടികളും അംഗീ
കരിക്കുക, പാർട്ടി മെമ്പർഷിപ്പിന് വച്ചിട്ടുള്ള വരി, ലെവി മുതലായവ
കൃത്യമായി കൊടുക്കുക, പാർട്ടിയുടെ ഏതെങ്കിലുമൊരു ഘടകത്തിൽ
ചേർന്ന് തനിക്ക് നൽകുന്ന കടമകൾ നിർവഹിക്കുക – ഇത്രയും ചെയ്യു
വാൻ സന്നദ്ധതയുള്ള ഏതൊരാൾക്കും പാർട്ടിയിൽ അംഗമാകാം. എല്ലാ
മെമ്പർമാർക്കും വേണ്ടതായ ഏറ്റവും കുറഞ്ഞ യോഗ്യതകളാണ് മേൽപ
റഞ്ഞവ. ഈ യോഗ്യതകളില്ലാത്ത ഏതൊരാൾക്കും പാർട്ടി മെമ്പറാ
കാൻ സാധ്യമല്ല. എന്നാൽ നമ്മുടെ പാർട്ടി മെമ്പർമാരിൽ ഓരോ ആളും
ഏറ്റവും കുറഞ്ഞ യോഗ്യത മാത്രമുള്ളവരായിരുന്നാൽ പോരാ, അതു
കൊണ്ട് അവർ തൃപ്തിപ്പെടരുത്; പിന്നെയോ, മുന്നേറാൻ ശ്രമിക്കണം,
സ്വന്തം ബോധവും മാർക്സിസം – ലെനിനിസജ്ഞാനവും നിരന്തരം
ഉയർത്തണം. ഇതും പാർട്ടിയോടും വിപ്ലവത്തോടുമുള്ള ഒരു സുപ്രധാന
കടമയാണ്, ഇതിൽനിന്ന് പാർട്ടിയിലുള്ള യാതൊരാൾക്കും ഒഴിഞ്ഞുമാ
റാവുന്നതല്ല. അടുത്ത് അംഗീകരിച്ച സോവിയറ്റ് യൂണിയനിലെ കമ്യൂ
ണിസ്റ്റ് പാർട്ടിയുടെ ഭരണഘടനയിൽ ഇതും ഒരു പുതിയ കടമയായി
ചേർത്തിട്ടുണ്ട്. പക്ഷേ, ഈ കടമ തൃപ്തികരമായി നിർവഹിക്കുന്നതിന്
നമ്മുടെ പാർട്ടിമെമ്പർമാർ അവരുടെ ദൃഢീകരണത്തെയും വിദ്യാഭ്യാ
സത്തെയും ഊർജിതപ്പെടുത്തണം."

അതുകൊണ്ട്, പാർട്ടി മെമ്പർമാരുടെ ദൃഢീകരണത്തിന്റെയും
വിദ്യാഭ്യാസത്തിന്റെയും ലക്ഷ്യം ഏറ്റവും ചുരുങ്ങിയ യോഗ്യതയായാൽ
പോരാ, അങ്ങേയറ്റത്തെ യോഗ്യത തന്നെയായിരിക്കണം. ഈ പരമാ
വധി യോഗ്യത തിട്ടപ്പെടുത്തുന്ന കാര്യം ഇന്ന് വിഷമമാണ്. എങ്കിലും,
മാർക്സ്, എംഗൽസ്, ലെനിൻ, സ്റ്റാലിൻ എന്നീ വിപ്ലവാചാര്യന്മാരുടെ
ജീവിതകാലം മുഴുവനുമുള്ള ലേഖനങ്ങളും പ്രവൃത്തികളും നേട്ടങ്ങളും
ഗുണവിശേഷങ്ങളും നമുക്ക് മാതൃകയായും നമ്മുടെ വിദ്യാഭ്യാസത്തിന്റെ
മാനദണ്ഡമായും നമ്മുടെ മുമ്പിലുണ്ട്. വിദ്യാഭ്യാസം എന്ന പദംകൊണ്ട്
ഇവിടെ ഉദ്ദേശിക്കുന്നത് മാർക്സ്, എംഗൽസ്, ലെനിൻ, സ്റ്റാലിൻ എന്നീ
ലോകാചാര്യന്മാരുടെ അതേ നിലവാരത്തിലേക്ക് എല്ലാവിധത്തിലും
നമ്മുടെ യോഗ്യതകളെ ഉയർത്തുകയെന്ന് മാത്രമാണ്. നമുക്ക് ആ ആചാ

ര്യന്മാരുടെ ഉത്തമശിഷ്യരായിത്തീരുവാൻ ശ്രമിക്കാം. സുപ്രീം സോവി യറ്റിലേക്കുള്ള തിരഞ്ഞെടുപ്പിൽ ചെയ്ത പ്രസംഗത്തിൽ സഖാവ് സ്റ്റാലിൻ പറഞ്ഞു:

> വോട്ടർമാർ, അതായത് ബഹുജനങ്ങൾ, തങ്ങളുടെ ഡെപ്യൂട്ടിക ളോടാവശ്യപ്പെടണം, അവർ അവരുടെ കൃത്യനിർവഹണത്തിനു പോന്നവരായിരിക്കണമെന്ന്; അവരുടെ പ്രവർത്തനത്തിൽ അവർ രാഷ്ട്രീയ പണ്ഡിതമൂഢന്മാരുടെ നിലവാരത്തിലേക്കു താണു പോകരുതെന്ന്; അവർ വഹിക്കുന്ന ഉദ്യോഗങ്ങളിൽ ലെനിൻ മാതൃകയിലുള്ള രാഷ്ട്രീയ നേതാക്കന്മാരായിരിക്കണമെന്ന്; പൊതു ജനപ്രതിനിധികളെന്ന നിലയ്ക്ക് അവർ ലെനിനെപ്പോ ലെതന്നെ വ്യക്തതയും നിശ്ചയവും ഉള്ളവരായിരിക്കണമെന്ന്; ലെനിനെ പോലെ തന്നെ യുദ്ധത്തിൽ ഭയമില്ലാത്തവരും ജനശ ത്രുക്കളോടു ദാക്ഷിണ്യമില്ലാത്തവരും ആയിരിക്കണമെന്ന്; കാര്യങ്ങൾ കുഴപ്പത്തിലേക്കു നീങ്ങിത്തുടങ്ങുമ്പോഴും വല്ല ആപത്തും അന്തരീക്ഷത്തിൽ നിഴലിച്ചു കാണുമ്പോഴും അവർ ലെനിനെപ്പോലെതന്നെ യാതൊരു ബേജാറും ബേജാറിന്റെ ലാഞ്ഛനയും കൂടാത്തവരായിരിക്കണമെന്ന്; എല്ലാ വശങ്ങളും കണ്ടുകൊണ്ടുള്ള കാഴ്ചപ്പാടും അനുകൂല പ്രതികൂല സ്ഥിതി കളെ തൂക്കിനോക്കലും ആവശ്യമായ കുഴഞ്ഞുമറിഞ്ഞ പ്രശ്ന ങ്ങൾക്കു തീരുമാനമുണ്ടാക്കുന്നതിൽ അവർ ലെനിനെപ്പോലെ തന്നെ വിവേകബുദ്ധിയും സുചിന്തനവുമുള്ളവരായിരിക്കണ മെന്ന്; ലെനിനെപോലെതന്നെ അവർ ഋജുബുദ്ധികളും സത്യസ ന്ധരുമായിരിക്കണമെന്ന്; ലെനിൻ ചെയ്തതുപോലെ അവർ സ്വന്തം ജനതയെ സ്നേഹിക്കണമെന്ന്.

എങ്ങനെയാണ് ലെനിനിൽനിന്നും പഠിക്കേണ്ടത് എന്നതിനെക്കുറിച്ചുള്ള ഒരു ചെറുവിവരണമാണിത്, ലെനിന്റെ ഉത്തമശിഷ്യന്റെ ഒരു ചെറിയചി ത്രം. കമ്മ്യൂണിസ്റ്റ് പാർട്ടി മെമ്പർമാരുടെ വിദ്യാഭ്യാസം ലെനിന്റെ ഇത്ത രമൊരു ഉത്തമശിഷ്യനാകാൻ തക്കവണ്ണം ലെനിനിൽനിന്നും വഴിയാം വണ്ണം പഠിക്കുന്നതിനുവേണ്ടിയുള്ളതാണ്.

മാർക്സ്, എംഗൽസ്, ലെനിൻ, സ്റ്റാലിൻ എന്നിവരെപ്പോലെയുള്ള വിപ്ലവമഹാബുദ്ധിശാലികളുടെ മഹത്തായ ഗുണങ്ങൾ എല്ലാവർക്കും സമ്പാദിക്കാൻ സാധ്യമല്ലെന്നും നമ്മുടെ സ്വന്തം ഗുണങ്ങളെ അവരുടെ ഗുണങ്ങളുടെ നിലവാരത്തിലേക്ക് ഉയർത്തുക അസാധ്യമാണെന്നും ചിലർ പറയുന്നു. മാർക്സും എംഗൽസും ലെനിനും സ്റ്റാലിനും ജന്മനാ തന്നെ അമേയ പ്രഭാവശാലികളായ അവതാരപുരുഷന്മാരാണെന്ന് അവർ കണക്കാക്കുന്നു. ഇങ്ങനെ പറയുന്നതു ശരിയാണോ? ശരിയല്ലെന്നാണ് എന്റെ പക്ഷം.

നമ്മുടെ സഖാക്കൾ, തൊഴിലാളിവർഗത്തിന്റെ മോചനത്തിനു

വേണ്ടി പൊരുതുന്ന മുന്നണിപ്പടയാണെന്ന നിലയിൽ, ആത്മാർഥതയോ ടുകൂടിയും നിശ്ചയദാർഢ്യത്തോടും ബോധപൂർവമായും ഇടവിടാതെയും നിലകൊള്ളുന്ന കാലത്തോളം അവർക്ക് യഥാർഥമായ കമ്യൂണിസ്റ്റ് ജീവിതവീക്ഷണവും ലോകവീക്ഷണവും ഉണ്ടായിരിക്കുന്ന കാല ത്തോളം തൊഴിലാളിവർഗത്തിന്റെയും ബഹുജനങ്ങളുടെയും ഇന്നത്തെ മഹത്തായ ഗംഭീരവിപ്ലവപ്രസ്ഥാനങ്ങളിൽനിന്ന് അവർ ഒരു നിമിഷംപോലും ഒറ്റപ്പെടാതെ നിൽക്കുന്ന കാലത്തോളം പഠിക്കാനും സ്വയം ഉരുക്കുപോലെ ഉറപ്പിക്കാനും പരിശീലനം നേടാനും ഭഗീരഥ ശ്രമം നടത്തുന്ന കാലത്തോളം അവർക്ക് സ്വന്തം ഗുണവിശേഷങ്ങളെ ഉയർത്തുവാൻ തികച്ചും കഴിയും; ലെനിനെപ്പോലെ 'വ്യക്തതയും നിശ്ച യമുള്ളവരും ജനശത്രുക്കളോട് ദയാദാക്ഷിണ്യമില്ലാ'ത്തവരുമാകാം; വിഷ മതകളും ആപത്തുകളും നേരിടുന്ന ഘട്ടത്തിൽ ലെനിനെപ്പോലെ 'യാതൊരു ബേജാറും ബേജാറിന്റെ ലാഞ്ഛനയും കൂടാത്തവരാ'കും; ലെനിനെപ്പോലെ 'ഋജുബുദ്ധികളും സത്യസന്ധ'രുമായിത്തീരും: ലെനി നെപ്പോലെ 'ജനങ്ങളെ സ്നേഹിക്കുവാൻ' അവർക്ക് കഴിവുണ്ടാകും; കൂടാതെ, നമ്മുടെയിടയിലെ സാധാരണ സഖാക്കൾ ഇന്ന് മാർക്സിനും എംഗൽസിനും ലെനിനും സ്റ്റാലിനും ഉണ്ടായിരുന്നതുപോലുള്ള അത്ര മഹത്തായ സാമർഥ്യവും അത്ര വിപുലമായ ശാസ്ത്രീയജ്ഞാനവും പഠിക്കാനുള്ള അത്തരമൊരു സാഹചര്യവും സഹനശക്തിയുമില്ലാത്ത വരാണെങ്കിലും, നമ്മുടെ കൂട്ടത്തിലുള്ള വളരെയധികം സഖാക്കളും മാർക്സും എംഗൽസും ലെനിനും സ്റ്റാലിനും ചെയ്തിട്ടുള്ളതുപോലെ തൊഴിലാളി വിപ്ലവസിദ്ധാന്തപഠനത്തിൽ അത്തരം അവഗാഢമായ വ്യുൽപ്പത്തി നേടുമെന്നു പ്രതീക്ഷിക്കാൻ വയ്യെങ്കിലും, കുഴപ്പം പിടിച്ച പ്രശ്നങ്ങൾക്ക് പരിഹാരം കാണുന്നതിലും എല്ലാ വീക്ഷണകോണങ്ങ ളിൽനിന്നും പ്രശ്നങ്ങളെ പറ്റി പരിചിന്തനം ചെയ്യുന്നതിലും മാർക്സിസ്റ്റ് – ലെനിനിസ്റ്റ് രീതിയും സമീപനവും പ്രയോഗിക്കാൻ അവർക്ക് തീർച്ച യായും കഴിയും. മറ്റൊരു വിധത്തിൽ പറഞ്ഞാൽ നാം മിനക്കെട്ടു പഠനം നടത്തുന്നതിലും സ്വയം ഉരുക്കുപോലെ ഉറപ്പിക്കുന്നതിനും പരിശീലനം നേടുന്നതിനും ദൃഢപ്രതിജ്ഞരായിരിക്കുന്ന കാലത്തോളം, ബഹുജന ങ്ങളുടെ വിപ്ലവപ്രസ്ഥാനങ്ങളിൽനിന്നും സ്വയം വേർപെടുത്താത്ത കാല ത്തോളം, മാർക്സിസം – ലെനിനിസത്തിന്റെ രീതിയെ കൈകാര്യം ചെയ്യുന്നതിൽ പാടവം സമ്പാദിക്കുന്ന കാലത്തോളം, നാം ലെനിൻ മാതൃ കയിലുള്ള രാഷ്ട്രീയ പ്രവർത്തകൻമാരുടെ നിലവാരത്തിലേക്ക് നമ്മുടെ വിപ്ലവഗുണങ്ങളെ ഉയർത്തുവാൻ ശക്തരാവും; നമ്മുടെ പ്രവർത്തന ത്തിലും സമരത്തിലും മാർക്സിന്റെയും എംഗൽസിന്റെയും ലെനിന്റെയും സ്റ്റാലിന്റെയും ശൈലി ഉപയോഗിക്കുന്നതിന് അതായത് 'ലെനിൻ മാതൃ കയിലുള്ള രാഷ്ട്രീയ പ്രതിനിധി' കളാകുന്നതിന് – രാഷ്ട്രീയ പണ്ഡി തമൂഢൻമാരുടെ നിലവാരത്തിലേക്ക് താഴാതിരിക്കുന്നതിന് നാം തികച്ചും ശക്തരായിത്തീരും.

മെൻഷ്യൂസ് പറഞ്ഞു:* "എല്ലാ മനുഷ്യർക്കും 'യാവോ'വിനെപ്പോ ലെയോ 'ഷുണ്ണി'നെപ്പോലെയോ ആകാൻ സാധിക്കു" മെന്ന്. മേൽപ്പറ ഞ്ഞതും ഇതും ഒരേ സംഗതിയാണ്. മാർക്സ്, എംഗൽസ്, ലെനിൻ, സ്റ്റാലിൻ എന്നിവരെപ്പോലെയുള്ള മഹാന്മാരായ വിപ്ലവകാരികളുടെ ഗുണഗണങ്ങളെ നാം ആദ്യം കാണുമ്പോൾ സ്വയം നിരാശയ്ക്കു വഴി പ്പെടുകയോ മുന്നോട്ടുപോകാൻ മടിക്കുകയോ ചെയ്യരുത്. അപ്രകാരം ചെയ്യുന്നത് 'രാഷ്ട്രീയ പണ്ഡിതമൂഢനായിത്തീരിലാ'ണ്; ചരിത്രം കൊത്തുവാൻ ഉപകരിക്കാത്ത ഒരു ജീർണിച്ച മരക്ഷണമാകുന്നതിനു തുല്യമാണ്; വെറുമൊരു 'മൺഭിത്തി'യാകുന്നതിനു തുല്യമാണ്.**

മാർക്സ്, എംഗൽസ്, ലെനിൻ, സ്റ്റാലിൻ എന്നീ വിപ്ലവാചാര്യന്മാ രിൽനിന്നും പഠിക്കുന്ന കാര്യത്തിൽ പലതരക്കാരായ ആളുകളും പല വിധത്തിലുള്ള നിലപാടാണ് സ്വീകരിച്ചുപോരുന്നത്.

ഇതിലൊന്നാമത്തെ കൂട്ടർ മാർക്സിസം–ലെനിനിസത്തിന്റെ സാരാം ശത്തിലേക്കു ചുഴിഞ്ഞു നോക്കാതെയാണ് മാർക്സിൽനിന്നും ലെനിനിൽനിന്നും പഠിക്കുന്നത്. അവർക്കു കിട്ടുന്നതോ മാർക്സിസം– ലെനിനിസത്തിന്റെ ഒരു അൽപ്പജ്ഞാനം മാത്രം. അവർ മാർക്സിസ്റ്റ് – ലെനിനിസ്റ്റ് സാഹിത്യങ്ങൾ ആവർത്തിച്ചാവർത്തിച്ചു വായിക്കുന്നുണ്ടെ ങ്കിലും, മാർക്സ്, എംഗൽസ്, ലെനിൻ, സ്റ്റാലിൻ എന്നിവരുടെ മുൻകൂട്ടി തയ്യാറാക്കിയ പല തത്ത്വങ്ങളും നിഗമനങ്ങളും കാണാപ്പാഠം പഠിക്കുന്നു ണ്ടെങ്കിലും പ്രത്യക്ഷവും പ്രായോഗികവുമായ പ്രശ്നങ്ങളെ പരിഹരി ക്കുന്നതിനുള്ള മാർഗമായി അവയെ ഉപയോഗപ്പെടുത്താൻ അവർക്കു കഴിവില്ല. ഈ തത്ത്വങ്ങളും നിഗമനങ്ങളും കുറിച്ചെടുത്തു തത്തകളെ പ്പോലെ ഉരുവിടുന്നതുകൊണ്ടുമാത്രം അവർ തൃപ്തരാണ്. അവർ മാർക്സിസം – ലെനിനിസത്തിന്റെ കൊടിക്കീഴിലാണ് പ്രവർത്തിക്കു ന്നതെങ്കിലും, തങ്ങളാണ് 'തനി' മാർക്സിസ്റ്റുകളെന്നു സ്വയമഭിമാനി ക്കുന്നുണ്ടെങ്കിലും അവർ യഥാർഥ മാർക്സിസ്റ്റുകളല്ലെന്നു മാത്രമല്ല അവരുടെ പ്രവർത്തന രീതികൾ മാർക്സിസം – ലെനിനിസത്തിനു ഘട കവിരുദ്ധവുമാണ്.

ലെനിന്റെ അൻപതാമത് ജന്മദിനത്തിന്റെ സ്മാരകമായി എഴുതിയ ഒരു ലേഖനത്തിൽ സഖാവ് സ്റ്റാലിൻ ഇപ്രകാരമെഴുതി:

---

*    'യാവോ'യും 'ഷുൺ'ഉം പരോപകാര നിഷ്ഠകൊണ്ടും ബുദ്ധിമഹത്വം കൊണ്ടും പുരാതന ചൈനീസ് ചരിത്രത്തിൽ പ്രതിഷ്ഠ ലഭിച്ചിട്ടുള്ള രണ്ടു പൗരാണികാചാ ര്യന്മാരാണ്.

**    *കൺഫ്യൂഷൻ സാഹിത്യ സമാഹാരം എന്ന പുസ്തകത്തിന്റെ ഒമ്പതാമധ്യായം:* 'സെയ്യു' പകൽ സമയത്ത് ഉറങ്ങുന്നവനായതുകൊണ്ട്, കൺഫ്യൂഷ്യസ് പറഞ്ഞു: ജീർണിച്ച തടിക്ഷണം ചിത്രം കൊത്തുവാൻ ഉപകരിക്കുകയില്ല. ഒരു മൺഭിത്തി യിൽ കുമ്മായക്കരണ്ടി പിടിക്കുകയില്ല. ഈ 'സെയ്യു' – ഞാനയാളെ ശാസിച്ചതു കൊണ്ട് എന്താണ്; പ്രയോജനം.

"മാർക്സിസ്റ്റുകാരിൽ രണ്ടു തരക്കാരുണ്ട്. രണ്ടുകൂട്ടരും മാർക്സിസം – ലെനിനിസത്തിന്റെ കൊടിക്കീഴിൽ പ്രവർത്തിക്കുന്നവരാ ണെന്നും സ്വയമഭിമാനിക്കുന്നുണ്ട്. എങ്കിലും, അവർക്കു തമ്മിൽ യാതൊരു സാമ്യവുമില്ല. പോര, അവരെ വേർതിരിക്കുന്ന അഗാധമായ ഒരു ഗർത്തമുണ്ട്. എന്തുകൊണ്ടെന്നാൽ, ഇരുകൂട്ടരുടെയും പ്രവർത്തന രീതികൾ ഒന്നു മറ്റൊന്നിനു നേരെ വിപരീതമാണ്."

ഒന്നാമത്തെ ഗ്രൂപ്പുകാർ മാർക്സിസത്തെ പൊതുവിൽ ബാഹ്യ മായി മാത്രം, വെറുമൊരു ചടങ്ങായി മാത്രം, സ്വീകരിക്കുന്നതിൽ സ്വയമൊതുങ്ങിനിൽക്കുന്നു. മാർക്സിസത്തിന്റെ സാരാംശം ഗ്രഹിക്കുന്നതിനുള്ള കഴിവില്ലാഞ്ഞിട്ടോ ആഗ്രഹമില്ലാഞ്ഞിട്ടോ മാർക്സിസത്തെ യാഥാർഥ്യത്തിലേക്ക് ഭാഷാന്തരം ചെയ്യുന്ന തിന് കഴിവില്ലാഞ്ഞിട്ടോ ആഗ്രഹമില്ലാഞ്ഞിട്ടോ അവർ മാർക്സി സത്തിന്റെ ജീവത്തായ വിപ്ലവസിദ്ധാന്തങ്ങളെ ജീവനില്ലാത്ത നിരർഥക പ്രമാണങ്ങളായി രൂപാന്തരപ്പെടുത്തുന്നു. അവർ അവ രുടെ പ്രവർത്തനങ്ങൾക്ക് അടിസ്ഥാനമാക്കുന്നത് അനുഭവമല്ല, പ്രായോഗിക പ്രവർത്തനത്തിന്റെ പാഠങ്ങളല്ല. നേരെമറിച്ച് മാർക്സിൽ നിന്നുള്ള ഉദ്ധരണികളാണ്. വസ്തുനിഷ്ഠ യാഥാർഥ്യങ്ങളെ ശരിയായി വിശകലനം ചെയ്യുന്നതിൽ നിന്നു മല്ല അവർക്ക് അവരുടെ അനുമാനങ്ങളും നിർദേശങ്ങളും ലഭി ക്കുന്നത്. പിന്നെയോ സാദൃശ്യങ്ങളിൽനിന്നും ചരിത്രപരമായ പ്രതിച്ഛായകളിൽ നിന്നുമാണ്. വാക്കിനും പ്രവൃത്തിക്കുമിട ക്കുള്ള വൈപരീത്യമാണ് ഈ ഗ്രൂപ്പിന്റെ പ്രധാന രോഗം.

ഇതാണ് മാർക്സിൽനിന്നും ലെനിനിൽനിന്നും പഠിക്കുന്നതിനുള്ള ഒരു രീതി.

ഒന്നാം ഗ്രൂപ്പിൽപ്പെട്ടയാളുകൾ ഒരുകാലത്ത് ചൈനീസ് കമ്യൂണിസ്റ്റ് പാർട്ടിക്കുള്ളിൽ ധാരാളമുണ്ടായിരുന്നു. അവരുടെയിടയിലുള്ള തീരെ വൃത്തികെട്ടയാളുകൾ മേൽപ്പറഞ്ഞവരെക്കാൾ കൊള്ളരുതാത്തവരായി രുന്നു. വാസ്തവത്തിൽ, അവർക്കു മാർക്സിസം–ലെനിനിസം വഴിയാം വണ്ണം പഠിക്കണമെന്ന ഉദ്ദേശ്യംതന്നെ ഒരിക്കലുമുണ്ടായിരുന്നില്ല. മാർക്സിന്റെയും ലെനിന്റെയും മഹത്തായ തൊഴിലാളിവർഗ സ്വഭാ വത്തെപ്പറ്റിയും ഉൽക്കൃഷ്ട ഗുണങ്ങളെപ്പറ്റിയും അവർക്കു ചിന്തയേയി ല്ലായിരുന്നു. അവർ മാർക്സിന്റെയും ലെനിന്റെയും ചില ശൈലികളെ വെറും പൊള്ളയായ രീതിയിൽ അനുകരിക്കാൻ ശ്രമിച്ചു; ചില മാർക്സി സ്റ്റ്–ലെനിനിസ്റ്റ് സാങ്കേതികപദങ്ങളെ ഒന്നും നോക്കാതെ പെറുക്കിയെ ടുത്തു, തങ്ങൾ ചൈനയിലെ മാർക്സും ലെനിനുമാണെന്നു സ്വയം നടി ച്ചു. പാർട്ടിക്കുള്ളിൽ മാർക്സും ലെനിനുമാണെന്നു തെളിഞ്ഞു. മാത്ര മോ, മാർക്സിനെയും ലെനിനെയും എന്നപോലെ നാം ഇവരെ ബഹു

മാനിക്കണമെന്നും 'നേതാക്കന്മാരായി' പിന്താങ്ങണമെന്നും അവരിൽ ഭക്തിവിശ്വാസങ്ങളർപ്പിക്കണമെന്നും പാർട്ടിമെമ്പർമാരോടാവശ്യപ്പെടാനുള്ള ചങ്കൂറ്റംപോലും അവർ പ്രദർശിപ്പിച്ചു. തന്നെത്താൻ 'നേതാക്കൻമാരായി' അവരോധിക്കുന്നതിനുള്ള ഔദ്ധത്യംപോലും അവർ പ്രദർശിപ്പിച്ചു. മറ്റുള്ളവർ അവരെ ശുപാർശ ചെയ്യുവാൻ കാത്തു നിൽക്കാതെ ഔദ്യോഗിക സ്ഥാനങ്ങളിലേക്കു വലിഞ്ഞുകയറി. കാരണവൻമാരെ പോലെ ഉത്തരവുകൾ പുറപ്പെടുവിക്കുകയും പാർട്ടിയെ പഠിപ്പിക്കാനൊരുങ്ങുകയും പാർട്ടിക്കുള്ളിലുള്ളത് എല്ലാം ദുരുപയോഗപ്പെടുത്തുകയും പാർട്ടിമെമ്പർമാരെ കരുതിക്കൂട്ടി ആക്രമിക്കുകയും ശിക്ഷിക്കുകയും അവരുടെമേൽ കുതിര കയറുകയും ചെയ്ത ഇത്തരമാളുകൾക്ക് മാർക്സിസവും ലെനിനിസവും പഠിക്കണമെന്നോ മാർക്സിസം–ലെനിനിസത്തെ സാക്ഷാൽക്കരിക്കുന്നതിനുവേണ്ടി സമരം ചെയ്യണമെന്നോ ഉദ്ദേശ്യമില്ലായിരുന്നുവെന്ന് മാത്രമല്ല, അതിലുമേറെ അവർ പാർട്ടിക്കുള്ളിലെ അവസരവാദികളും കമ്യൂണിസത്തിന്റെ പേരിൽ വഞ്ചന നടത്തുന്ന കരിങ്കാലികളും ദല്ലാളൻമാരുമായിരുന്നു, പാർട്ടിക്കുള്ളിലുള്ള ഇത്തരമാളുകളെ നമ്മുടെ പാർട്ടിമെമ്പർമാർ കഠിനമായി എതിർക്കേണ്ടതും, തൊലിയുരിച്ചു കാട്ടേണ്ടതും, ഇരുണ്ട വിസ്തൃതിയിലാഴ്ത്തി അവരെ കുഴിച്ചുമൂടേണ്ടതുമാണെന്നുള്ളതിൽ യാതൊരു സംശയവുമില്ല. ഇപ്പോൾതന്നെ നമ്മുടെ പാർട്ടിമെമ്പർമാർ അവരെ കുഴിച്ചുമൂടിക്കളഞ്ഞിട്ടുണ്ട്. എങ്കിലും ഇത്തരമാളുകൾ പാർട്ടിക്കുള്ളിൽ ഇനിയും തീരെയില്ലെന്നു പൂർണമായി വിശ്വസിക്കാൻ നമുക്ക് കഴിയുമോ? തീർച്ചയായും നമുക്ക് അങ്ങനെ പറയാറായിട്ടില്ല.

ആദ്യത്തേതിലും വളരെ വ്യത്യസ്തരാണ് രണ്ടാമത്തെ കൂട്ടർ. അവർ പ്രഥമമായും പ്രധാനമായും തങ്ങളെ മാർക്സിന്റെയും എംഗൽസിന്റെയും ലെനിന്റെയും സ്റ്റാലിന്റെയും ശിഷ്യരായി കണക്കാക്കുന്നു. മാർക്സിനെയും എംഗൽസിനെയും ലെനിനെയും സ്റ്റാലിനെയും ഇന്ന് നാം അറിയുന്ന രൂപത്തിലാക്കിത്തീർത്ത വിപ്ലവത്തിനെയും, വിപ്ലവസ്പിരിറ്റിനെയും പ്രവർത്തനരീതികളെയും സ്വായത്തമാക്കുന്നതിന് അവർ ശ്രമിക്കുകയും ചെയ്യുന്നു. അവർ മാർക്സിന്റെയും എംഗൽസിന്റെയും ലെനിന്റെയും സ്റ്റാലിന്റെയും വ്യക്തിവൈശിഷ്ട്യങ്ങളെയും തൊഴിലാളിവർഗത്തിന്റെ മോചനത്തിനുവേണ്ടി പൊരുതിയ വിപ്ലവകാരികളെന്ന നിലയിലുള്ള അവരുടെ യോഗ്യതകളെയും ബഹുമാനിക്കുകയും സാക്ഷാൽക്കരിക്കുകയും ചെയ്യുന്നു. വിപ്ലവസമരത്തിനിടയിൽതന്നെ സ്വന്തം കഴിവുകളെ വളർത്തുവാൻ മിനക്കെട്ടു ശ്രമിക്കുകയും, മാർക്സിസം–ലെനിനിസത്തിന്റെ വിപ്ലവസ്പിരിട്ടിന് അനുഗുണമായിട്ടാണോ തങ്ങൾ കാര്യങ്ങളെ കൈകാര്യം ചെയ്യുന്നതും ജനങ്ങളോട് പെരുമാറുന്നതും എന്ന് സ്വയം പരിശോധിച്ചു നോക്കുകയും ചെയ്യുന്നു. അതുപോലെ തന്നെ അവർ മാർക്സിന്റെയും എംഗൽസിന്റെയും ലെനിന്റെയും സ്റ്റാലിന്റെയും ലേഖനങ്ങളും ഗ്രന്ഥങ്ങളും ആവർത്തിച്ചു വായിക്കുന്നു, പക്ഷേ, ജീവ

ത്തായ യാഥാർഥ്യങ്ങളെ വിശകലനം ചെയ്യുന്നതിലാണ് അവർ പ്രധാ നമായി ഊന്നുന്നത്. അവർ തങ്ങൾ ജീവിക്കുന്ന കാലഘട്ടത്തിലും രാജ്യ ത്തിലുമുള്ള തൊഴിലാളിവർഗത്തെ നേരിടുന്ന സ്ഥിതിയുടെ എല്ലാ വശ ങ്ങളുടെയും സവിശേഷ സ്വഭാവങ്ങളെപ്പറ്റി ആഴമായി ചിന്തിക്കുകയും അതിൽനിന്നും സ്വന്തം നിഗമനങ്ങളെടുക്കുകയും ചെയ്യുന്നു. മാർക്സി സം–ലെനിനിസത്തിന്റെ തത്ത്വങ്ങളെയും അനുമാനങ്ങളെയും മനഃപാ ഠമാക്കുന്നതുകൊണ്ട് മാത്രം അവർ തൃപ്തിപ്പെടുന്നില്ല; നേരെമറിച്ച്, മാർക്സിസം–ലെനിനിസത്തിനുമേൽ അടിയുറച്ചു നിൽക്കുന്നതിനും മാർക്സിസം–ലെനിനിസത്തിന്റെ പ്രവർത്തനരീതിയിൽ നൈപുണ്യം സമ്പാദിക്കുന്നതിനും അവരെ പ്രായോഗികമാക്കുന്നതിനും ശ്രമിക്കുന്നു; അങ്ങനെ എല്ലാ വിപ്ലവസമരങ്ങളെയും ഊർജിതമായി നയിക്കാനും നില വിലുള്ള സ്ഥിതിഗതികളെ മാറ്റുന്നതിനും അതോടൊപ്പം തങ്ങളെതന്നെ മാറ്റിത്തീർക്കുന്നതിനും അവർ കാര്യമായി ശ്രമിക്കുന്നു. അവരുടെ എല്ലാ പ്രവർത്തനങ്ങൾക്കും മുഴുവൻ ജീവിതത്തിനും വഴികാട്ടിയായി നിൽക്കു ന്നത് മാർക്സിസം–ലെനിനിസത്തിന്റെ തത്ത്വങ്ങളാണ്. അവരുടെ പ്രവർത്തനങ്ങളുടെയും ജീവിതത്തിന്റെയും ഏകലക്ഷ്യം–തൊഴിലാളി വർഗത്തിന്റെ വിജയം, ദേശീയ മോചനം, മനുഷ്യവർഗത്തിന്റെ മോചനം, കമ്യൂണിസത്തിന്റെ വിജയം ഇതല്ലാതെ മറ്റൊന്നുമല്ല.

സഖാവ് സ്റ്റാലിൻ പറഞ്ഞു:

> നേരെമറിച്ച് രണ്ടാമത്തെ ഗ്രൂപ്പിൽപ്പെട്ടവർ, പ്രമുഖപ്രാധാന്യം നൽകുന്നത് മാർക്സിസത്തെ കേവലം ബാഹ്യമായി അംഗീകരി ക്കുന്നതിനല്ല, അതിനെ സാക്ഷാൽക്കരിക്കുന്നതിനാണ്. അതിനെ യാഥാർഥ്യമായി രൂപാന്തരപ്പെടുത്തുന്നതിനാണ്. ഈ ഗ്രൂപ്പുകാർ അവരുടെ ശ്രദ്ധയെ മുഖ്യമായും കേന്ദ്രീകരിക്കുന്നത് അന്നത്തെ സ്ഥിതിക്ക് ഏറ്റവും പറ്റിയ രീതിയിൽ മാർക്സി സത്തെ സാക്ഷാൽക്കരിക്കുന്നതിനുള്ള മാർഗങ്ങളും ഉപായ ങ്ങളും നിർണയിക്കുന്നതിലും പരിതഃസ്ഥിതി മാറുന്നതനുസരിച്ച് ഈ മാർഗങ്ങളെ മാറ്റുന്നതിലുമാണ്– മാർക്സിസ്റ്റുകാർക്ക് ലോകത്തെ വ്യാഖ്യാനിക്കുന്നതുകൊണ്ടുമാത്രം തൃപ്തിപ്പെട്ടുകൂ ടാ, പിന്നെയോ മുന്നോട്ടു പോവുകയും ലോകത്തെ മാറ്റുകയും വേണം എന്ന മാർക്സിന്റെ വചനം ഇവർക്ക് തികച്ചും ബാധക മാക്കാവുന്നതാണ്. ഈ ഗ്രൂപ്പുകാർ ബോൾഷെവിക്കുകാർ, കമ്യൂ ണിസ്റ്റുകാർ എന്നറിയപ്പെടുന്നു.

ഇതാണ്, മാർക്സ്, എംഗൽസ്, ലെനിൻ, സ്റ്റാലിൻ എന്നീ വിപ്ലവാചാ ര്യൻമാരിൽ നിന്ന് പഠിക്കുന്നതിനുള്ള മറ്റൊരു രീതി.

ഈ രണ്ടാമത്തെ രീതി മാത്രമാണ് ശരിയായിട്ടുള്ളത്. മാർക്സി സം–ലെനിനിസം പഠിക്കുന്നതിനെക്കുറിച്ചുള്ള ഈയൊരു നിലപാട് സ്വീക

രിക്കുന്നതു കൊണ്ടുമാത്രമേ ഒരാൾക്ക് "വരച്ചത് കടുവ, കാഴ്ചയിൽ പട്ടി" എന്ന മാതിരിയുള്ള തെറ്റുപറ്റാതിരിക്കുന്നതിനും മാർക്സ്, എംഗൽസ്, ലെനിൻ, സ്റ്റാലിൻ ടൈപ്പിലുള്ള ഒരു തൊഴിലാളിവർഗ കമ്യൂണിസ്റ്റ് വിപ്ലവകാരിയാകത്തക്കവണ്ണം സ്വന്തം യോഗ്യകളെ വളർത്തുവാനും കഴിയൂ.

തന്നത്താൻ വളർത്തുന്നതിനുള്ള ശ്രമം മിനക്കെട്ടു തുടർന്നു കൊണ്ടിരിക്കുന്നവരും മാർക്സിന്റെയും എംഗൽസിന്റെയും ലെനിന്റെയും സ്റ്റാലിന്റെയും വിശ്വസ്തശിഷ്യരുമായ ആളുകൾ മാർക്സിസ്റ്റ്–ലെനിനിസ്റ്റ് നിലപാടും പ്രവർത്തനരീതിയും ഗ്രഹിക്കുകയും മാർക്സും എംഗൽസും ലെനിനും സ്റ്റാലിനും ചെയ്തിട്ടുള്ള അതേരീതിയിൽ വിപ്ലവകാലത്ത് തൊഴിലാളിവർഗത്തെ അഭിമുഖീകരിക്കുന്ന വിവിധ പ്രശ്നങ്ങൾക്ക് പരിഹാരം കാണുകയും ചെയ്യുന്നതിൽ മാത്രമാണ് ശ്രദ്ധ കേന്ദ്രീകരിക്കുന്നത്. അല്ലാതെ പാർട്ടിക്കുള്ളിലുള്ള തങ്ങളുടെ സ്ഥാനവും അന്തസും ഉയർന്നതോ താണതോയെന്ന് അവർ തീരെ ഗണിക്കാറില്ല; അവർ ചൈനയുടെ മാർക്സും ലെനിനും ആണെന്ന് അവകാശപ്പെടുകയോ മാർക്സിനെയും ലെനിനെയും ബഹുമാനിക്കുന്നതുപോലെ മറ്റുള്ളവർ തങ്ങളെയും ആദരിക്കണമെന്നാവശ്യപ്പെടുകയോ അത്തരം വ്യാമോഹം വച്ചു പുലർത്തുകയോ ഒരിക്കലും ചെയ്യാറില്ല. അത്തരം സ്ഥാനമാനം വേണമെന്ന് അവർ ആഗ്രഹിക്കുന്നില്ലെന്നു മാത്രമല്ല, അവർക്കറിയാം, അങ്ങനെ വിചാരിക്കുന്നത് മാർക്സിനെയും ലെനിനെയും വഞ്ചിക്കലായിരിക്കുമെന്നും രാഷ്ട്രീയ പണ്ഡിതമൂഢന്മാരുടെ നിലവാരത്തിലേക്ക് അധഃപതിക്കുകയായിരിക്കുമെന്നും. എന്നുവരികിലും അവരുടെ ഈദൃശമായ മനോഭാവംകൊണ്ടും വിപ്ലവസമരത്തിലുള്ള ധൈര്യവും എതിരില്ലാത്ത കഴിവുംകൊണ്ടുതന്നെ അവർ പാർട്ടി അണികളിൽനിന്ന് സ്വമേധയാ ബഹുമതിയും പിന്തുണയും സമ്പാദിക്കുന്നു.

സഖാക്കളേ! സ്വയം വിദ്യാഭ്യാസത്തിൽ മാർക്സിനെയും എംഗൽസിനെയും ലെനിനെയും സ്റ്റാലിനെയും മാതൃകയായെടുക്കുകയെന്നതും അവരുടെ എത്രയും വിശ്വസ്തരായ ഒന്നാന്തരം ശിഷ്യരായി ത്തീരുകയെന്നതും തീർച്ചയായും അത്ര എളുപ്പമുള്ള കാര്യങ്ങളല്ല. തൊഴിലാളിവർഗത്തിന്റെ മോചനത്തിനുവേണ്ടിയുള്ള ഉഗ്രമായ സമരത്തിൽ ഇരുമ്പുപോലുറച്ച ഇച്ഛാശക്തിയും നിശ്ചയദാർഢ്യവും അതിനാവശ്യമാണ്. മാർക്സിസം–ലെനിനിസം പഠിക്കുന്നതിനും ബഹുജനങ്ങളുടെ വിപ്ലവസമരത്തിനിടയ്ക്കും ജീവിതത്തിന്റെ എല്ലാ വശങ്ങളിലും ഉരുക്കുപോലുറയ്ക്കുന്നതിനും സ്വയം വിദ്യ അഭ്യസിക്കുന്നതിനും സ്വന്തം ജീവിതമാകെ ഉഴിഞ്ഞുവയ്ക്കേണ്ടതായിട്ടുണ്ട്.

## സ്വയം വിദ്യാഭ്യാസത്തിന്റെ വിവിധ വശങ്ങളും രീതികളും

സഖാക്കളേ! മാർക്സിന്റെയും എംഗൽസിന്റെയും ലെനിന്റെയും സ്റ്റാലിന്റെയും ഏറ്റവും വിശ്വസ്തരായ ഒന്നാന്തരം ശിഷ്യരായിത്തീരു

ന്നതിന് തൊഴിലാളിവർഗ്ഗത്തിന്റെയും ബഹുജനസഞ്ചയത്തിന്റെയും നീണ്ടകാലത്തെ മഹത്തായ വിപ്ലവസമരത്തിനിടയ്ക്ക് നമ്മുടെ ജീവിത ത്തിന്റെ എല്ലാ വശങ്ങളിലും നാം വിദ്യാഭ്യാസം നടത്തേണ്ടതായിട്ടുണ്ട്. മാർക്സിസം-ലെനിനിസത്തിന്റെ സിദ്ധാന്തങ്ങളിലും അവയെ പ്രയോ ത്തിൽ വരുത്തുന്നതിലും വിപ്ലവകരമായ സമരതന്ത്രത്തിലും അടവുക ളിലും മാർക്സിസം-ലെനിനിസത്തിന്റെ വീക്ഷണഗതിയും പ്രവർത്ത നരീതികളുമനുസരിച്ച് പലതരത്തിലുള്ള പ്രശ്നങ്ങളെ പഠിക്കുന്നതിലും കൈകാര്യം ചെയ്യുന്നതിലും; ആദർശത്തിലും സന്മാർഗനിഷ്ഠയിലും പാർട്ടി ഐക്യത്തിലും പാർട്ടിക്കുള്ളിലെ സമരത്തിലും അച്ചടക്കത്തിലും; അക്ഷീണപ്രവർത്തനത്തിലും പ്രവർത്തനശൈലിയിലും; പലതരക്കാ രായ ആളുകളുമായി സമർഥമായി പെരുമാറുന്നതിലും ബഹുജനങ്ങളു മായി സഹകരണത്തിലും; പലതരത്തിലുള്ള ശാസ്ത്രീയജ്ഞാനത്തിലും അങ്ങനെ എല്ലാറ്റിലും നാം സ്വയം വിദ്യാഭ്യാസം ചെയ്യേണ്ടതായിട്ടുണ്ട്. നാമെല്ലാവരും കമ്യൂണിസ്റ്റ് പാർട്ടി മെമ്പർമാരാണ്, അതുകൊണ്ടുതന്നെ നമുക്കെല്ലാവർക്കും പൊതുവിൽ ഒരു വിദ്യാഭ്യാസമുണ്ട്. എന്നാൽ ഇന്നു നമ്മുടെ പാർട്ടിമെമ്പർമാർക്കിടയിൽതന്നെ അതിവിപുലമായ പല വൃത്യ സ്തതകളുണ്ട്; രാഷ്ട്രീയബോധത്തിന്റെ നിലവാരത്തിലും പ്രവർത്ത നത്തിലും സ്ഥാനമാനങ്ങളിലും സാംസ്കാരികനിലവാരത്തിലും സമ രാനുഭവത്തിലും സാമൂഹ്യമായ ഉദ്ഭാവത്തിലും വളരെ വിപുലമായ വൃത്യാസങ്ങൾ നമ്മുടെയിടയിൽ നിലനിൽക്കുന്നുണ്ട്. അതുകൊണ്ട് പൊതുവിദ്യാഭ്യാസത്തിനുപുറമെ വിവിധ ഗ്രൂപ്പുകൾക്കും ഓരോ സഖാ വിനും പ്രത്യേകമായ വിദ്യാഭ്യാസം ആവശ്യമായിരിക്കുന്നു.

അതുകൊണ്ട്, വിദ്യാഭ്യാസത്തിന് വ്യത്യസ്തമായ രീതികളും രൂപ ങ്ങളും ഉണ്ടായിരിക്കുകതന്നെ വേണം. ഉദാഹരണമായി, നമ്മുടെ സഖാ ക്കളിൽ പലരും അവരുടെ പ്രവർത്തനത്തെയും ചിന്തയെയും അന്നന്നു പരിശോധിക്കുന്നതിനായി ഒരു ഡയറി സൂക്ഷിക്കുകയോ, അല്ലെങ്കിൽ ചെറിയ പോസ്റ്റുകളിൽ അവരുടെ വ്യക്തിപരമായ കുറവുകളെയും അവർക്ക് നേടാൻ കഴിയുമെന്ന് വിശ്വാസമുള്ള കാര്യങ്ങളെയും കുറിച്ചു വയ്ക്കുകയും അത് അവരുടെ താമസസ്ഥലത്തോ പണിസ്ഥലത്തോ തങ്ങൾ മാതൃകയായി കണക്കാക്കുന്ന ആളിന്റെ ചിത്രത്തോടുകൂടി പതി ക്കുകയും അതിനെപ്പറ്റി വിമർശിക്കുവാനും പരിശോധിക്കുവാനും മറ്റു സഖാക്കളോട് ആവശ്യപ്പെടുകയും ചെയ്യുന്ന പതിവുണ്ട്. പുരാതന ചൈ നയിൽ വിദ്യാഭ്യാസത്തിനുള്ള പല രീതികളുമുണ്ടായിരുന്നു. കൺഫ്യൂ ഷ്യസിന്റെ ശിഷ്യനായ ത്സെൻസു എന്ന മഹാൻ പറഞ്ഞിട്ടുള്ളത് ദിവസം 'മൂന്ന് പ്രാവശ്യം വീതം ഞാൻ എന്നെപ്പറ്റി ചിന്തിക്കാറുണ്ട്' എന്നാണ്. *ദ ബുക്ക് ഓഫ് ഓഡസ്* എന്ന ഗ്രന്ഥത്തിൽ ഇപ്രകാരം പറയുന്നു: 'ഒരു പൊൻപണിക്കാരൻ മുറിക്കുകയും രാവുകയും ചിത്രം കൊത്തുകയും മിനുക്കുകയും ചെയ്യുന്നതുപോലെ ഒരാൾ സ്വയം നന്നാകുവാൻ ശ്രമി ക്കണം.' മറ്റൊരു രീതി: 'സ്വയം ചിന്തിച്ച് സ്വയം പരിശോധിക്കുക'യും

സാധാരണയായി ഉപയോഗിക്കുന്ന ഡസ്കിന്റെയോ മേശയുടെയോ വല തുവശത്തോ അല്ലെങ്കിൽ അരപ്പട്ടയിൽമേലോ അവനവന്റെ നടപടിനിയ മങ്ങളെ ദിവസേന ഓർമിപ്പിക്കുന്ന കുറിവചനങ്ങൾ എഴുതിച്ചേർത്തു സൂക്ഷിക്കയുമാണ്; ചൈനയിലെ കൺഫ്യൂഷ്യൻ ചിന്താഗതിക്കാരായ പണ്ഡിതന്മാർക്ക് അവരുടെ ശരീരത്തെയും മനസിനെയും വളർത്തുന്ന തിലുള്ള അനവധി രീതികളുണ്ടായിരുന്നു. ഓരോ മതത്തിനും അതി ന്റേതായ പലേ വിദ്യാഭ്യാസരീതികളും രൂപങ്ങളുമുണ്ട്. *ദ ഗ്രേറ്റ് ലേണിങ്** എന്ന കൺഫ്യൂഷ്യൻ ഗ്രന്ഥത്തിൽ, 'വസ്തുതകളെ ആരായുക, വിജ്ഞാ നച്ച വിപുലമാക്കുക, വിചാരശുദ്ധി, ആത്മപരിശോധന, അരോഗദൃഢ ഗാത്രത, കുടുംബക്രമീകരണം, രാജ്യത്തിന്റെയും ഭരണകൂടത്തിന്റെയും ക്രമസമാധാനപാലനം' എന്നെല്ലാം പറഞ്ഞിട്ടുള്ളതിന്റെയും അർഥം ഇതുതന്നെയാണ്. ഒരാൾക്ക് പുരോഗതി നേടണമെങ്കിൽ അയാൾ സ്വയം വിദ്യാഭ്യാസവും പഠനവും തുടർന്നു നടത്താൻ കാര്യമായും ഊർജിത മായും പരിശ്രമിക്കണമെന്ന് ഇതെല്ലാം കാണിക്കുന്നു. എങ്കിലും മേൽപ്പ റഞ്ഞ രീതികളും രൂപങ്ങളിലും പലതും നമുക്ക് സ്വീകാര്യമല്ല. കാരണം അവയിൽ മിക്കതും ആശയവാദപരവും ബാഹ്യരൂപപ്രധാനവും അമൂർത്തവും സാമൂഹ്യപ്രവർത്തനത്തിൽ നിന്ന് വേർപെടുത്തിയിട്ടുള്ള വയുമാണ്. ഈ പണ്ഡിതന്മാരും മതവിശ്വാസികളും അവനവന്റെ സ്വന്തം മുൻകൈക്കുള്ള സ്ഥാനത്ത് ഉള്ളതിലധികം വലുതാക്കി പറയുന്നു. കാര ണം, തങ്ങളുടെ സാമാന്യ 'സദുദ്ദേശ്യങ്ങൾ' നിലനിർത്തുകയും ഭക്തി യോടെ മൗനപ്രാർഥന നടത്തുകയും ചെയ്യുന്ന കാലത്തോളം സാമൂ ഹൃവും വിപ്ലവപരവുമായ പ്രവർത്തനത്തിൽ നിന്നൊറ്റപ്പെട്ട സാഹചര്യ ങ്ങളിൽ ഇന്നത്തെ സ്ഥിതിഗതികളെ മാറ്റുന്നതിനും സമുദായത്തെയും തങ്ങളെയും മാറ്റിത്തീർക്കുന്നതിനും സാധിക്കുമെന്നാണ് അവരുടെ വിചാ രം. ഇത് തീർച്ചയായും അസംബന്ധമാണ്. ഈ വിധത്തിൽ നമുക്ക് സ്വയം വിദ്യാഭ്യാസം നടത്താൻ സാധ്യമല്ല. നാം ഭൗതികവാദികളാണ്. പ്രായോ ഗികപ്രവർത്തനത്തിൽനിന്നും വേറിട്ടുനിന്നുകൊണ്ട് നമുക്ക് വിദ്യാഭ്യാസം സാധ്യമല്ല.

നമ്മെ സംബന്ധിച്ചിടത്തോളം ഏറ്റവും മുഖ്യമായിട്ടുള്ളത് ഏത് പരിതഃസ്ഥിതിയിലും വിവിധ വിഭാഗക്കാരായ ബഹുജനങ്ങളുടെ, അതാൽ സന്ദർഭത്തിൽ വിവിധ രൂപത്തിലുള്ള വിപ്ലവസമരങ്ങളിൽനിന്ന് വേറിട്ടു നിൽക്കാൻ പാടില്ലെന്നുള്ളതാണ്. കൂടാതെ, ചരിത്രപരമായ വിപ്ലവാനു ഭവങ്ങളെ നാം വകയിരുത്തുകയും അതിൽനിന്ന് സാദരം പഠിക്കുകയും പഠിച്ചതിനെ പ്രയോഗത്തിൽ വരുത്തുകയും ചെയ്യണമെന്നുള്ളതാണ്. അതായത്, കഴിഞ്ഞ കാലത്തെ വിപ്ലവത്തിന്റെ അനുഭവങ്ങളിലും ഇന്നത്തെ പ്രത്യക്ഷ പരിതഃസ്ഥിതിയിലും പുതിയ അനുഭവങ്ങളിലും

---

*  'മഹത്ജ്ഞാനം എന്ന ഗ്രന്ഥ കൺഫ്യൂഷ്യൻ ശിഷ്യപരമ്പരയാൽ സമാഹരിക്കപ്പെ ട്ടിട്ടുള്ളതും കൺഫ്യൂഷ്യൻ ധർമസിദ്ധാന്തങ്ങൾ ആദ്യമായി പഠിക്കാൻ തുടങ്ങുന്ന വരെ നന്മയിലേക്ക് കടത്തിവിടുന്ന പടിവാതിലുമാണെന്നു പറയപ്പെടുന്നു.'

അടിയുറച്ചുനിന്നുകൊണ്ട് നമ്മുടെ സ്വന്തം പ്രവർത്തനത്തിനിടയ്ക്ക് നാം നമ്മെ ഉരുക്കുപോലെ ഉറപ്പിക്കുവാനും സ്വയം വിദ്യാഭ്യാസം നടത്താനും ശ്രമിക്കണം. നമ്മുടെ സ്വയം വിദ്യാഭ്യാസവും ദൃഢീകരണ ശ്രമവും വിപ്ല വപ്രവർത്തനത്തിനല്ലാതെ മറ്റൊന്നിനും വേണ്ടിയല്ല. അതായത്, മാർക്സിസം-ലെനിനിസത്തിന്റെ നിലപാടും പ്രവർത്തനരീതിയും ചൈതന്യവും മനസിലാക്കുന്നതിന് നാം സവിനയം ശ്രമിക്കുകയും മാർക്സും എംഗൽസും ലെനിനും സ്റ്റാലിനും എങ്ങനെയാണ് ജനങ്ങ ളോട് പെരുമാറിയതെന്ന് ധരിക്കയും വേണം. ഇതെല്ലാം മനസിലാക്കി കഴിഞ്ഞാൽ ഉടനെ തന്നെ സ്വന്തം പ്രവൃത്തിയിൽ അവയെ പ്രയോഗി ക്കാൻ നോക്കണം. അതായത് നമ്മുടെ ജീവിതത്തിലും വാക്കിലും അനു ഷ്ഠാനത്തിലും പ്രവൃത്തിയിലും, കൂടാതെ, നാം അവയെ മുറുകെ പിടി ക്കുകയും അവർക്കെതിരായി നമ്മുടെ ആശയങ്ങളിലുള്ള എല്ലാ വൃത്തി കേടുകളെയും കലവറ കൂടാതെ തിരുത്തുകയും ശുദ്ധീകരിക്കുകയും ചെയ്യണം. അങ്ങനെ നമ്മുടെ സ്വയം തൊഴിലാളിവർഗ കമ്യൂണിസ്റ്റ് ആശ യഗതിയെയും ഗുണവിശേഷത്തെയും ശക്തിപ്പെടുത്തണം. അതായത്, നമ്മുടെ സഖാക്കളുടെയും ബഹുജനങ്ങളുടെയും വിമർശനങ്ങളും അഭി പ്രായങ്ങളും വളരെ വിനയത്തോടെ നാം ശ്രദ്ധിച്ചു കേൾക്കുകയും നമ്മുടെ ജീവിതത്തിലും പ്രവർത്തനത്തിലും വന്നുചേരുന്ന പ്രായോഗിക പ്രശ്നങ്ങളെ സസൂക്ഷ്മം പഠിച്ചറിയുകയും, നമ്മുടെ പ്രവർത്തനത്തെ തന്നെ നേർവഴിക്ക് തിരിക്കാൻ സ്വന്തം അനുഭവങ്ങളെയും നാം മുമ്പു പഠിച്ചിട്ടുള്ള പാഠങ്ങളെയും എത്രയും ശ്രദ്ധയോടെ സംഗ്രഹിക്കുകയും വേണം. അതുകൊണ്ടും പോര, ഇപ്പറഞ്ഞതിന്റെ എല്ലാം അടിസ്ഥാന ത്തിൽ മാർക്സിസം-ലെനിനിസത്തെക്കുറിച്ചുള്ള ശരിയായ ധാരണ നമുക്ക് വന്നിട്ടുണ്ടോയെന്നും മാർക്സിസം-ലെനിനിസത്തിന്റെ പ്രവർത്ത നരീതിയെ നാം ശരിയായി പ്രയോഗിച്ചിട്ടുണ്ടോയെന്നും നമ്മുടെ കുറ്റ ങ്ങളെയും കുറവുകളെയും കണ്ടറിയുകയും തിരുത്തുകയും ചെയ്തി ട്ടുണ്ടോയെന്നും നാം പരിശോധിച്ചു തീർച്ചപ്പെടുത്തണം. അതേസമയം, നമുക്ക് നല്ലതുപോലെ ബോധ്യമായിക്കഴിഞ്ഞിട്ടുള്ള പുതിയ അനുഭവ ങ്ങളുടെ അടിസ്ഥാനത്തിൽ നോക്കിയാൽ ഏതേതു വിധത്തിലാണ് മാർക്സിസം-ലെനിനിസത്തിന്റെ പ്രത്യേക നിഗമനങ്ങളെ കൂട്ടി ച്ചേർക്കാനും പുഷ്ടിപ്പെടുത്താനും വളർത്താനുമുള്ളതെന്ന് നാം ആരാ യണം. അതായത്, മാർക്സിസം-ലെനിനിസത്തിന്റെ സാർവ ലൗകിക സത്യങ്ങളെ നാം വിപ്ലവത്തിന്റെ പ്രായോഗിക പ്രവർത്തനവുമായി കൂട്ടി യിണക്കണം.

ഇവയായിരിക്കണം കമ്യൂണിസ്റ്റ് പാർട്ടിമെമ്പർമാരായ നമ്മുടെ സ്വയം വിദ്യാഭ്യാസത്തിന്റെ രീതികൾ-അതായത്, നമ്മുടെ സ്വയം വിദ്യാ ഭ്യാസത്തിന് നാം മാർക്സിസം-ലെനിനിസത്തിന്റെ രീതികൾ ഉപയോ ഗപ്പെടുത്തണം. ഇത്തരത്തിലുള്ള സ്വയം വിദ്യാഭ്യാസം സാമൂഹ്യപ്ര വർത്തനങ്ങളിൽ നിന്ന് ഒറ്റപ്പെട്ടു നിൽക്കുന്നതും ആശയവാദപരമായ

മറ്റു വിദ്യാഭ്യാസരീതികളിൽ നിന്നും തികച്ചും വ്യത്യസ്തവുമാണ്.

ഈ സന്ദർഭത്തിൽ, സ്വയം വിദ്യാഭ്യാസത്തെയും ദൃഢീകരണ ത്തെയും സംബന്ധിച്ചിടത്തോളം ഉണ്ടായിട്ടുള്ള വെറും പറച്ചിലുകളെയും യാന്ത്രിക മനോഭാവത്തെയും നമുക്ക് എതിർക്കാതിരിക്കാൻ വയ്യ.

ഒന്നാമതായി, പഴയ സമൂഹത്തിലെ പഠനവും പരിശീലനവും കൊണ്ട് നമുക്ക് പൈതൃകമായി കിട്ടിയിട്ടുള്ള ഒരു വലിയ രോഗമുണ്ട്. അതിനെ നാം എതിർക്കുകയും നിശ്ശേഷം നശിപ്പിക്കുകയും വേണം. പ്രയോഗത്തിൽനിന്നും സിദ്ധാന്തത്തെ ഒഴിച്ചു നിർത്തുക എന്നതാണ് ആ രോഗം. പഴയ സമൂഹത്തിൽ പഠിക്കുകയും പരിശീലിക്കുകയും ചെയ്യുന്ന കാലത്ത് പലയാളുകളും വിചാരിച്ചിരുന്നു പഠിക്കുന്നതൊ ക്കെയും പ്രായോഗികമാക്കുന്ന കാര്യം അനാവശ്യവും അസാധ്യവുമാ ണെന്ന്. പുരാതന ഋഷികൾ രചിച്ചിട്ടുള്ള ഗ്രന്ഥങ്ങൾ അവർ ആവർത്തി ച്ചാവർത്തിച്ചു വായിക്കുന്നുണ്ടെങ്കിലും ഋഷികൾ ചെയ്യാൻ അറച്ചിരുന്ന പ്രവൃത്തികൾ അവർ ചെയ്തിട്ടുണ്ട്. ഋഷികൾ പറഞ്ഞിട്ടുള്ളതും എഴു തിവച്ചിട്ടുള്ളതുമായ എല്ലാ ഗ്രന്ഥങ്ങളിലും അവർ നീതിയും സന്മാർഗ വുമാണ് ഉപദേശിച്ചിട്ടുള്ളതെങ്കിലും അതൊന്നും വകവയ്ക്കാതെ ഇവർ എല്ലാക്കാര്യത്തിലും കൂറ്റൻ കൊള്ളക്കാരെപോലെയും വഞ്ചകന്മാരെപോ ലെയുമാണ് പ്രവർത്തിച്ചിട്ടുള്ളത്. *ഗ്രന്ഥചതുഷ്ടയം* എന്നും *അഞ്ചു വിശി ഷ്ടഗ്രന്ഥങ്ങൾ* * എന്നും പേരുള്ള ഗ്രന്ഥങ്ങൾ എല്ലാവരും വായിക്കേണ്ട താണെന്നു കാണിച്ചു ചില 'ഉയർന്ന ഉദ്യോഗസ്ഥന്മാർ' ഉത്തരവുകൾ പുറപ്പെടുവിച്ചിട്ടുണ്ട്. എങ്കിലും അവർ അവരുടെ ദൈനംദിന ഭരണകൃ ത്യങ്ങളിൽ കണ്ണിൽ ചോരയില്ലാതെ അക്രമപിരിവുകൾ നടത്തുന്നു; ഭ്രാന്തുപിടിച്ചവരെപോലെ കൈക്കൂലിയും അഴിമതിയും കൊള്ളയും നടത്തുന്നു. എന്തിന്, നീതിക്കും സന്മാർഗത്തിനുമെതിരായി എന്തും ചെയ്യാനവർ മടിക്കുന്നില്ല. ചിലയാളുകൾ *മൂന്നു ജനകീയതത്വങ്ങൾ* ആവർത്തിച്ചു വായിക്കുന്നുണ്ട്. ഡോക്ടർ സൺ യാത്സെന്നിന്റെ *ഭര ണപത്രം* അവർക്കു കാണാതെ ചൊല്ലാൻ കഴിയും, എങ്കിലും അവർ ജനങ്ങളെ അടിച്ചമർത്തി മർദിച്ചിട്ടുണ്ട്. നമ്മോടു തുല്യനിലയിൽ പെരു മാറിയ രാഷ്ട്രങ്ങളെ എതിർത്തിട്ടുണ്ട്, അതേസമയം ദേശീയശത്രുക്ക ളോട് സന്ധിചെയ്യാനും കീഴടങ്ങാനും മടിച്ചിട്ടില്ല. ഒരിക്കൽ പഴയ കൂറ്റു കാരനായ ഒരു പണ്ഡിതൻ എന്നോടു പറഞ്ഞത് അദ്ദേഹത്തിനു കൺഫ്യൂഷ്യസിന്റെ സിദ്ധാന്തങ്ങളിൽ ഒന്നു മാത്രമേ പ്രവൃത്തിയിൽ വരുത്താൻ കഴിഞ്ഞിട്ടുള്ളുവെന്നാണ്. അതായത്, അയാൾക്ക് ആഹാരം ഒരിക്കലും സ്വാദുകൂടിയതായിട്ടില്ല, നുറുക്കിയ ഇറച്ചി ഒരിക്കലും കൂടു തൽ മിനുത്തതായിട്ടില്ല. മറ്റു പ്രമാണങ്ങളൊന്നും അദ്ദേഹത്തിന് അനു ഷ്ഠിക്കാൻ കഴിഞ്ഞിട്ടില്ലെന്നും അനുഷ്ഠിക്കാനുദ്ദേശിക്കുന്നില്ലെന്നും

---

*    'ഗ്രന്ഥചതുഷ്ടയം', 'അഞ്ചു വിശിഷ്ട ഗ്രന്ഥങ്ങൾ' ഇവ കൺഫ്യൂഷ്യൻ ധർമസം ഹിതയിലെ തത്വശാസ്ത്രം, ചരിത്രം, കവിത മുതലായവ അടങ്ങിയിട്ടുള്ള ഒമ്പതു ചൈനീസ് പുരാണഗ്രന്ഥങ്ങളാണ്.

അദ്ദേഹം എന്നോടു പറഞ്ഞു. പിന്നെന്തുകൊണ്ടാണ് അവർ ഇപ്പോഴും വിദ്യാഭ്യാസം നടത്തുന്നത്, ഋഷിമാരുടെ വചനങ്ങളെ പഠിക്കുന്നത്? അവയെ പൊടിപ്പിനും തൊങ്ങലിനും ഉപയോഗിക്കുന്നതിനു പുറമേ ഇക്കൂട്ടരുടെ ഉദ്ദേശ്യം താഴെ പറയുന്നവയായിരുന്നു; ഒന്ന്, ചൂഷിതവർഗത്തെ മർദിച്ചൊതുക്കുന്നതിന് ഋഷിവചനങ്ങളെ ഉപയോഗപ്പെടുത്തുക, സാംസ്കാരികമായി പിന്നോക്കം നിൽക്കുന്ന ജനസഞ്ചയത്തെ പറഞ്ഞു പറ്റിക്കുന്നതിനും ഒതുക്കിനിറുത്തുന്നതിനും നീതിധർമബോധത്തെ ഉപയോഗപ്പെടുത്തുക. രണ്ട്, അങ്ങനെ ഭേദപ്പെട്ട ഗവൺമെന്റുദ്യോഗങ്ങൾ കൈവശപ്പെടുത്താനും പണവും പ്രതാപവും നേടുവാനും കുടുംബത്തിനു കീർത്തിയുണ്ടാക്കാനും പരിശ്രമിക്കുക, ഈ ഉദ്ദേശ്യങ്ങൾക്കു പുറമെ ഋഷിവചനങ്ങൾ ഇവരുടെ പ്രവൃത്തികളെ യാതൊരു തരത്തിലും നിയന്ത്രിച്ചിട്ടില്ല. പഴയ സമൂഹത്തിലെ 'പണ്ഡിതന്മാരും' 'വിദ്വാന്മാരും' തങ്ങൾ ആരാധിച്ചിരുന്ന ഋഷിമാരോട് അംഗീകരിച്ച മനോഭാവം അവർക്ക് തിരിച്ചു നൽകുന്നതും ഇങ്ങനെയൊക്കെയായിരുന്നു. നിശ്ചയമായും കമ്യൂണിസ്റ്റ് പാർട്ടി മെമ്പർമാരായ നമുക്ക് മാർക്സിസം–ലെനിനിസം പഠിക്കുന്നതിലും പുരാതനരായ ഋഷിമാരിൽനിന്നും ലഭിച്ചിട്ടുള്ള ഒന്നാന്തരവും ഉപയോഗപ്രദവുമായ സിദ്ധാന്തങ്ങൾ അഭ്യസിക്കുന്നതിലും ഇത്തരം മനോഭാവം സ്വീകരിക്കുക സാധ്യമല്ല. നമ്മുടെ വാക്കും പ്രവൃത്തിയും ഒരു പോലെയിരിക്കണം. നാം സത്യസന്ധന്മാരും ആത്മാർഥതയുള്ളവരുമാണ്. നമുക്ക് നമ്മെയും ജനങ്ങളെയും നമ്മുടെ പൂർവികരെയും വഞ്ചിക്കാൻ സാധ്യമല്ല. കമ്യൂണിസ്റ്റ് പാർട്ടിമെമ്പർമാരായ നമ്മുടെ ഒരു ഉത്തമസ്വഭാവവും മഹത്തായ ഗുണവുമാണിത്.

സഖാക്കളേ! പഴയ സമൂഹത്തിന്റെ ആ ദുഷിച്ച പാരമ്പര്യങ്ങൾ ഇന്നും നമ്മിൽ സ്വാധീനം ചെലുത്തുന്നുവെന്നു വരാവുന്നതല്ലേ? അവ ഇപ്പോഴും നമ്മുടെമേൽ സ്വാധീനം ചെലുത്തുന്നുണ്ട്. ഉയർന്ന ഉദ്യോഗം കിട്ടുമെന്നു വിചാരിച്ചിട്ടോ പണം സമ്പാദിച്ചു കളയാമെന്നു കരുതിയോ അന്യരെ ചൂഷണം ചെയ്യുന്നതിനുവേണ്ടിയോ മാർക്സിസം പഠിക്കാൻ ശ്രമിക്കുന്നവരായി നിങ്ങളുടെ കൂട്ടത്തിൽ ആരുംതന്നെ ഉണ്ടായിരിക്കുകയില്ല. മനുഷ്യൻ മനുഷ്യനെ ചൂഷണം ചെയ്യുന്ന സമ്പ്രദായത്തെ നശിപ്പിക്കുന്നതിനുവേണ്ടിയാണ് നിങ്ങൾ മാർക്സിസം പഠിക്കുന്നത്. എങ്കിലും, നിങ്ങൾ പഠിച്ചിട്ടുള്ള പ്രകാരം തന്നെയാണ് ജീവിച്ചിട്ടുള്ളതെന്ന് ഉറപ്പുപറയാൻ എനിക്കു നിവൃത്തിയില്ല. താഴെ പറയുംവിധം വിചാരിക്കുന്നവരായി നിങ്ങളുടെ കൂട്ടത്തിൽ ആരും കാണുകയില്ലേ? അതായത്, തങ്ങളുടെ വിചാരങ്ങളും വാക്കുകളും പ്രവൃത്തികളും ജീവിതവുമെല്ലാം മാർക്സിസം–ലെനിനിസത്തിന്റെ തത്വങ്ങളാൽ ഭരിക്കപ്പെടേണ്ടതില്ലെന്നും തങ്ങൾ അഭ്യസിച്ച തത്വങ്ങളെല്ലാംതന്നെ പ്രായോഗികമാക്കേണ്ടതില്ലെന്നും വിചാരിക്കുന്നവരായി നിങ്ങളുടെ കൂട്ടത്തിൽ ആരും കാണുകയില്ലേ? കൂടാതെ മേലോട്ട് ഉയരുന്നതിനും തന്നത്താൻ ഞെളിയുന്നതിനും യശസ്സ് സമ്പാദിക്കുന്നതിനുംവേണ്ടിയാണ് തങ്ങൾ

മാർക്സിസം–ലെനിനിസവും അതിന്റെ അഗാധ സിദ്ധാന്തങ്ങളും പഠി ക്കുന്നതെന്നു വിചാരിക്കുന്നവരായി നിങ്ങളുടെ കൂട്ടത്തിൽ ആരും കാണു കയില്ലെന്നു തീർത്തുപറയാൻ എനിക്കു നിവൃത്തിയില്ല. എന്നിരുന്നാലും ഇത്തരം ചിന്താഗതി മാർക്സിസത്തിന് യോജിച്ചതല്ല, അത് സൂചിപ്പി ക്കുന്നത് മാർക്സിസ്റ്റ് സിദ്ധാന്തത്തിനും പ്രയോഗത്തിനുമിടയ്ക്ക് ഒരു വിടവുണ്ടെന്നാണ്. മാർക്സിസ്റ്റ് സിദ്ധാന്തം അഭ്യസിക്കുന്നതിനെക്കുറിച്ചു നമുക്ക് ആക്ഷേപമില്ല, എന്നുതന്നെയല്ല നാം സിദ്ധാന്തം അഭ്യസിക്കു കതന്നെ വേണം. പക്ഷേ, നാം പഠിച്ചിട്ടുള്ളതു പ്രയോഗത്തിൽ വരു ത്തിയേ മതിയാകൂ. പഠിച്ചതിനെ പ്രയോഗത്തിൽ വരുത്തുന്നതിനുവേണ്ടി മാത്രമാണു നാം പഠിക്കുന്നത്. നാം പഠിക്കുന്നതു പാർട്ടിക്കുവേണ്ടിയും വിപ്ലവത്തിന്റെ വിജയത്തിനുവേണ്ടിയുമാണ്.

ഉദാഹരണമായി, "സിദ്ധാന്തത്തെ പ്രയോഗവുമായി കൂട്ടിയിണ ക്കുക" എന്ന മുദ്രവാക്യം നിങ്ങൾ കൂടെക്കൂടെ മുഴക്കാറുണ്ട്. പക്ഷേ, നിങ്ങൾ പഠിച്ചിട്ടുള്ള സിദ്ധാന്തത്തെ പ്രായോഗികമാക്കാൻ നിങ്ങൾതന്നെ ശ്രമിച്ചിട്ടുണ്ടോ? മാർക്സിസം–ലെനിനിസത്തിന്റെ തത്വങ്ങളുമായി യാതൊരു പൊരുത്തവും ഇല്ലാത്ത രീതിയിൽ പ്രവർത്തനം നടത്തുന്ന ചിലർ ഇന്നും നിങ്ങളുടെ കൂട്ടത്തിലില്ലേ? സിദ്ധാന്തവും പ്രയോഗവും തമ്മിൽ കൂട്ടിയോജിപ്പിക്കുന്നതിനെക്കുറിച്ച് താഴെപറയുംവിധം ധരിക്കുന്ന ആളുകൾ ഇപ്പോഴും നിങ്ങളുടെ ഇടയിലുമുണ്ടെന്ന് തോന്നുന്നു: മറ്റുള്ള വർ എങ്ങനെയാണ് സിദ്ധാന്തത്തെ പ്രയോഗത്തോട് കൂട്ടിയിണക്കുന്ന തെന്ന് അറിയാനായി ഈ സ്കൂളിന് വെളിയിൽ പ്രവർത്തിക്കുന്നവർ വന്ന് അവരുടെ സ്വന്തം അനുഭവങ്ങളെക്കുറിച്ച് റിപ്പോർട്ടു ചെയ്യണമെന്ന് നിങ്ങളാവശ്യപ്പെടുന്നു. ഇത് തീർച്ചയായും സിദ്ധാന്തത്തെയും പ്രയോ ഗത്തെയും കൂട്ടിയിണക്കൽ തന്നെയാണ്. പക്ഷേ, അത് അവരുടെയാണ് നിങ്ങളുടേതല്ല. ഈ മുദ്രാവാക്യം നിങ്ങൾ മുഴക്കുന്നതിന്റെ അർഥം നിങ്ങൾ പഠിക്കുന്ന സിദ്ധാന്തവുമായി നിങ്ങളുടെ സ്വന്തം പ്രവർത്ത നത്തെ കൂട്ടിയിണക്കണമെന്നായിരിക്കണമെന്ന് ഞാൻ വിചാരിക്കുന്നു. ഈ സംഗതി ഇത്തരത്തിൽ നിങ്ങൾ മനസിലാക്കുന്നില്ലെങ്കിൽ നിങ്ങൾ ഈ മുദ്രാവാക്യം മുഴക്കുന്നതിൽ എന്തർഥമാണുള്ളത്? ഞാൻ വേറൊ രുദാഹരണം തരാം. നിങ്ങൾ, സ്വയം ഉരുക്കുപോലെ ഉറപ്പിക്കുന്നതിന്റെ ആവശ്യകതയെപ്പറ്റി പല മുദ്രാവാകൃങ്ങളും വിളിച്ചു പറഞ്ഞിട്ടുണ്ട്. എന്നാൽ ഞാൻ ചോദിക്കട്ടെ, യഥാർഥപരീക്ഷണഘട്ടം വന്നു ചേർന്ന പ്പോഴോ, എതിർപ്പിനെ നേരിടേണ്ടി വന്നപ്പോഴോ, അല്ലെങ്കിൽ ഏതെ ങ്കിലും തരത്തിലുള്ള വിമർശനത്തിനും ശിക്ഷയ്ക്കും പൊതുജനാഭിപ്രാ യത്തിന്റെ നിർബന്ധത്തിനും ഭൂരിപക്ഷം ആളുകളുടെയും തെറ്റോ ശരിയോ ആയ മേൽനോട്ടത്തിനും വിധേയരാകേണ്ടി വന്നപ്പോഴോ തങ്ങൾ ഉരുക്കുപോലെ ഉറച്ചിട്ടില്ലെന്ന്, അല്ലെങ്കിൽ ഉറപ്പുസമ്പാദിക്കു ന്നതിനുവേണ്ടി പരീക്ഷണത്തിലൂടെ കടന്നുപോകാൻ കഴിവില്ലാത്തവ രാണെന്ന് സ്വയം തെളിയിച്ചിട്ടുള്ള ചില ആളുകൾ നിങ്ങളുടെ കൂട്ടത്തിൽ

തന്നെയില്ലേ? ഒരു കമ്മ്യൂണിസ്റ്റ് പാർട്ടിമെമ്പറിന് ഉരുക്കുപോലത്തെ ഇച്ഛാശക്തിയും വ്യക്തമായ നിലപാടും മറ്റുമുണ്ടായിരിക്കണമെന്ന കാര്യം അവർ മറന്നുകളയുന്നു. എന്തുചെയ്യണമെന്നറിയാതെ അവർ പരുങ്ങി നിൽക്കുന്നതായി കണ്ടിട്ടുണ്ട്. ഇതെല്ലാം ദൃഢീകരണത്തെയും സ്വയം വിദ്യാഭ്യാസത്തെയും പറ്റിയുള്ള സൊള്ളലിന്റെ ഉദാഹരണങ്ങ ളല്ലേ?

വാസ്തവത്തിൽ, ഒരു മാർക്സിസ്റ്റ് സ്കൂളിൽ നിങ്ങൾക്ക് ലഭിക്കുന്ന പരിശീലനവും നിങ്ങൾ സമ്പാദിക്കുന്ന വിദ്യാഭ്യാസവും ദൃഢീകരണ ത്തിന്റെയും വിദ്യാഭ്യാസത്തിന്റെയും രൂപഭേദങ്ങൾ തന്നെയാണ്. സ്കൂളിൽവച്ചുള്ള പഠനവും പരിശീലനവും മുഖേന നിങ്ങളെ പ്രയോജ നമുള്ള കാഡറുകളായും പാർട്ടി പ്രവർത്തകന്മാരായും വളർത്തുന്നതി നുവേണ്ടിയാണ് ഞങ്ങൾ പരിശ്രമിക്കുന്നത്. അല്ലാതെ ചില വരട്ടു സിദ്ധാ ന്തവും മാർക്സിസ്റ്റ്-ലെനിനിസ്റ്റ് പദപ്രയോഗവും സൂത്രങ്ങളും നിങ്ങ ളുടെ തലയിൽ കുത്തിച്ചെലുത്താനല്ല. കൂടാതെ, നിങ്ങളെ തെറ്റു കൂടാതെ ചിന്തിക്കാൻ കഴിവുള്ള കാഡറുകളാക്കിത്തീർക്കുന്നതിനും നിങ്ങൾക്കൊരു ഉറച്ച ഇച്ഛാശക്തിയുണ്ടാക്കുന്നതിനും നിങ്ങൾക്ക് എല്ലാ തരത്തിലുള്ള കുഴഞ്ഞ പ്രശ്നങ്ങളെയും പ്രായോഗികമായി പരിഹരി ക്കുന്നതിന് കഴിവുണ്ടാക്കുന്നതിനും നിങ്ങൾ സ്വയം ഉരുക്കുപോലെ ഉറ പ്പിക്കുകയും വിദ്യാഭ്യാസം നടത്തുകയും ചെയ്യണമെന്ന് ഞങ്ങളാഗ്രഹി ക്കുന്നു. എന്നുവരികിലും, സ്കൂളിൽ പഠിക്കുന്നത് ഉരുക്കുപോലെ ഉറ പ്പിക്കുന്നതിനുള്ള വഴിയല്ലെന്നും സ്വയം വിദ്യാഭ്യാസവും ഉരുക്കുപോ ലെയുള്ള ഉറപ്പും നേടുന്നതിന് ഒരാൾ സ്കൂൾ വിട്ടിട്ട് പ്രായോഗികപ്ര വർത്തനം സ്വീകരിക്കണമെന്നും പറയുന്നത് ഞാൻ പലപ്പോഴും കേട്ടിട്ടു ണ്ട്. സഖാക്കളേ! ദൃഢീകരണവും വിദ്യാഭ്യാസവും ജീവിതകാലം മുഴു വൻ നീണ്ടുനിൽക്കുന്നതും നാനാമുഖവുമായ ഒരു കടമയാണ്. എല്ലാ യിടത്തും എല്ലാ കാലഘട്ടങ്ങളിലും എല്ലാ പ്രശ്നങ്ങളെ സംബന്ധിച്ചും ഇതാവശ്യമാണ്. കമ്മ്യൂണിസ്റ്റ് പാർട്ടിമെമ്പർമാർ പ്രധാനമായും ബഹു ജനങ്ങളുടെ പ്രായോഗികസമരത്തിൽ കൂടിതന്നെ സ്വയം ഉരുക്കുപോലെ ഉറപ്പിക്കുകയും വിദ്യാഭ്യാസം നടത്തുകയും ചെയ്യണമെന്നുള്ള വസ്തു തയെ നാം നിഷേധിക്കുന്നില്ലെങ്കിലും ചില പ്രത്യേക കാലഘട്ടങ്ങളിലും പ്രത്യേക സ്ഥലങ്ങളിലും ചില പ്രത്യേക സംഗതികളെ അടിസ്ഥാനമാ ക്കിയും മാത്രമേ--അല്ലാതെ മറ്റു സന്ദർഭങ്ങളിലും സ്ഥലങ്ങളിലും മറ്റു കാര്യങ്ങളെ അടിസ്ഥാനമാക്കിയും അല്ല--ദൃഢീകരണവും വിദ്യാഭ്യാ സവും സാധിക്കൂ എന്നു പറയാവുന്നതല്ല.

അതായത്, സ്വയം വിദ്യാഭ്യാസത്തിന്റെ പ്രശ്നത്തെ സംബന്ധിച്ച ആശയവാദത്തെയും സൊള്ളലിനെയും യാന്ത്രികമനോഭാവത്തെയും നാം എതിർക്കുന്നു. അതായത്, സ്വയം ഉരുക്കുപോലെ ഉറപ്പിക്കാനുള്ള പരീക്ഷണത്തിലൂടെ നമുക്ക് കടന്നുപോകാൻ കഴിയണം. പാർട്ടിക്കു ള്ളിലും പുറമെയുള്ള സമരങ്ങളിൽവച്ചും ബഹുജനങ്ങൾക്കിടയിലും,

പാർട്ടിവിദ്യാലയങ്ങളിൽവച്ചും നാം സ്വയം ഉരുക്കുപോലെ ഉറപ്പിക്കണം. വിജയത്തിന്റെയും പരാജയത്തിന്റെതുമായി എല്ലാ പരിതഃസ്ഥിതികളിലും നാം പഠിപ്പും സ്വയം വിദ്യാഭ്യാസവും നടത്തണം.

## പാർട്ടിമെമ്പർമാരുടെ മാർക്സിസ്റ്റ്–ലെനിനിസ്റ്റ് സിദ്ധാന്തപഠനവും ആശയപരമായ വിദ്യാഭ്യാസവും തമ്മിലുള്ള ബന്ധം

നമ്മുടെ കമ്യൂണിസ്റ്റ് പാർട്ടി അംഗങ്ങളുടെ ഇടയിൽ താരതമ്യേന പ്രാബല്യത്തിലിരിക്കുന്ന ഒരു ചിന്താഗതി താഴെ പറയുന്നതാണ്. ദൃഢവും കലർപ്പില്ലാത്തതുമായ ഒന്നാംതരം തൊഴിലാളിവർഗ കമ്യൂ ണിസ്റ്റ് നിലപാടിന്, ഒരു കമ്യൂണിസ്റ്റ് പാർട്ടി മെമ്പർക്ക് മാർക്സിസം– ലെനിനിസത്തിന്റെ സിദ്ധാന്തത്തിലും പ്രവർത്തനരീതിയിലുള്ള ധാരണ യോടും നൈപുണ്യത്തോടും യാതൊരു ബന്ധവുമില്ല. തങ്ങളുടെ വർഗ പരമായ നിലപാട് അത്രയധികം ഉറപ്പുള്ളതല്ലെങ്കിലും തങ്ങളുടെ ആശ യഗതി അത്രയധികം കറയറ്റതല്ലെങ്കിലും തങ്ങൾ ഇപ്പോഴും മറ്റു വർഗ ങ്ങളുടെ ആശയാവശിഷ്ടങ്ങളെ വച്ചു പുലർത്തുന്നവരും സ്വാർഥതല്പ രരും സ്വകാര്യസ്വത്തിനോട് താല്പര്യമുള്ളവരുമാണെങ്കിലും മാർക്സി സം–ലെനിനിസത്തിന്റെ സിദ്ധാന്തവും പ്രവർത്തന രീതികളും, ഒരാളുടെ ബുദ്ധിശക്തിയും കഴിവും പഠിപ്പും കൊണ്ടുമാത്രം പൂർണമായി ഗ്രഹി ക്കാൻ സാധിക്കുമെന്ന്. സഖാക്കളെ! ഈ ചിന്താഗതി തെറ്റാണ്:

മിത്തീൻ എന്ന സോവിയറ്റ് ദാർശനികൻ പറയുന്നത് വളരെ ശരി യാണ്.

മാർക്സിസത്തെ സംബന്ധിച്ചിടത്തോളം അതിനെ പറ്റിയുള്ള ധാരണയുടെ ആഴത്തിലുള്ള വ്യത്യാസങ്ങൾ മനസിലാക്കാൻ വർഗപരമായ ഒരു വിശദീകരണം ആവശ്യമാണ്. ഉദാഹരണ ത്തിന് ഇന്നത്തെ കാലഘട്ടത്തിൽ, മുതലാളിത്തം ക്ഷയോന്മുഖ മായിക്കൊണ്ടിരിക്കുന്ന കാലഘട്ടത്തിൽ, ഒരു ബുർഷ്വാതത്വചിന്ത കൻ വളരെ വാസനാ സമ്പന്നനായിരിക്കാം; എങ്കിലും അയാ ളുടെ സൃഷ്ടിപരമായ കഴിവും പരിണാമ നിയമങ്ങളെപ്പറ്റി ആണ്ടിറങ്ങിച്ചെന്ന് അറിവ് സമ്പാദിക്കുവാനുള്ള അയാളുടെ പ്രാപ്തിയും അയാളുടെ വർഗസ്വഭാവത്താലും അയാൾ പ്രതിനി ധീകരിക്കുന്ന വർഗത്തിന്റെ യാഥാസ്ഥിതികത്വത്താലും സങ്കുചി തമാക്കപ്പെട്ടിരിക്കുന്നു. ഭാവിയെ നേരത്തേ കൂട്ടി കാണാനുള്ള ബുർഷ്വാസിയുടെ അപ്രാപ്തി സാമൂഹ്യപരിണാമത്തിന്റെ സംഭ വവികാസങ്ങളെപ്പറ്റിയുള്ള ബുർഷ്വാചിന്തകന്മാരുടെ ധാരണ യുടെ ആഴത്തെ കുറയ്ക്കുകയും അതിരുകളെ ചുരുക്കുകയും ചെയ്യുന്നു. അവർക്ക് എത്രതന്നെ കഴിവുകളുണ്ടെങ്കിലും, ചരി ത്രമാകുന്ന നാടകരംഗത്തിൽ നിന്നും മറഞ്ഞുപോയിക്കൊണ്ടിരി

ക്കുന്ന പഴയ വർഗങ്ങളിൽപ്പെട്ട ചിന്തകന്മാർ യഥാർഥത്തിൽ അഗാധമായ ശാസ്ത്രീയ നിഗമനങ്ങളെയും കണ്ടുപിടിത്തങ്ങ ളെയും ആവിഷ്കരിക്കത്തക്ക നിലയിലല്ല വർത്തിക്കുന്നത്. ഈ മാർക്സിസ്റ്റ് സത്യം സയൻസിന്റെയും തത്വശാസ്ത്രത്തിന്റെയും വളർച്ചയുടെ മുഴുവൻ ചരിത്രത്താലും സ്ഥിരീകരിക്കപ്പെട്ടിട്ടുണ്ട്.

മാർക്സിസം – ലെനിനിസം തൊഴിലാളിവർഗ വിപ്ലവത്തിന്റെ ശാസ്ത്ര മാണ്. തൊഴിലാളിവർഗ നിലപാട് പൂർണമായി സ്വീകരിക്കുന്നവർക്കും തൊഴിലാളി വർഗത്തിന്റെ ആശയങ്ങളെ സ്വന്തമായി കൈക്കൊള്ളുന്ന വർക്കും മാത്രമേ അത് തികച്ചും മനസിലാക്കുന്നതിനും അതിൽ നൈപുണ്യം സമ്പാദിക്കുന്നതിനും കഴിയൂ. തൊഴിലാളി വർഗത്തിന്റെ ഉറച്ച നിലപാടും കലർപ്പില്ലാത്ത ആശയഗതിയും ഇല്ലാത്ത യാതൊ രാൾക്കും, അയാളുടെ ബുദ്ധിശക്തിയും മിനക്കെട്ട പഠിപ്പുംകൊണ്ട് മാത്രം തൊഴിലാളി വർഗത്തിന്റെ മാർക്സിസ്റ്റ് തത്വശാസ്ത്രം ശരിയായി മനസിലാക്കുന്നതിനും അതിൽ പ്രാവീണ്യം സമ്പാദിക്കുന്നതിനും സാധി ക്കുന്നതല്ല. ഇതൊരു തുറന്ന സത്യമാണ്. അതുകൊണ്ട്, മാർക്സിസം – ലെനിനിസത്തിന്റെ സിദ്ധാന്തവും രീതിയും പഠിക്കുന്ന കാര്യത്തിൽ നമ്മുടെ ആശയപരമായ വിദ്യാഭ്യാസവും അസാധ്യമായിത്തീരും; ഇതു രണ്ടും അത്രയധികം അടുത്തു ബന്ധപ്പെട്ടവയും അവിഭാജ്യങ്ങളുമാണ്.

മാർക്സിസ്റ്റ് സിദ്ധാന്തം പ്രത്യേക ശ്രദ്ധയോടെ പഠിച്ചുകൊണ്ടിരി ക്കുന്നവരോട് താരതമ്യപ്പെടുത്തി നോക്കുമ്പോൾ മാർക്സിസം – ലെനി നിസത്തിന്റെ സിദ്ധാന്തങ്ങളിൽ അത്രതന്നെ വിജ്ഞാനമില്ലാത്ത തൊഴി ലാളിവർഗത്തിൽ നിന്ന് ഉയർന്നുവന്ന ഒന്നാംതരം പാർട്ടിമെമ്പർമാരെ നാം പലപ്പോഴും കണ്ടുമുട്ടിയിട്ടുണ്ട്. മാർക്സിസ്റ്റ്-ലെനിനിസ്റ്റ് ഗ്രന്ഥങ്ങളിൽ നിന്ന് ഉദ്ധരണികളോ വിശ്വാസപ്രമാണങ്ങളോ കാണാതെ ചൊല്ലാൻ പറഞ്ഞാൽ അതിൽ അവർ അത്ര സാമർഥ്യം കാണിച്ചില്ലെന്നു വരാം. എന്നാൽ മാർക്സിസം–ലെനിനിസത്തിന്റെ സിദ്ധാന്തങ്ങൾ പഠിക്കാൻ തുടങ്ങുന്ന സന്ദർഭത്തിൽ അവർക്ക് മനസിലാകുന്ന ഭാഷയിൽ കാര്യ ങ്ങൾ കരുതിക്കൂട്ടി വിശദീകരിച്ചു കൊടുക്കുന്നപക്ഷം, വിദ്യാർഥി വിഭാ ഗത്തിൽപ്പെട്ട മെമ്പർമാരേക്കാൾ അവരുടെ താൽപ്പര്യം കൂടുതൽ തീക്ഷ് ണവും അവരുടെ ധാരണ കൂടുതൽ അവഗാഢവുമാണെന്ന് പലപ്പോഴും കാണാം. ഉദാഹരണമായി, മാർക്സിന്റെ *മൂലധനം* എന്ന ഗ്രന്ഥത്തിൽ മിച്ചമൂല്യത്തെ സംബന്ധിച്ച സിദ്ധാന്തം വിവരിക്കുന്ന അധ്യായം ചില പാർട്ടി മെമ്പർമാർക്ക് മനസിലാക്കുവാൻ വളരെയധികം വിഷമം കാണു ന്നുണ്ട്. എന്നാൽ അതേസമയം തൊഴിലാളിവർഗത്തിൽപ്പെട്ട മെമ്പർമാർക്ക് ആ വിഷയം അത്ര വിഷമമല്ല. കാരണം ഉൽപ്പാദനം നട ത്തുമ്പോൾ ഓരോ ഘട്ടത്തിലും മുതലാളിമാർ ശമ്പളവും ജോലിസമ യവും നിശ്ചയിക്കുന്നതെങ്ങനെ, ലാഭമുണ്ടാക്കുന്നതും ഉൽപ്പാദനത്തെ വീണ്ടും വീണ്ടും വികസിപ്പിക്കുന്നതുമെങ്ങനെ എന്നൊക്കെ തൊഴിലാ ളികൾ നേരിട്ട് മനസിലാക്കിയിട്ടുണ്ട്. അതുകൊണ്ട് മറ്റ് പാർട്ടിമെമ്പർമാ

രേക്കാൾ തൊഴിലാളികൾക്ക് മാർക്സിന്റെ മിച്ചമൂല്യ സിദ്ധാന്തം കൂടു
തൽ ആഴത്തിൽ മനസിലാക്കുന്നതിന് കഴിയുമെന്നതിന് ധാരാളം അനു
ഭവങ്ങളുണ്ട്. വിശേഷിച്ചും മാർക്സിസം-ലെനിനിസത്തിന്റെ തത്വ
ങ്ങൾക്ക് കൂടുതൽ അനുയോജ്യമായ വിധത്തിലും കൂടുതൽ ശരിയായ
വിവിധ പ്രായോഗിക പ്രശ്നങ്ങളെ കാണുന്നതിലും കൈകാര്യം ചെയ്യു
ന്നതിലും മറ്റുള്ളവരേക്കാൾ കഴിവുള്ളവരാണ് അവരെന്ന് പലപ്പോഴും
തെളിയിച്ചിട്ടുണ്ട്. എന്തുകൊണ്ട് ഇതങ്ങനെ സംഭവിക്കുന്നു? എന്തുകൊ
ണ്ടെന്നാൽ അവർക്ക് തനി തൊഴിലാളിവർഗപരവും കമ്യൂണിസ്റ്റുമായ
ഉറച്ച നിലപാടും ആശയങ്ങളുമുണ്ട്, സംഗതികളുടെ നേരെ വസ്തുനി
ഷ്ഠമായ വീക്ഷണമുണ്ട്. മാത്രമല്ല അവരുടെ മനസിൽ മുൻകൂട്ടിയുണ്ടാ
ക്കിയ യാതൊരു ധാരണകളുമില്ല, സ്വകാര്യ പ്രശ്നങ്ങളെ സംബന്ധിച്ചോ
അശുദ്ധ സംഗതികളെക്കുറിച്ചോ യാതൊരു മനോവിഷമങ്ങളുമില്ല. അതു
കൊണ്ട് അവർക്ക് പെട്ടെന്നുതന്നെ സംഗതികളുടെ യാഥാർഥ്യങ്ങളെ
കാണുന്നതിലും യാതൊരു സംശയവും പ്രയാസവും കൂടാതെതന്നെ
സത്യത്തെ ധൈര്യപൂർവം ഉയർത്തിപ്പിടിക്കുന്നതിനും കഴിയുന്നു.

കമ്യൂണിസ്റ്റ് പാർട്ടിമെമ്പർമാരായ നമ്മുടെ ഇടയിൽ ഇപ്പോഴും
വളരെ അറുത്തുമുറിച്ചതും സുദൃഢവുമായ വർഗനിലപാടില്ലാത്ത,
ശരിയും ശുദ്ധവുമായ ആശയഗതിയില്ലാത്ത, പഴയ സമൂഹത്തിലെയും
മറ്റു വർഗങ്ങളുടെയും പല തരത്തിലുള്ള ആശയങ്ങളുടെയും ശീലങ്ങ
ളുടെയും അബദ്ധവിശ്വാസങ്ങളുടെയും അവശിഷ്ടങ്ങൾ ഇപ്പോഴും
ബാക്കിയുള്ള, ഇപ്പോഴും വ്യക്തിതാൽപര്യങ്ങളും സ്വകാര്യോദ്ദേശ്യങ്ങളും
എല്ലാത്തരം സ്വത്തുമോഹങ്ങളും സ്വാർഥവിചാരങ്ങളും വച്ചുപുലർത്തുന്ന
ആളുകളുണ്ടെങ്കിൽ, ലെനിനിസത്തിന്റെ സിദ്ധാന്തങ്ങളും പ്രവർത്തന
രീതിയും അഭ്യസിക്കുവാൻ തുടങ്ങുമ്പോൾ ഈ വക സംഗതികളും
മാർക്സിസം-ലെനിനിസത്തിന്റെ തത്വങ്ങളും നിഗമനങ്ങളും തമ്മിൽ
നിശ്ചയമായും സംഘട്ടനമുണ്ടാകും. അങ്ങനെ വരുമ്പോൾ അവർ ഒന്നു
കിൽ അവരുടെ ആ വക കാര്യങ്ങളോടും പോരാടി അവയെ നീക്കാൻ
ശ്രമിക്കുകയോ അല്ലെങ്കിൽ, അവരുടെ പഴയ അബദ്ധധാരണകൾക്ക്
പറ്റിയവിധം മാർക്സിസം-ലെനിനിസത്തിന്റെ തത്വങ്ങളെയും നിഗമന
ങ്ങളെയും ദുർവ്യാഖ്യാനം ചെയ്യാൻ ശ്രമിക്കുകയോ ചെയ്തെന്നുവരാം.
ഇത് അവരെ മാർക്സിസം-ലെനിനിസം പഠിക്കുന്നതിൽ നിന്ന് വിലക്കു
ന്നു. അങ്ങനെ മാർക്സിസം-ലെനിനിസത്തിന്റെ സാരമായ സത്ത
ഉൾകൊള്ളുന്നതിനും, ആ സാരമായ സത്തയെ അവരുടെ സ്വന്തം ആയു
ധമായി എടുക്കുന്നതിനും അവർ അശക്തരായിത്തീരും. കാരണം, അവ
രുടെ പഴയ വർഗദർശനവുമായി ഇതിനു യാതൊരു പൊരുത്തവുമില്ല.

കൂടാതെ തൊഴിലാളി വിപ്ലവത്തിനിടയ്ക്ക് അവർക്ക് പലതരത്തി
ലുള്ള പ്രായോഗികപ്രശ്നങ്ങളെ കൈകാര്യം ചെയ്യേണ്ടതായി വരുമ്പോൾ
പലപ്പോഴും മാർക്സിസം-ലെനിനിസത്തെ അടിസ്ഥാനമാക്കി ഈ
പ്രശ്നങ്ങളിൽ തീരുമാനമെടുക്കുകയെന്നത് അവരുടെ പഴയ ശീലങ്ങ

ളോടും അബദ്ധവിശ്വാസങ്ങളോടും പൊരുത്തപ്പെടാതെയും അവരുടെ സ്വകാര്യ താൽപ്പര്യങ്ങൾക്ക് പ്രതികൂലമായും വരും. ഇത്തരം സന്ദർഭ ങ്ങളിൽ നിസാരതയും സ്ഥിരതയില്ലായ്മയും സംശയങ്ങളും ആടിക്ക ളിയും അവരിൽ പൊന്തി വരുന്നു. പ്രശ്നങ്ങളെ തെറ്റുകൂടാതെ യഥോ ചിതം വസ്തുനിഷ്ഠമായി കൈകാര്യം ചെയ്യുന്നതിനോ സത്യത്തെ വിഷ മതകൂടാതെ നോക്കിക്കാണുന്നതിനോ ധൈര്യപൂർവം ഉയർത്തിപ്പിടിക്കു ന്നതിനോ അവർ അശക്തരായിത്തീരുന്നു. അറിഞ്ഞോ അറിയാതെയോ സത്യത്തെ മൂടിവയ്ക്കുകയും ദുർവ്യാഖ്യാനിക്കുകയും ചെയ്യുന്നതുവരെ അവർ പോയെന്നുവരും. സഖാക്കളെ, ഇത്തരം ഉദാഹരണങ്ങൾ തീരെ ദുർലഭമോ അപൂർവമോ അല്ല, സാധാരണ സംഭവങ്ങളാണ്.

അതുകൊണ്ട് നമുക്ക് പറയാൻ കഴിയും: കമ്യൂണിസ്റ്റ് പാർട്ടിയിലെ ഒരു മെമ്പർക്ക് തൊഴിലാളിവർഗത്തിന്റേതായ വ്യക്തവും സുദൃഢവും തെറ്റില്ലാത്തതും കറയറ്റതുമായ നിലപാടും ദർശനവും ഇല്ലെങ്കിൽ നിശ്ച യമായും അയാൾക്ക് മാർക്സിസം-ലെനിനിസത്തിന്റെ സിദ്ധാന്തവും പ്രവർത്തനരീതിയും മുഴുവൻ മനസിലാക്കുന്നതിനും, അതിൽ വിദഗ്ധ നായിത്തീരുന്നതിനും സാധ്യമല്ല.

അതുകൊണ്ട് കമ്യൂണിസ്റ്റ് പാർട്ടിമെമ്പർമാരുട വിദ്യാഭ്യാസത്തിൽ പ്രഥമമായും പ്രധാനമായും ഊന്നേണ്ടത് മറ്റെല്ലാ വിദ്യാഭ്യാസങ്ങൾക്കും അടിസ്ഥാനമായ ആശയവിദ്യാഭ്യാസമാണ്. ഇതിനെക്കുറിച്ച് ഞാൻ ഇനി പ്രതിപാദിക്കാം.

# പാർട്ടി മെമ്പർമാരുടെ ആശയപരമായ വിദ്യാഭ്യാസം

സഖാക്കളേ! കമ്മ്യൂണിസ്റ്റ് പാർട്ടി അംഗങ്ങളുടെ ആശയപരമായ വിദ്യാഭ്യാസത്തെപ്പറ്റി പ്രതിപാദിക്കുമ്പോൾ, നമ്മുടെ ചില പാർട്ടി അംഗ ങ്ങളുടെ ചിന്താഗതിയിൽ പ്രകടമായിട്ടുള്ള ചില പ്രത്യേക പ്രതിഭാസ ങ്ങളുടെ അടിസ്ഥാനത്തിൽ ഈ പ്രശ്നത്തെ പരിശോധിക്കുന്നതിന് ഞാൻ സംസാരിക്കാൻ പോകുന്നത് പാർട്ടിമെമ്പർമാരുടെ ഏറ്റവും അടി സ്ഥാനപരമായ ആശയഗതിയെപ്പറ്റിയാണ്.

മൊത്തത്തിൽ, ആശയപരമായ വിദ്യാഭ്യാസമെന്നാൽ എന്താണ്? അത് പ്രധാനമായും തൊഴിലാളിവർഗത്തിന്റെ ആശയഗതിയും മറ്റുള്ള ആശയഗതികളും തമ്മിൽ നമ്മുടെ മനസിൽ നടക്കുന്ന സമരമാണെ ന്നാണ് ഞാൻ കരുതുന്നത്; ഒരുവശത്ത് കമ്മ്യൂണിസ്റ്റ് ജീവിതവീക്ഷ ണവും കമ്മ്യൂണിസ്റ്റ് ലോകവീക്ഷണവും മറുവശത്ത് മറ്റെല്ലാ ജീവിത വീക്ഷണങ്ങളും ലോകവീക്ഷണങ്ങളും തമ്മിൽ മനസിൽ നടക്കുന്ന സമ രമാണത്; രണ്ട് ആശയങ്ങൾ തമ്മിലുള്ള സമരം: പാർട്ടി മെമ്പർമാരുടെ വ്യക്തിഗത താൽപ്പര്യങ്ങളും ലക്ഷ്യങ്ങളും പാർട്ടിയുടെയും ജനങ്ങളു ടെയും താൽപ്പര്യങ്ങളും ലക്ഷ്യങ്ങളും തമ്മിലുള്ള ഒരു സമരം.

ഇത് ഒരു നിശ്ചിതസമൂഹത്തിലെ ഭിന്നവർഗങ്ങളുടെ സാമ്പത്തി കവും രാഷ്ട്രീയവുമായ ആവശ്യങ്ങളെ പ്രതിഫലിപ്പിക്കുന്ന പരസ്പര വിരുദ്ധങ്ങളായ ആശയങ്ങളുടെ ഒരു സമരമാണെന്നാണ് ഞാൻ കണ ക്കാക്കുന്നത്. ഈ സമരത്തിന്റെ ഫലം, നമ്മുടെ പാർട്ടിമെമ്പർമാരുടെ ആശയഗതിയെ സംബന്ധിച്ചിടത്തോളം തൊഴിലാളിവർഗത്തിന്റെ ആശ യഗതി മറ്റെല്ലാ ആശയഗതികളെയും ജയിക്കുകയും സമൂലനാശം വരു

ത്തുകയും ചെയ്യുകയെന്നുള്ളതായിരിക്കണം, കമ്യൂണിസ്റ്റ് ജീവിതവീ ക്ഷണവും ലോകവീക്ഷണവും മറ്റെല്ലാ ജീവിതവീക്ഷണത്തെയും ലോക വീക്ഷണത്തെയും ജയിക്കുകയും സമൂലനാശം വരുത്തുകയും ചെയ്യു കയെന്നതായിരിക്കണം, പാർട്ടിയുടെയും വിപ്ലവത്തിന്റെയും മാത്രമല്ല, തൊഴിലാളിവർഗത്തിന്റെയും മനുഷ്യസമൂഹത്തിന്റെയും മോചനത്തിന്റെ പൊതുവായ താൽപ്പര്യങ്ങളും ലക്ഷ്യങ്ങളും പാർട്ടി മെമ്പർമാരുടെ വ്യക്തിഗത താൽപ്പര്യങ്ങളെയും ലക്ഷ്യങ്ങളെയും കീഴടക്കുകയും ഉൾക്കൊള്ളുകയും ചെയ്യുകയെന്നതായിരിക്കണം. ഫലം മറിച്ചാണ് തെളിയിക്കുന്നതെങ്കിൽ അതിന്റെ അർഥം രണ്ടാമത്തേത് ആദ്യത്തെ തിനെ കീഴ്പ്പെടുത്തിക്കളയുകയും പാർട്ടിമെമ്പർ പുറകോട്ടടിക്കുകയും ഒരു കമ്യൂണിസ്റ്റുകാരനെന്ന നിലയിലുള്ള അയാളുടെ യോഗ്യതകൾ ശിഥി ലമായിത്തീരുകയും ചെയ്യുകയെന്നുള്ളതാണ്. പാർട്ടി അംഗങ്ങളായ നമ്മെ സംബന്ധിച്ചിടത്തോളം നിശ്ചയമായും ഇത് ഭയങ്കരവും ആപൽക്കരവുമായ ഒരു അനുഭവമായിരിക്കും.

പാർട്ടിക്കുള്ളിലും പുറത്തുമുള്ള ആശയപരവും രാഷ്ട്രീയവും സാമ്പത്തികവുമായ എല്ലാ സമരങ്ങളുടെയും ഇടയ്ക്കാണ് കമ്യൂണിസ്റ്റു കാരായ നാം നമ്മുടെ സ്വന്തം ആശയങ്ങളെ കാച്ചിയെടുക്കുകയും വിപ്ല വപ്രവർത്തനത്തിൽ നിന്നും നാം സംഭരിച്ച അനുഭവങ്ങളെ എപ്പോഴും വിലയിരുത്തുകയും ഉൾക്കൊള്ളുകയും നമ്മുടെ സ്വന്തം ആശയങ്ങൾ മാർക്സിസം–ലെനിനിസത്തോടും തൊഴിലാളിവർഗത്തിന്റെ മോചനത്തി നുവേണ്ടിയുള്ള സമരത്തിന്റെ താൽപ്പര്യങ്ങളോടും തികച്ചും യോജിച്ച താണോ എന്നു പരിശോധിക്കുകയും വേണം. ഇത്തരത്തിലുള്ള പഠ നവും പര്യാലോചനയും സ്വയംപരിശോധനയും നടത്തുന്ന അവസര ത്തിൽതന്നെ നമ്മുടെ എല്ലാ തെറ്റായ ആശയങ്ങളെയും തുടച്ചുമാറ്റു കയും കമ്യൂണിസത്തിന്റെ താൽപ്പര്യങ്ങൾക്ക് എതിരായിത്തീരുന്ന ആശ യങ്ങളുടെ ലാഞ്ഛനപോലും മുളയിലേ നുള്ളിക്കളയുകയും ചെയ്യുകയെ ന്നുള്ളതാണ് ആശയപരമായ വിദ്യാഭ്യാസം കൊണ്ടു നാം ഉദ്ദേശിക്കു ന്നത്. അതും ആശയപരമായ സ്വയം ദൃഢീകരണത്തിന്റെ ഒരു രൂപവി ശേഷമാണ്.

സഖാക്കളേ! നിങ്ങൾക്കറിവുള്ളതുപോലെ, മനുഷ്യന്റെ എല്ലാ പ്ര വൃത്തികളും അവന്റെ ആശയഗതിയിൽ ഭരിക്കപ്പെടുന്നവയാണ്. കൂടാതെ ഓരോ മനുഷ്യനും അവന്റെ ആശയങ്ങൾക്കും പ്രവൃത്തികൾക്കും പൊതുവഴികാട്ടിയായി സ്വന്തം ജീവിതവീക്ഷണവും ലോകവീക്ഷണവു മുണ്ട്. അതുകൊണ്ട്, ആശയപരമായ വിദ്യാഭ്യാസം നിർവഹിക്കുന്ന കാര്യത്തിൽ കമ്യൂണിസ്റ്റുകാരായ നാം, ഒന്നാമതായും നമ്മുടെ ജീവിത വീക്ഷണത്തെയും ലോകവീക്ഷണത്തെയും വ്യക്തമായും വേർതിരിച്ചു കാണണം; കാരണം നമ്മുടെ എല്ലാ ആശയങ്ങളും പ്രവർത്തനങ്ങളും നമ്മുടെ ജീവിതവീക്ഷണത്തോടും ലോകവീക്ഷണത്തോടും ബന്ധപ്പെ ട്ടാണ് കിടക്കുന്നത്.

## കമ്യൂണിസമെന്നത് മനുഷ്യവർഗത്തിന്റെ ചരിത്രത്തിൽ മഹ ത്തരവും ഏറ്റവും മികച്ചു നിൽക്കുന്നതുമായ കാര്യമാണെന്ന് മനസിലാക്കേണ്ടത് അത്യാവശ്യമാണ്

കമ്യൂണിസ്റ്റുകാരായ നമ്മുടെ ജീവിതവീക്ഷണവും ലോകവീക്ഷ ണവും തൊഴിലാളിവർഗത്തിന്റെ ആശയസംഹിതയുടെ വ്യവസ്ഥയെ പ്രതിനിധീകരിക്കുന്നതായിരിക്കണം. അവ കമ്യൂണിസ്റ്റ് ജീവിതവീക്ഷ ണവും ലോകവീക്ഷണവുമാകുമെന്ന് മാത്രമല്ല കമ്യൂണിസ്റ്റുകാരായ നമ്മുടെ പ്രവർത്തനരീതികൂടിയാകുന്നു. ഈ വിഷയം മാർക്സിസ്റ്റ്‌–ലെ നിനിസ്റ്റ് സാഹിത്യങ്ങളിലും വിശിഷ്യദർശനസംബന്ധമായി മാർക്സും ലെനിനും എഴുതിയിട്ടുള്ള ഗ്രന്ഥങ്ങളിലും വളരെ ദീർഘമായി പ്രതിപാ ദിച്ചിട്ടുള്ളതുകൊണ്ടും നിങ്ങൾതന്നെ അതിനെപ്പറ്റി വളരെയധികം പഠി ച്ചിട്ടുള്ളതുകൊണ്ടും അതിനെക്കുറിച്ച് ഇന്ന് ഞാൻ യാതൊന്നും പറയാൻ ഉദ്ദേശിക്കുന്നില്ല. നമ്മുടെ മൗലികലക്ഷ്യമായ കമ്യൂണിസത്തെപ്പറ്റി നാമെ ങ്ങനെ മനസിലാക്കണം, മൊത്തത്തിൽ എന്താണ് കമ്യൂണിസം, കമ്യൂ ണിസ്റ്റുകാരായ നാം അതിനെ എങ്ങനെ അഭിവൃദ്ധിപ്പെടുത്തണം എന്ന തിനെപ്പറ്റി ഞാൻ ചുരുക്കി പറയാം.

കമ്യൂണിസ്റ്റ് പാർട്ടിമെമ്പർമാരായ നമ്മുടെ ഏറ്റവും മൗലികവും സാമാന്യവുമായ കടമയെന്താണ്? എല്ലാവരും മനസിലാക്കുന്നതുപോ ലെ, കമ്യൂണിസം സ്ഥാപിക്കുകയെന്നുള്ളതാണ്, ഇന്നത്തെ ലോകത്തെ ഒരു കമ്യൂണിസ്റ്റ് ലോകമായി മാറ്റുകയെന്നുള്ളതാണ് നമ്മുടെ കടമ. ഒരു കമ്യൂണിസ്റ്റുലോകം നല്ലതോ ചീത്തയോ? നമ്മളെല്ലാം മനസിലാക്കു ന്നത് അത് വളരെ നല്ലതാണെന്നാണ്. അത്തരമൊരു ലോകത്തിൽ ചൂഷ കരോ മർദകരോ ജന്മികളോ മുതലാളികളോ സാമ്രാജ്യവാദികളോ ഫാസിസ്റ്റുകളോ ഉണ്ടായിരിക്കില്ല. മർദിതരും ചൂഷിതരുമായ ആളുകൾ ഉണ്ടായിരിക്കുകയില്ല. അന്ധതയും അജ്ഞതയും അപരിഷ്കൃതത്വവു മുണ്ടായിരിക്കുന്നതല്ല. അത്തരമൊരു സമൂഹത്തിൽ, എല്ലാ മനുഷ്യ ജീവികളും നിസ്വാർഥമതികളും ഉന്നത സംസ്കാരവും സാങ്കേതിക പരി ജ്ഞാനവുമുള്ള പ്രതിഭാശാലികളുമായ കമ്യൂണിസ്റ്റുകാരായിത്തീരും. പരസ്പരം സഹായിക്കണമെന്നും സ്നേഹിക്കണമെന്നുമുള്ള മനോഭാവം മനുഷ്യരുടെയിടയിൽ പ്രബലപ്പെട്ടുവരും. പരസ്പര വൈരം, തമ്മിലടി, കൊലപാതകം മുതലായ യുക്തിരഹിതമായ നടപടികൾ യാതൊന്നും ഉണ്ടായിരിക്കയില്ല, നിശ്ചയമായും അത്തരമൊരു സമൂഹം മനുഷ്യവർഗ ത്തിന്റെ ചരിത്രത്തിൽ ഏറ്റവും നല്ലതും ഏറ്റവും സുന്ദരവും ഏറ്റവും മികച്ചതുമായ ഒരു സമൂഹമായിരിക്കും. അത്തരത്തിലുള്ള ഒരു സമൂഹം നല്ലതല്ലെന്ന് ആരു പറയും? ഇവിടെ ഒരു ചോദ്യമുദിക്കുന്നു; കമ്യൂണിസ്റ്റ് സമൂഹം കെട്ടിപ്പടുക്കുവാൻ കഴിയുമോ? "കഴിയും" എന്നാണ് നമ്മുടെ ഉത്തരം. ഇതിനെക്കുറിച്ച് മാർക്സിസം–ലെനിനിസത്തിന്റെ മുഴുവൻ സിദ്ധാന്തവും സംശയത്തിനിടമില്ലാത്തവിധം ശാസ്ത്രീയമായ ഒരു വിശ ദീകരണം നൽകുന്നുണ്ട്. മനുഷ്യസമൂഹത്തിലെ വർഗസമരത്തിന്റെ

ഏറ്റവും ഒടുവിലത്തെ ഫലമെന്ന നിലയ്ക്ക് അത്തരമൊരു സമൂഹം ഉരു ത്തിരിഞ്ഞെതീരു എന്നുകൂടി അത് വ്യക്തമാക്കുന്നുണ്ട്. യു എസ് എസ് ആറിലെ സോഷ്യലിസ്റ്റ് വിജയം ഇതിന് വസ്തുനിഷ്ഠമായ തെളിവ് നമുക്ക് തന്നിട്ടുണ്ട്. അതുകൊണ്ട് നമ്മുടെ കടമ കഴിയുന്നത്രവേഗം മനുഷ്യ സമൂഹ ചരിത്രത്തിൽ യാതൊന്നിന്റെ സാക്ഷാൽക്കരണം അനി വാര്യമാണോ ആ കമ്യൂണിസ്റ്റ് സമൂഹത്തെ സാക്ഷാൽക്കരിക്കുകയെ ന്നതാണ്.

ഇതാണ് ഒരു വശം. ഇതാണ് നമ്മുടെ ആദർശം. മറ്റൊരു വശമു ള്ളതും നാം മനസിലാക്കണം; അതായത്, കമ്യൂണിസത്തെ സാക്ഷാ ത്കരിക്കാൻ കഴിയും, സാക്ഷാത്കരിക്കുക തന്നെ വേണം എന്നത് വാസ്തവമാണെങ്കിലും ഇപ്പോഴും ശക്തിയേറിയ ശത്രുക്കളെയാണ് അതു നേരിടുന്നത്. ആ ശത്രുക്കളെ പരിപൂർണമായും അവസാനമായും എല്ലാതുറകളിലും തോൽപ്പിച്ചല്ലാതെ കമ്യൂണിസം സാക്ഷാത്കരിക്കാൻ സാധ്യമല്ല. ഇങ്ങനെ കമ്യൂണിസമെന്നതു നീണ്ടുനിൽക്കുന്നതും രൂക്ഷവും പ്രയാസമേറിയതും എന്നാൽ അവസാനം വിജയകരവുമായ ഒരു സമരത്തിന്റെ കാര്യമാണ്, പദ്ധതിയാണ്. അപ്രകാരമുള്ള ഒരു സമരം കൊണ്ടല്ലാതെ കമ്യൂണിസമുണ്ടാകാനേ പോകുന്നില്ല. നിശ്ചയമായും ഈ സമരം ചിലയാളുകൾ പറഞ്ഞിട്ടുള്ളതുപോലെ, യാദൃച്ഛികമായ ഒരു സാമൂഹ്യസംഭവമോ പ്രകൃത്യാതന്നെ വഴക്കാളികളായ ചില കമ്യൂണിസ്റ്റ് പാർട്ടിയുടെ ജനനം, സമരത്തിൽ കമ്യൂണിസ്റ്റുകാർ പങ്കുകൊള്ളുന്നത്, അവരുടെ സംഘടന, സമരനായകത്വം എന്നിതെല്ലാം സാമൂഹ്യവളർച്ച യുടെ നിയമങ്ങളനുസരിച്ചു തന്നെ ഉളവാകുന്നതും അനിവാര്യവുമായ സംഭവങ്ങളാണ്. എന്തുകൊണ്ടെന്നാൽ സാമ്രാജ്യവാദികളും ഫാസിസ്റ്റു കളും ജന്മികളും മുതലാളിമാരും–ചുരുക്കത്തിൽ, ചൂഷകന്മാർ–മനുഷ്യ സമൂഹത്തിലെ ബഹുഭൂരിപക്ഷത്തെയും, ചൂഷിതരും മർദിതരുമായ അവർക്കു ജീവിക്കാൻ കഴിയാതാകത്തക്കവണ്ണം മർദനങ്ങൾക്കും ചൂഷ ണങ്ങൾക്കുമെതിരായി സംഘടിക്കയല്ലാതെ മറ്റു പോംവഴിയില്ലെന്നു വര ത്തക്കവിധം–അല്ലാത്തപക്ഷം അവർക്ക് ജീവിക്കുവാനും വളരുവാനും സാധ്യമല്ല–അത്രയധികം മർദിക്കുകയും ചൂഷണം ചെയ്യുകയും ചെയ്തി ട്ടുണ്ട്. അതുകൊണ്ട് ഈ സമരം തികച്ചും സ്വാഭാവികവും ഒഴിച്ചുകൂ ടാൻ പാടില്ലാത്തതുമായ ഒരു സംഭവമാണ്. ഒരു വശത്ത്, നാം മനസി ലാക്കേണ്ടത് കമ്യൂണിസമെന്നത് മനുഷ്യവർഗത്തിന്റെ ചരിത്രത്തിൽ ഏറ്റവും മഹത്തായ ഒരു ആദർശമാണെന്നാണ്; കാരണം, കമ്യൂണിസം വർഗഭേദങ്ങള അവസാനമായി നശിപ്പിക്കും. മനുഷ്യവർഗത്തെ ഒന്നടങ്കം മോചിപ്പിക്കും, മനുഷ്യസമൂഹത്തെ ചരിത്രം ഇന്നുവരെ കണ്ടിട്ടില്ലാത്ത വിധം ആനന്ദത്തിന്റെ പാരമ്യത്തിലേക്ക് ഉയർത്തും. മറുവശത്ത്, നാം മനസിലാക്കേണ്ടത് കമ്യൂണിസമെന്നത് ഏറ്റവും പ്രയാസമേറിയതും ഉന്ന തവുമായ ഒരു ലക്ഷ്യമാണെന്നാണ്. കാരണം, കമ്യൂണിസത്തിന് അങ്ങേ യറ്റം ശക്തിമാനായ ഒരു ശത്രുവിനോട്, ചൂഷകവർഗങ്ങളോട് ജനങ്ങളു

ടെയിടയിൽ അവർക്കുള്ള എല്ലാ സ്വാധീനശക്തികളോടും പാരമ്പര്യങ്ങ ളോടും കീഴ്‌വഴക്കങ്ങളോടുമൊപ്പം പൊരുതി ജയം നേടേണ്ടിയിരിക്കുന്നു.

മഹത്തായ തൊഴിലാളിവർഗത്തിലും ചൂഷിതരും മർദ്ദിതരുമായ ബഹുജനസഞ്ചയത്തിലും വിശ്വസിച്ചുകൊണ്ടും ബഹുജനങ്ങളുടെ വിപ്ല വസമരങ്ങളെ നയിക്കുന്നതിലും സമൂഹത്തെ കമ്യൂണിസമെന്ന മഹ ത്തായ ലക്ഷ്യത്തിലേക്ക് വളർത്തിക്കൊണ്ടു വരുന്നതിലും മാർക്സിസം -ലെനിനിസത്തിന്റെ സമരതന്ത്രവും അടവും എടുത്തുപയോഗിച്ചു കൊണ്ടും കമ്യൂണിസ്റ്റ് പാർട്ടി അവസാനം വിജയം നേടുമെന്നുള്ളത് നിസ്സംശയമാണ്. ഇതെന്തുകൊണ്ടെന്നാൽ മനുഷ്യസമൂഹത്തിന്റെ സാമൂഹ്യപരിവർത്തനത്തിന്റെ ചരിത്രപരമായ ഗതി കമ്യൂണിസ്റ്റ് സമൂ ഹത്തിലേക്ക് മുന്നേറിക്കൊണ്ടിരിക്കയാണ്. ലോകതൊഴിലാളിവർഗത്തി ന്റെയും ചൂഷിതരും മർദ്ദിതരുമായ ബഹുജനങ്ങളുടെയും അണികളിൽ മഹത്തായ വിപ്ലവശക്തികൾ ഉറങ്ങിക്കിടപ്പുണ്ട്--അവയെ മൊത്തത്തിൽ കൂട്ടിയിണക്കി സംഘടിപ്പിച്ച് സമരസന്നദ്ധമാക്കിയാൽ മതി ചൂഷക വർഗങ്ങളിൽപ്പെട്ട എല്ലാ പിന്തിരിപ്പൻ ശക്തികളെയും പരാജയപ്പെടുത്തു ന്നതിനും ലോകമൊന്നടങ്കമുള്ള മുതലാളിത്തത്തെ വകവരുത്തുന്നതിനും അവയ്ക്ക് ശക്തിയുമുണ്ട്. കൂടാതെ, കമ്യൂണിസ്റ്റ് പാർട്ടിയും തൊഴിലാ ളിവർഗവും ഉയർന്നുകൊണ്ടും വളർന്നുകൊണ്ടുമിരിക്കുന്ന ശക്തികളു മാണ്. ഉയർന്നുകൊണ്ടും വളർന്നുകൊണ്ടിമിരിക്കുന്ന ശക്തികൾ മാത്ര മാണ് അജയ്യമായിട്ടുള്ളത്. ചൈനയിലെ കമ്യൂണിസ്റ്റ് പാർട്ടിയുടെ മുഴു വൻ ചരിത്രംകൊണ്ടും, സാർവദേശീയ കമ്യൂണിസ്റ്റ് പാർട്ടിയുടെയും തൊഴിലാളിപ്രസ്ഥാനങ്ങളുടെയും ഇന്നുവരെയുള്ള ചരിത്രംകൊണ്ടും ഇതിനെ പൂർണമായും തെളിയിക്കാൻ കഴിയും.

ഇന്നത്തെ നിലവച്ചു നോക്കുമ്പോൾ, കമ്യൂണിസം ഇപ്പോൾ തന്നെ ഭൂലോകത്തിന്റെ ആറിലൊരു ഭാഗമായ സോവിയറ്റ് യൂണിയനിൽ ഒരു മഹത്തായ വിജയം നേടിക്കഴിഞ്ഞിട്ടുണ്ട്. ലോകത്തുള്ള എല്ലാ രാജ്യ ങ്ങളിലെയും കമ്യൂണിസ്റ്റ് പ്രസ്ഥാനങ്ങൾ തീവ്രശക്തിയോടെ വളർന്നു വികസിച്ചുകൊണ്ടിരിക്കയാണ്. മാർക്സിസ്റ്റ്-ലെനിനിസ്റ്റ് സിദ്ധാന്തമാ കുന്ന ആയുധം ധരിച്ച് പോരാടാൻ കഴിവുള്ള കമ്യൂണിസ്റ്റ് പാർട്ടികൾ ഇന്ന് എല്ലാ രാജ്യങ്ങളിലും സ്ഥാപിക്കപ്പെട്ടു കഴിഞ്ഞിട്ടുണ്ട്. ലോകതൊ ഴിലാളിവർഗത്തിന്റെയും  ചൂഷിതരും മർദ്ദിതരുമായ ബഹുജനസഞ്ചയ ത്തിന്റെയും ശക്തി നിരന്തരസമരങ്ങളിൽ അതിവേഗത്തിൽ അണിനിര ത്തപ്പെട്ടുകൊണ്ടിരിക്കുന്നു. ഏകോപിക്കപ്പെട്ടു വരുന്നു. അതുകൊണ്ട്, കമ്യൂണിസം ഇന്ന് ലോകമൊട്ടാകെയുള്ള ശക്തിമത്തും അജയ്യവുമായ ഒരു ശക്തിയായിത്തീർന്നിട്ടുമുണ്ട്. ഈ ശക്തി നിരന്തരം വളർന്നു കൊണ്ടും അഭിവൃദ്ധിപ്പെട്ടുകൊണ്ടുമിരിക്കയും അവസാനം പൂർണവി ജയം കരസ്ഥമാക്കുകയും ചെയ്യുമെന്നുള്ളതിൽ കടുകിടയ്ക്ക് സംശയ ത്തിനവകാശമില്ല. ഇതൊക്കെയാണെങ്കിലും സാർവദേശീയ പിന്തിരിപ്പൻ ശക്തികളുടെയും ചൂഷകവർഗങ്ങളുടെയും ശക്തി ഇപ്പോഴും നമ്മുടെ

തിനേക്കാൾ തുലോം കൂടുതലും തൽക്കാലത്തേക്ക് പല വിധത്തിലും പ്രബലപ്പെട്ടു കൊണ്ടിരിക്കുന്നതുമാണ്. അതുകൊണ്ട്, ശത്രുക്കളെ അടി യറ പറയിക്കുന്നതിന് മുമ്പ് നമുക്ക് നീണ്ടകാലത്തെ കഠിനവും വള ഞ്ഞുപിരിഞ്ഞതും പ്രയാസമേറിയതുമായ സമരത്തിലൂടെ കടന്നുപോ കേണ്ടതുണ്ട്.

ചൂഷകവർഗങ്ങൾ ആയിരമായിരം വർഷങ്ങളോളം മനുഷ്യവർഗ ത്തിന്റെമേൽ ഭരണം നടത്തിയിട്ടുള്ളതുകൊണ്ട് സൂര്യനുതാഴെയുള്ള എല്ലാം പിടിച്ചടക്കി തങ്ങളെ അങ്ങേയറ്റം ശക്തരാക്കുക മാത്രമല്ല ചെയ്തിട്ടുള്ളത്. പിന്നെയോ? ചൂഷിതവർഗങ്ങളുടെമേലും സമൂഹത്തി ലുള്ള എല്ലാ ജനങ്ങളുടേമേലും അങ്ങേയറ്റം ദുഷിച്ച ഒരു സ്വാധീനശക്തി ചെലുത്തിയിട്ടുമുണ്ട്. ഈ സ്വാധീനശക്തികൾ അപരിഷ്കൃതം, അജ്ഞ ത, സ്വാർഥത, പരസ്പരവഞ്ചന, പരസ്പരംവൈരം, കൊലപാതകം തുട ങ്ങിയ സമൂഹത്തിലുള്ള എല്ലാ ദോഷങ്ങൾക്കും  വഴിതെളിക്കുന്നു. ഈ വിശേഷത ഒരു വർഗസമൂഹത്തിൽ, വിശേഷിച്ചും ചരക്കുൽപ്പാദനത്തെ അടിസ്ഥാനമാക്കിയ സാമ്പത്തിക വ്യവസ്ഥയുള്ള ഒരു സമൂഹത്തിൽ സംഭവിക്കുന്ന ഒന്നാണ്. ചൂഷക വർഗങ്ങൾ തങ്ങളുടെ സ്വന്തം വർഗ താൽപ്പര്യങ്ങളെയും വർഗവാഴ്ചയെയും സംരക്ഷിക്കുന്നതിനുവേണ്ടി പടച്ചുവിട്ടിട്ടുള്ള അനിവാര്യസ്ഥിതിയാണിത്. കാരണം, ചൂഷിതവർഗ ത്തിൽപ്പെട്ട ജനസഞ്ചയങ്ങളുടെയും കൊളോണിയൽ ജനതകളുടെയും അപരിഷ്കൃതത്വം, അജ്ഞത, ഭിന്നിപ്പ്, അനൈക്യം എന്നിവ കൂടാതെ ചൂഷകവർഗങ്ങൾക്ക് ചൂഷകരെന്ന തങ്ങളുടെ നില വച്ചുപുലർത്തുക അസാധ്യമായി തീരും. അതുകൊണ്ട്, വിജയം കരസ്ഥമാക്കുന്നതിന് ചൂഷ കവർഗങ്ങൾക്കെതിരായി ചൂഷകവർഗങ്ങൾക്കുള്ള ചിരസഞ്ചിതമായ സ്വാധീനശക്തികൾക്കെതിരായും അവരുടെ പരിഷ്കൃതാശയഗതിക്കും ഭാവനക്കുമെതിരായും മൂർച്ചയേറിയ  സമരം നാം നടത്തണം. അങ്ങനെ ചൂഷകവർഗങ്ങളെ പരാജയപ്പെടുത്താൻ കഴിവുള്ള നിലവാരത്തിലേക്കു ജനങ്ങളുടെ ബോധത്തെ ഉയർത്തണം, അവരെ ഏകോപിപ്പിക്കണം. കമ്യൂണിസത്തിനുവേണ്ടിയുള്ള സമരത്തിൽ നമ്മെ അഭിമുഖീകരിക്കുന്ന വിഷമത ഇതിലാണ് സ്ഥിതിചെയ്യുന്നത്.

സഖാക്കളേ! ചില ആളുകൾ ഭാവിക്കുന്നതുപോലെ ബഹുജനവി ഭാഗങ്ങൾ എല്ലാവിധ ബോധവും ഉള്ളവരും സംഘടിതരും ചൂഷകവർഗ ങ്ങളുടെയും അപരിഷ്കൃതചിന്തകളുടെയും പിടിയിൽനിന്നും വിമുക്തരും ആയിരുന്നുവെങ്കിൽ വിപ്ലവത്തിന്റെ കാര്യത്തിൽ പിന്നെന്തു വിഷമതക ളാണ് ശേഷിക്കുന്നത്? ചൂഷകവർഗങ്ങളുടെ അത്തരം സ്വാധീനതകൾ വിപ്ലവത്തിന് വളരെമുമ്പ് ഉണ്ടെന്നുതന്നെയല്ല, വിപ്ലവത്തിന്റെ വിജയ ത്തിനുശേഷവും ചൂഷിതവർഗങ്ങൾ ചൂഷകവർഗങ്ങളെ അവരുടെ രാഷ്ട്രീയ അധികാരസ്ഥാനത്തുനിന്നും പിഴുതെറിഞ്ഞതിനുശേഷവും വളരെക്കാലത്തേക്ക് അവ തുടർന്നു നിലനിൽക്കും. ഒന്നാലോചിച്ചു നോക്കൂ: മനുഷ്യസമൂഹത്തെ ഒന്നടക്കം മോചിപ്പിക്കുന്നതിനും നവീക

രിക്കുന്നതിനും ചൂഷകവർഗങ്ങളെയും അവർക്ക് ജനങ്ങളുടെയിടയി ലുള്ള സ്വാധീനശക്തികളെയും അവസാനമായി നശിപ്പിക്കുന്നതിനും ലക്ഷക്കണക്കിലുള്ള ചെറുതരം ചരക്കുൽപ്പാദകന്മാരെ പരിഷ്കരിക്കു ന്നതിനും വർഗങ്ങളെ അവസാനമായി ഇല്ലാതാക്കുന്നതിനും ക്രമേണ ക്രമേണയായി പഴയ രീതിയിലുള്ള എല്ലാ മാമൂലുകളോടും പാരമ്പര്യ ങ്ങളോടും, അപരിഷ്കൃതചിന്തകളോടും കൂടിയ വർഗസമൂഹത്തിൽ ആയിരമായിരം വർഷങ്ങളായി ജീവിച്ചുപോരുന്ന മനുഷ്യവർഗത്തെ ഉദ്ധ രിക്കുന്നതിനും (ഇത്തരം വർഗസമൂഹത്തിൽ മനുഷ്യർ പരസ്പരം മൽസ രിക്കുകയും കൊല്ലുകയും ചെയ്യുന്നു. അങ്ങനെ സ്വാർഥവിചാരങ്ങളും മാമൂലുകളും പരസ്പരവഞ്ചനകളും വൈരവും സൃഷ്ടിക്കുന്ന വിവിധ വർഗങ്ങളായി ഭാഗിക്കപ്പെട്ടിരിക്കുന്നു). അങ്ങനെ ഏറ്റവും ഉയർന്ന ബുദ്ധി വിശേഷവും നിസ്വാർഥതയും വളരെ ഉയർന്ന നിലവാരത്തിലുള്ള സംസ്കാരവും സാങ്കേതിക പരിജ്ഞാനസമ്പത്തുമുള്ള ഒരു കമ്യൂണിസ്റ്റ് മനുഷ്യവർഗമായി ഉയർത്തുന്നതിന് നാമൊരുമ്പെടുകയാണെങ്കിൽ കുഴ ഞ്ഞുമറിഞ്ഞതും വിഷമമേറിയതുമായ എത്രയെത്ര കടമകളും സമര ങ്ങളും നാമേറ്റെടുത്തു നടത്തേണ്ടതുണ്ട്?

ലെനിൻ പറഞ്ഞു:

വർഗങ്ങളെ നിർമാർജനം ചെയ്യുകയെന്നാൽ ജന്മികളെയും മുത ലാളികളെയും പുറത്താക്കുകയെന്നു മാത്രമല്ല അർഥം–താരത മ്യേന അനായാസമായി നാം അത് നിർവഹിച്ചിട്ടുണ്ട്; ചെറുതരം ചരക്കുൽപ്പാദകന്മാരെകൂടി നിർമാർജനം ചെയ്യണമെന്നാണർഥം. അവരെ നിശ്ശേഷം തുടച്ചുനീക്കാനോ അടിച്ചമർത്താനോ സാധ്യ മല്ല; നാമവരോട് രഞ്ജതയിൽ വർത്തിക്കണം; വളരെക്കാലത്തെ സാവധാനവും ജാഗ്രതയോടു കൂടിയതുമായ സംഘടനാപ്ര വർത്തനം കൊണ്ടുമാത്രമേ അവരെ പുതുക്കി രൂപപ്പെടുത്തു വാനും പുതുതായി വിദ്യാഭ്യാസം ചെയ്യിക്കാനും കഴിയൂ. തൊഴി ലാളിവർഗത്തിൽ കടന്നുകൂടി അവരെ വഴിതെറ്റിക്കുന്നതും തൊഴിലാളിവർഗത്തിനിടയിൽ പെറ്റി ബുർഷ്വാ കാടുകേറ്റരം, ഭിന്നിപ്പ്, വ്യക്തിവാദം, മാറിമാറിയുള്ള ഉന്മേഷവും മടുപ്പും എന്നീ ദോഷങ്ങളെ ഇളക്കിവിട്ട് തുടരെയുള്ള അധഃപതനങ്ങൾക്കിടയാ ക്കുന്നതുമായ പെറ്റിബുർഷ്വാ പരിതഃസ്ഥിതികൊണ്ട് അവർ തൊഴിലാളിവർഗത്തെ എല്ലാ വശത്തുകൂടിയും വലയം ചെയ്യു ന്നു. ഇതിനെ തടയുന്നതിന് തൊഴിലാളിവർഗത്തിന്റെ രാഷ്ട്രീയ പാർട്ടിക്കുള്ളിൽ വളരെ കൃത്യമായ കേന്ദ്രീകരണവും അച്ചട ക്കവും ആവശ്യമാണ്. തൊഴിലാളിവർഗത്തിന്റെ സംഘടനാപര മായ കടമ (അതിന്റെ മുഖ്യകടമയാണത്) ശരിയായും ഫലപ്രദ മായും വിജയകരമായും നിറവേറ്റാൻ അത്യാവശ്യമാണ്.....കോടി ക്കണക്കിലുള്ള ആളുകളുടെ ശീലത്തിന്റെ ശക്തി ഏറ്റവും ഭങ്കര മായ ഒരു ശക്തിയാണ്......കോടിക്കണക്കുള്ള ചെറുകിട ഉടമക

ളെ...പരാജയപ്പെടുത്തുന്നതിനേക്കാൾ ആയിരം മടങ്ങ് എളുപ്പ
മാണ് കേന്ദ്രീകൃതമായ വൻകിട ബൂർഷ്വാസിയെ തോൽപ്പിച്ച്
തുന്നംപാടിക്കുകയെന്നത്; അത് അവരുടെ സാധാരണവും
ദൈനികവും അദൃശ്യവും പിടികിട്ടാത്തതും നൈരാശ്യകരവു
മായ പ്രവർത്തനം കൊണ്ട് ബൂർഷ്വാസിക്ക് ആവശ്യമായതും
ബൂർഷ്വാസിയെ പൂർവസ്ഥിതിയിലാക്കുന്നതിന് ഉപകരി
ക്കുന്നതുമായ അതേ ഫലങ്ങളെത്തന്നെ ഉണ്ടാക്കുന്നു.

ലെനിൻ തുടരുന്നു:

ബൂർഷ്വാസിയുടെ എതിർപ്പ്, ഒരു രാജ്യത്തു മാത്രമാണെങ്കിലും
അതിനെ അട്ടിമറിച്ചതിനുശേഷം പതിൻമടങ്ങു വർധിച്ചി
രിക്കുന്നു. അതിന്റെ ശക്തി സാർവദേശീയ മൂലധനത്തിന്റെ ഉറ
പ്പിൽ മാത്രമല്ല സ്ഥിതി ചെയ്യുന്നത്, അതിന്റെ സാർവദേശീയ
ബന്ധങ്ങളുടെ ഉറപ്പിലും സ്ഥായിത്വത്തിലും മാത്രമല്ല, ചെറുകിട
ഉൽപ്പാദനത്തിന്റെ ശീലശക്തിയിലും ഉറപ്പിലും കൂടിയാണ്.
എന്തുകൊണ്ടെന്നാൽ, ദുർഭാഗ്യവശാൽ, ചെറുകിട ഉൽപ്പാദനം
ഇപ്പോഴും ധാരാളമായും ലോകമൊട്ടാകെ വ്യാപിച്ചു കിടക്കുന്ന
ഒന്നാണ്, അതു മുതലാളിത്തത്തെയും ധനികവർഗത്തെയും
തുടർച്ചയായി, ദിവസേന, മണിക്കൂർതോറും, സ്വയമേവ,
വൻതോതിൽ സൃഷ്ടിച്ചുവിടുന്നു. ഇപ്പറഞ്ഞ കാരണങ്ങളാ
ലെല്ലാം തൊഴിലാളിവർഗത്തിന്റെ സർവാധിപത്യം വളരെ പ്രധാ
ന്യമർഹിക്കുന്ന ഒന്നാണ്. മാത്രമല്ല നീണ്ടകാലത്തെ വാശിയേറി
യതും ധീരോദാത്തവുമായ ജീവൻമരണസമരം കൂടാതെ
സ്ഥിരോൽസാഹവും അച്ചടക്കവും ചങ്കുറപ്പും വിട്ടുവീഴ്ചയില്ലാ
യ്മയും മാനസികൈക്യവും വേണ്ടതായ സമരം കൂടാതെ,
ബൂർഷ്വാസിയുടേമേൽ വിജയം വരിക്കുക അസാധ്യം തന്നെയാണ്.

സോവിയറ്റ് യൂണിയനിലെ ഒക്ടോബർ വിപ്ലവത്തിന്റെ വിജയത്തിനു
ശേഷം രണ്ടുവർഷം കഴിഞ്ഞാണ് ലെനിൻ ഇതെഴുതിയത്. (ഏറ്റവും
വിഷമം പിടിച്ച ഈ കടമ സോവിയറ്റ് യൂണിയനിൽ ഇന്നു പരിഹരിക്ക
പ്പെട്ടു കഴിഞ്ഞിട്ടുണ്ട്). എങ്കിലും വിപ്ലവത്തിന്റെ വിജയത്തിനുശേഷവും
തൊഴിലാളിവർഗത്തിന് വിഷമമേറിയ കടമ നിറവേറ്റുവാനുണ്ട്. കാരണം
നമ്മുടെ വിപ്ലവം ചരിത്രത്തിലുള്ള മറ്റെല്ലാ വിപ്ലവങ്ങളേക്കാളും തുലോം
വ്യത്യസ്തമാണ്. ഉദാഹരണത്തിന്, ബൂർഷ്വാവിപ്ലവം ഭരണാധികാരം
പിടിച്ചെടുക്കുന്നതോടുകൂടി അവസാനിക്കുന്നു. എന്നാൽ, തൊഴിലാളി
വർഗത്തിന്, രാഷ്ട്രീയ മോചനവും വിജയവുമെന്നുവെച്ചാൽ വിപ്ലവ
ത്തിന്റെ പ്രാരംഭം മാത്രമേ ആകുന്നുള്ളൂ. രാഷ്ട്രീയസ്വാതന്ത്ര്യം നേടി
യതിന് ശേഷവും വമ്പിച്ച കടമകൾ പിന്നെയും മുമ്പിൽ ശേഷിക്കുക
യാണ്.

ലെനിൻ ഇതുകൂടി പറയുന്നു:

ബൂർഷ്വാവിപ്ലവത്തിന് ഒരു കടമ മാത്രമേ നേരിടേണ്ടതായിവരു
ന്നുള്ളൂ-പഴയ സമൂഹത്തിന്റെ എല്ലാ ചങ്ങലകളെയും പൊട്ടിച്ചെ
റിഞ്ഞ്, പുറംതള്ളി, നശിപ്പിക്കുക. ഈ കടമ മുഴുമിച്ചു കഴിഞ്ഞി
ട്ടുള്ള ഏത് ബൂർഷ്വാവിപ്ലവവും അതിന് ചെയ്യാനുള്ളതെല്ലാം
ചെയ്തു കഴിഞ്ഞിരിക്കും. ബൂർഷ്വാവിപ്ലവം മുതലാളിത്തത്തിന്റെ
വളർച്ചയെ ത്വരിതപ്പെടുത്തുന്നു. സോഷ്യലിസ്റ്റ് വിപ്ലവം തികച്ചും
ഒരു വ്യത്യസ്ത നിലയിലുള്ളതാണ്. ചരിത്രത്തിലെ ഒരു സവി
ശേഷഘട്ടത്തിന്റെ ഫലമായി കൂടുതൽ പിന്നോക്കം നിൽക്കുന്ന
ഒരു രാജ്യമാണ് സോഷ്യലിസ്റ്റ് വിപ്ലവത്തിൽ ഏർപ്പെടുവാൻ
നിർബന്ധിതമായിത്തീരുന്നത് എങ്കിൽ പഴയ മുതലാളിബന്ധ
ത്തിൽനിന്നും സോഷ്യലിസ്റ്റ് ബന്ധത്തിലേക്ക് കടക്കുകയെന്നത്
കൂടുതൽ വിഷമം പിടിച്ചകാര്യമായിരിക്കും. ഇവിടെ പഴയതിനെ
നശിപ്പിക്കുകയെന്ന കടമയോടുകൂടി പുതിയതും മുമ്പെങ്ങും
കണ്ടിട്ടില്ലാത്തതുമായ ഒരു വിഷമമേറിയ കടമ- സംഘടനാപര
മായ കടമ കൂടുതലായുണ്ട്.

അതുകൊണ്ട്, വിപ്ലവത്തിന്റെ വിജയത്തിനുശേഷവും തൊഴിലാളിവർഗ
ത്തിന് വിഷമമേറിയ കടമകൾ നിർവഹിക്കാനുണ്ട്. അതിനാൽ കമ്യൂ
ണിസമെന്നത് 'ഒരു നൂറ്റാണ്ടുകാലത്തോളം നീണ്ടു നിൽക്കുന്ന ഒരു മഹ
ത്തായ കടമ'യോടു സദൃശമാണ്; 'ഒറ്റയടിക്, കമ്യൂണിസം നടപ്പിലാ
ക്കാൻ ഒരിക്കലും സാധ്യമല്ല': ഭിന്നരാജ്യങ്ങളിലെ തൊഴിലാളിവർഗ
ങ്ങൾക്ക് കമ്യൂണിസ്റ്റ് സമൂഹം അവസാനമായി സ്ഥാപിക്കാൻ കഴിയു
ന്നതിനുമുമ്പ് പ്രസ്ഥാനത്തിന്റെ വളർച്ചയുടെ വിവിധ ദശകളെ തരണം
ചെയ്യുവാനുണ്ട്. വിവിധ ശത്രുക്കളെ തോൽപ്പിച്ചു കീഴടക്കുവാനുണ്ട്.
ഉദാഹരണത്തിന്. ചൈന ഇന്ന് ഒരു ബൂർഷ്വാസ്വഭാവമുള്ള ജനാധിപത്യ
വിപ്ലവത്തിന്റെ ഘട്ടത്തിലാണ് സ്ഥിതി ചെയ്യുന്നത്. അതിന്റെ ശത്രുക്കൾ
ചൈനക്കെതിരായി ആക്രമണം നടത്തുന്ന സാമ്രാജ്യത്വവും അതിനോടു
കൂട്ടുകെട്ടിലേർപ്പെട്ടിരിക്കുന്ന ഫ്യൂഡൽ ശക്തികളുമാണ്. ബൂർഷ്വാസ്വ
ഭാവമുള്ള വിപ്ലവം മുഴുമിക്കാൻ കഴിയുന്നതിനുമുമ്പ് ഈ ശത്രുക്കളെ
തോൽപ്പിച്ചു കീഴടക്കിക്കഴിഞ്ഞിരിക്കണം. ഇന്നും ചെറുകിട ഉൽപ്പാദക
ന്മാരുടേതായ വലിയൊരു വിഭാഗം വിപ്ലവത്തിലേക്ക് വളരെ വലിയ ഒരു
പ്രേരകശക്തിയാണ്. നമ്മുടെ രാജ്യത്തിന് ക്രമാനുഗതമായ മാറ്റ
ത്തിൽകൂടെ കമ്യൂണിസ്റ്റ് സമൂഹത്തിൽ അവസാനമായി കടക്കുവാൻ
കഴിയുന്നതിനുമുമ്പ് സോഷ്യലിസ്റ്റ് പുനഃസംവിധാനത്തിന്റെ വളരെ
നീണ്ട ഒരു കാലഘട്ടത്തെ തരണം ചെയ്യേണ്ടതുണ്ട്.

സഖാക്കളേ! കമ്യൂണിസം സ്ഥാപിക്കുകയെന്നുള്ളതാണ് നമ്മുടെ
ഏറ്റവും മൗലികമായ കടമ, അതുകൊണ്ട്, കമ്യൂണിസത്തെ നേരിട്ടു
കൊണ്ടിരിക്കുന്ന മേൽപ്രസ്താവിച്ച വിധത്തിലുള്ള പ്രതിബന്ധങ്ങളെ

കീഴടക്കുകയെന്നുള്ളത് സ്വാഭാവികമായയും കമ്യൂണിസ്റ്റുകാരായ നമ്മുടെ ഭാരിച്ച കടമയാണ്.

കമ്യൂണിസമെന്നത് അത്രയധികം മഹത്തും പ്രതിബന്ധം നിറഞ്ഞ തുമായ ഒരു ലക്ഷ്യമാണെന്നുള്ളതുകൊണ്ടുതന്നെ കമ്യൂണിസം സ്ഥാപി ക്കുന്നതിന്റെ സാധ്യതയിൽ വിശ്വാസം നശിച്ചുപോയതു നിമിത്തം കമ്യൂ ണിസത്തെപ്പറ്റി സംശയിക്കുന്നവരോ കമ്യൂണിസ്റ്റ് പക്ഷത്തുനിന്നും പിൻമാറണമെന്ന് ആഗ്രഹിക്കുന്നവരോ ആയ വളരെ ആളുകൾ (നീതി ബോധമുള്ളവരും സത്യാന്വേഷകരുമായ ആളുകളെപ്പറ്റിയാണ് നാമിവിടെ സംസാരിക്കുന്നത്) ഇന്നുമുണ്ട്. മനുഷ്യസമൂഹത്തെ വളർത്തുവാനും നിസീമമായ വിശുദ്ധിയുള്ള ഒരു കമ്യൂണിസ്റ്റ് സമൂഹമാക്കി അതിനെ മാറ്റുവാനും മേൽപ്പറഞ്ഞ വിഷമതകളെയും പ്രതിബന്ധങ്ങളെയും ജയിച്ച് കീഴടക്കുവാനും കഴിയുമെന്ന് അവർ വിശ്വസിക്കുന്നില്ല. അഥവാ അവർ അത്തരം വിഷമതകളെ മുൻകൂട്ടി അനുഭവിച്ചറിഞ്ഞിട്ടുള്ളവരല്ല, അതു കൊണ്ട് വിഷമങ്ങളെ നേരിടുമ്പോൾതന്നെ അവർ ദോഷൈകദൃക്കുകളും നിരാശിതരും ചഞ്ചലമനസ്കരുമായിത്തീരുന്നു.

കമ്യൂണിസ്റ്റുകാരായ നാം മനുഷ്യവർഗത്തിന്റെ ഏറ്റവും മഹത്തായ ധൈര്യവും വിപ്ലവപരമായ മനോദാർഢ്യവും സമ്പാദിക്കണം. ഓരോ പാർട്ടിമെമ്പറും മനുഷ്യ സമൂഹത്തിന്റെ ചരിത്രത്തിൽ മുമ്പെങ്ങുമുണ്ടാ യിട്ടില്ലാത്തതും വമ്പിച്ചതുമായ ഈ കടമയെ– കമ്യൂണിസത്തെ സാക്ഷാ ത്കരിക്കുകയെന്ന കടമയെ– ഭാരമേൽക്കുന്നതിനെകുറിച്ചു സന്തോഷ ത്തോടു ഗൗരവപൂർവമായും തീരുമാനമെടുക്കണം. കമ്യൂണിസം അഭി മുഖീകരിച്ചുകൊണ്ടിരിക്കുന്ന വിഷമതകളെ കാണുമ്പോൾ നാം ഒട്ടും തന്നെ ഭയപ്പെടാറില്ല. കാരണം വിപ്ലവത്തിലേക്കു ലക്ഷക്കണക്കിന് ആളു കളെ ആകർഷിച്ചുകൊണ്ടിരിക്കുന്ന കാലഘട്ടത്തിൽ ഈ പ്രതിബന്ധ ങ്ങളെ നിശ്ചയമായും അതിജീവിക്കുന്നതിനു കഴിയുമെന്നു നാം വ്യക്ത മായും മനസിലാക്കുന്നുണ്ട്. കമ്യൂണിസം 'ഒരു നൂറ്റാണ്ടുകാലത്തെ അധ്വാനംകൊണ്ട്' സാധിക്കേണ്ട കാര്യമാണെന്നു നമുക്കു വ്യക്തമായു മറിയാം. ചരിത്രപരമായ പരിവർത്തനം നമ്മിൽ ചുമത്തിയിട്ടുള്ള മഹ ത്തായ കടമ നാം നിർവഹിച്ചേ മതിയാവു. മഹത്തായ ബഹുജനസഞ്ച യങ്ങളുടെ പിന്തുണ നമുക്കുണ്ട്. നമ്മുടെ ഈ തലമുറയിൽത്തന്നെ കമ്യൂ ണിസത്തിനു വേണ്ടിയുള്ള കടമയുടെ ഒരു വലിയ പങ്ക് നാം നിർവഹി ക്കുകയും അതിന്റെ അവസാന പൂർത്തീകരണം വരുന്ന തലമുറയ്ക്ക് വിട്ടുകൊടുക്കുകയും വേണം. സഖാക്കളെ! കമ്യൂണിസ്റ്റുകാരായ നമ്മുടെ മഹത്തായ ദർശനത്തോടും ധീരതയോടും കിടപിടിക്കത്തക്ക ഒരൊറ്റ വീരപുരുഷനെപോലും മനുഷ്യസമൂഹത്തിന്റെ കഴിഞ്ഞകാല ചരിത്ര ത്തിലെ ഏടുകളിൽ കണ്ടിട്ടില്ല. ഈ സംഗതിയിൽ നമുക്ക് നമ്മെപ്പറ്റി അഭിമാനിക്കാൻ എല്ലാ ന്യായവും ഉണ്ട്.

പടിഞ്ഞാറൻ യൂറോപ്പിലുള്ള പണ്ഡിതനായ ഒരു ബൂർഷ്വാ ജീവ ചരിത്രകാരനെ ഞാനോർക്കുന്നു. അദ്ദേഹമൊരിക്കൽ സോവിയറ്റ് യൂണി

യൻ സന്ദർശിച്ചപ്പോൾ സഖാവ് സ്റ്റാലിനോടു ചോദിച്ചു: റഷ്യയിലെ 'മഹാ നായ പീറ്ററിനോട്' (പീറ്റർ ദ ഗ്രേറ്റ്) ലെനിനെ താരതമ്യപ്പെടുത്തി പറ യുന്നതിനെക്കുറിച്ച് അദ്ദേഹം എന്തു വിചാരിക്കുന്നുവെന്ന്. അതിന് സ്റ്റാലിന്റെ മറുപടി: "ഒരു മഹാസമുദ്രത്തിലെ ജലപെരുപ്പത്തിനോട് ലെനിനെ നാം ഉപമിക്കുകയാണെങ്കിൽ 'പീറ്റർ ദ ഗ്രേറ്റ്' അതിലെ ഒരു നീർത്തുള്ളിമാത്രമായിരിക്കും." സഖാക്കളെ! തൊഴിലാളിവർഗത്തിനു വേണ്ടി നിലകൊള്ളുന്ന ഒരു കമ്യൂണിസ്റ്റ് നേതാവും ഫ്യൂഡൽ-ബൂർഷ്വാ വർഗങ്ങൾക്കു വേണ്ടി പോരാടിയ നേതാവും തമ്മിൽ അവർക്ക് ചരിത്ര ത്തിലുള്ള സ്ഥാനത്തെ അടിസ്ഥാനമാക്കി നോക്കിയാൽ അത്തരം താര തമ്യമാണുള്ളത്. ഈ താരതമ്യപഠനത്തിൽ നിന്നും കമ്യൂണിസത്തിന്റെ വിജയത്തിനും മനുഷ്യവർഗത്തിന്റെ ഒട്ടാകെയുള്ള മോചനത്തിനും വേണ്ടി പടപൊരുതുന്ന ഒരു നേതാവ് എത്ര മഹോന്നതനും ഒരുപിടി ചൂഷകരുടെയും ഇത്തിൾകണ്ണികളുടെയും താൽപ്പര്യത്തിനുവേണ്ടി സമരം ചെയ്യുന്ന ഒരു നേതാവ് എത്ര നിസാരനുമാണെന്നു നമുക്കു കാണാൻ കഴിയും.

കമ്യൂണിസ്റ്റ്പാർട്ടി മെമ്പർമാർക്ക് മഹത്തരങ്ങളായ ആശയങ്ങളു ണ്ട്. മഹത്തരങ്ങളായ സമരലക്ഷ്യങ്ങളുണ്ട്. 'മൂർത്ത യാഥാർഥ്യങ്ങളെ പരിശോധിച്ചു സത്യം കണ്ടെത്തുന്നതിനുള്ള' വമ്പിച്ച പ്രായോ ഗികബോധമുണ്ട്. കമ്യൂണിസ്റ്റുകാരായ നമ്മുടെ സ്വഭാവലക്ഷണങ്ങൾ ഇവയൊക്കെയാണ്.

സഖാക്കളേ! നിങ്ങൾ മഹത്തരങ്ങളും മഹോന്നതങ്ങളുമായ ആദർശങ്ങൾ കരസ്ഥമാക്കുകമാത്രം ചെയ്യുകയും എന്നാൽ 'മൂർത്ത യാഥാർഥ്യങ്ങളിൽനിന്നും സത്യം കണ്ടെത്തുന്നതിനുള്ള' മനോഭാവമി ല്ലാത്തവരും കലർപ്പില്ലാത്ത പ്രായോഗിക പ്രവർത്തനം കൃത്യമായി നട ത്താത്തവരും ആയിരിക്കുകയുമെങ്കിൽ, നിങ്ങൾ നല്ല കമ്യൂണിസ്റ്റുകാര ല്ല. നിങ്ങൾക്ക് വെറും സ്വപ്നദർശികളും വായാടികളും പണ്ഡിതമന്യന്മാ രുമാകാനേ കഴിയൂ. നേരെമറിച്ച്, നിങ്ങൾ പ്രായോഗിക പ്രവർത്തനം മാത്രം ചെയ്യുകയും എന്നാൽ മഹത്തരങ്ങളും മഹോന്നതങ്ങളുമായ കമ്യൂണിസ്റ്റാദർശങ്ങൾ കരസ്ഥമാക്കാതിരിക്കുകയുമാണ് ചെയ്യുന്നതെ ങ്കിൽ നിങ്ങളൊരു നല്ല കമ്യൂണിസറ്റുകാരനല്ല. ഒരു സാധാരണ പ്രവർത്ത കൻ മാത്രമാണ്. സ്ഥാനമോഹിമാത്രമാണ്. ഉന്നതങ്ങളായ കമ്യൂണിസ്റ്റാ ശയങ്ങളെ പ്രായോഗിക പ്രവർത്തനവും മൂർത്ത യാഥാർഥ്യങ്ങളിൽനിന്നു സത്യം കണ്ടുപിടിക്കാനുള്ള മനോഭാവവുമായി കൂട്ടിയിണക്കുന്നവനാണ് ഒരു നല്ല കമ്യൂണിസ്റ്റ് പാർട്ടിമെമ്പർ.

കമ്യൂണിസ്റ്റാശയം സുന്ദരമാണ്. നിലവിലുള്ളവർ മുതലാളിത്ത ലോകം വിരൂപമാണ്. വ്യക്തമായും അതിന്റെ വൈരൂപ്യം ഹേതുവായി ട്ടുത്തന്നെ മനുഷ്യരിൽ ബഹുഭൂരിപക്ഷവും അതിനെ മാറ്റണമെന്നും മാറ്റിയേ മതിയാവു എന്നും വിചാരിക്കുന്നു. ലോകത്തിന് മാറ്റം വരുത്തുന്ന കാര്യത്തിൽ നമുക്ക് യാഥാർഥ്യത്തിൽ നിന്നുമകന്നു നിൽക്കാനോ

യാഥാർഥ്യത്തെ അവഗണിക്കാനോ സാധ്യമല്ല; യാഥാർഥ്യത്തിൽ നിന്നും ഒഴിഞ്ഞുമാറാനോ വിലക്ഷണമായ യാഥാർഥ്യത്തിന് (യാഥാർഥ്യാഭാസ ത്തിന്) കീഴടങ്ങാനോ നമുക്ക് സാധ്യമല്ല, നാം യാഥാർഥ്യത്തിനോട് പറ്റി ചേരണം, അതിനെ സാക്ഷാത്കരിക്കണം, യാഥാർഥ്യത്തിൽ ജീവിച്ചു വളരുന്നതിന് ശ്രമിക്കണം, യാഥാർഥ്യാഭാസത്തിനെതിരായി പൊരുതു കയും നമ്മുടെ ആദർശങ്ങളെ സാക്ഷാത്കരിക്കുന്നതിലേക്ക് യഥാർഥ്യത്തെ രൂപാന്തരപ്പെടുത്തുകയും വേണം. അതുകൊണ്ട്, കമ്യൂ ണിസ്റ്റ് പാർട്ടിമെമ്പറായ നാം നമ്മോട് അടുത്ത സമ്പർക്കത്തിലിരിക്കുന്ന ആളുകളിൽ നിന്നും ഉടനടി ഏറ്റെടുക്കാൻ കഴിയുന്ന പ്രവർത്തനത്തിൽ നിന്നും തുടങ്ങിക്കൊണ്ട് ഇന്നത്തെ ലോകത്തെ മാറ്റാനുള്ള മഹത്തായ കമ്യൂണിസ്റ്റ് പ്രവർത്തനം ആരംഭിക്കണം. ഇവിടെ ചില യുവസഖാക്കൾ പലപ്പോഴും ചെയ്തിട്ടുള്ള ചില തെറ്റുകളെ–യാഥാർഥ്യത്തിൽനിന്നും ഒഴി ഞ്ഞിമാറുന്നതിനോ അതിനെ അവഗണിക്കുന്നതിനോ ഉള്ള അവരുടെ ശ്രമങ്ങളെ–എനിക്ക് വിമർശിക്കേണ്ടതുണ്ട്, അവർക്ക് ഉന്നതാദർശങ്ങളു ള്ളത് നല്ല കാര്യമാണ്. എന്നാൽ, 'ഹേ, ആ സ്ഥലം അത്രസുമാറില്ല, ഈ സ്ഥലം അത്ര ഗുണമില്ല' ഈമാതിരി പ്രവർത്തനം ഗുണമില്ലാ ആ മാതിരി പ്രവർത്തനം ഗുണമില്ല. എന്നൊക്കെ അവർ പലപ്പോഴും പരാതിപ്പെടാറുണ്ട്. ഉരസലൊന്നും കൂടാതെ 'ലോകത്തെ മാറ്റിത്തീർക്കാൻ' പറ്റുന്ന മാതൃകാ സ്ഥലങ്ങളും മാതൃകാപരമായ പ്രവർത്തനങ്ങളും കിട്ടാൻ അവർ എക്കാലവും തെരഞ്ഞു നടക്കുന്നു. എന്നാലും, അത്തരം നല്ല സ്ഥലങ്ങളും നല്ല പ്രവർത്ത നവും അവരുടെ മോഹസങ്കല്പനത്തിലല്ലാതെ ഈ ലോകത്തിലില്ല.

കമ്യൂണിസ്റ്റ് ലക്ഷ്യത്തെപ്പറ്റിയുള്ള എന്റെ ധാരണ ഇതാണ്: അത് നമ്മുടെ ആജീവനാന്ത പ്രവർത്തനമാകുന്നു. നമ്മുടെ ജീവിത വീക്ഷ ണത്തിന്റെയും ലോകവീക്ഷണത്തിന്റെയും ഏറ്റവും പ്രധാനമായ ഭാഗം കൂടിയാണ്. നമ്മുടെ ജീവിതകാലം മുഴുവനുമുള്ള പ്രവർത്തനങ്ങൾ ഇതി നുവേണ്ടിയാണ്. മറ്റൊന്നിനുമല്ല.

## ഒരു പാർട്ടിമെമ്പറുടെ വ്യക്തിഗതതാൽപ്പര്യങ്ങളെ പാർട്ടിയുടെ താൽപ്പര്യത്തിനു നിരുപാധികം കീഴ്പ്പെടുത്തൽ

ഒരു കമ്യൂണിസ്റ്റുകാരൻ അയാളുടെ കമ്യൂണിസ്റ്റ് ജീവിത വീക്ഷ ണത്തെയും ലോകവീക്ഷണത്തെയും വ്യക്തമായി ഉറപ്പിക്കുന്നതിനും പുറമെ തന്റെ വ്യക്തിഗത താൽപ്പര്യങ്ങളും പാർട്ടിയുടെ താൽപ്പര്യങ്ങളും തമ്മിലുള്ള ശരിയായ ബന്ധത്തെ വ്യക്തമായി നിജപ്പെടുത്തുകയും വേണം. മാർക്സിസ്റ്റ്–ലെനിനിസ്റ്റ് സിദ്ധാന്തം തന്നെ വ്യക്തിഗത താൽപ്പ ര്യങ്ങൾ പാർട്ടിയുടെ താൽപ്പര്യങ്ങൾക്കും ഭാഗികതാൽപ്പര്യങ്ങൾ മൊത്തം താൽപ്പര്യങ്ങൾക്കും താൽക്കാലികതാൽപ്പര്യങ്ങൾ ചിരസ്ഥായിയായ താൽപ്പര്യങ്ങൾക്കും ഒരു രാഷ്ട്രത്തിന്റെ താൽപ്പര്യങ്ങൾ ലോകത്തിന്റെ മുഴുവൻ താൽപ്പര്യങ്ങൾക്കും കീഴ്പെടുത്തണമെന്നുള്ളതാണ്.

കമ്യൂണിസ്റ്റ് പാർട്ടി തൊഴിലാളിവർഗത്തെ പ്രതിനിധീകരിക്കുന്ന

ഒരു രാഷ്ട്രീയ പാർട്ടിയാണ്. തൊഴിലാളിവർഗത്തിന്റെ മോചനത്തെ സംബന്ധിച്ച താൽപ്പര്യങ്ങളല്ലാതെ പാർട്ടിക്ക് അതിന്റെ സ്വന്തമായ മറ്റ് താൽപ്പര്യങ്ങളും ഉദ്ദേശ്യങ്ങളുമില്ല. എന്നാൽ തൊഴിലാളിവർഗത്തിന്റെ അവസാന മോചനമെന്നത് മനുഷ്യവർഗത്തിന്റെ ഒന്നാകെയുള്ള അവ സാന മോചനമായിട്ടുതന്നെ വരണം. കാരണം, അധ്വാനിക്കുന്ന എല്ലാ ജനങ്ങളെയും എല്ലാ ദേശീയ ജനവിഭാഗങ്ങളെയും, മറ്റുതരത്തിൽ പറ ഞ്ഞാൽ മനുഷ്യവർഗത്തെ ഒന്നടങ്കം മോചിപ്പിക്കുന്നതിന് തൊഴിലാളി വർഗത്തിന് കഴിയുന്നില്ലെങ്കിൽ, അവർക്ക് തങ്ങളെതന്നെ മോചിപ്പിക്കുക സാധ്യമല്ല. അതുകൊണ്ട്, തൊഴിലാളിവർഗം സ്വന്തം മോചനത്തിനുവേ ണ്ടിയും സ്വന്തം ജീവിതത്തോതും സ്വന്തം രാഷ്ട്രീയ-സാംസ്കാരിക നിലവാരങ്ങളും ഉയർത്തുന്നതിന് വേണ്ടിയും പോരാടുന്നതോടൊപ്പം അധ്വാനിക്കുന്നവരായ എല്ലാ ജനങ്ങളെയും മർദിതരായ എല്ലാ ദേശീയ ജനവിഭാഗങ്ങളെയും കൂറോടുകൂടി   സഹായിക്കുകയും അവർക്ക് നേതൃത്വം കൊടുക്കുകയും വേണം. അതുകൊണ്ട്, തൊഴിലാളിവർഗ ത്തിന്റെ മോചനത്തിന്റെ താൽപ്പര്യങ്ങൾ മുഴുവൻ  മനുഷ്യസമൂഹത്തി ന്റെയും മർദിതരായ എല്ലാ ദേശീയ ജനവിഭാഗങ്ങളുടെയും മോചന ത്തിന്റെ താൽപ്പര്യങ്ങളിൽ നിന്ന് വിഭിന്നമല്ല. അതുകൊണ്ട്, കമ്യൂണിസ്റ്റ് പാർട്ടിയുടെ താൽപ്പര്യങ്ങൾ തൊഴിലാളിവർഗത്തിന്റെയും മുഴുവൻ മനു ഷ്യവർഗത്തിന്റെ തന്നെയും മോചനത്തിന്റെ താൽപ്പര്യങ്ങളാണ്. മാത്ര മല്ല, അവ കമ്യൂണിസത്തിന്റെയും സാമൂഹ്യപരിണാമത്തിന്റെയും താൽപ്പര്യങ്ങളെ പാർട്ടിതാൽപ്പര്യങ്ങൾക്ക് കീഴ്പെടുത്തുകയെന്നു പറ ഞ്ഞാൽ തൊഴിലാളിവർഗത്തിന്റെയും ദേശീയ മോചനത്തിന്റെയും താൽപ്പര്യങ്ങൾക്കും കമ്യൂണിസത്തിന്റെയും സാമൂഹ്യപരിണാമത്തി ന്റെയും താൽപ്പര്യങ്ങൾക്കും കീഴ്പ്പെടുത്തുകയെന്നർഥമാണ്.

ഒരു കമ്യൂണിസ്റ്റ് പാർട്ടിമെമ്പർക്ക് അയാളുടെ സ്വന്തം താൽപ്പര്യ ങ്ങളെ ഏത് പരിതഃസ്ഥിതികളിലും കേവലമായും നിരുപാധികമായും പാർട്ടിയുടെ താൽപ്പര്യങ്ങൾക്ക് കീഴ്പ്പെടുത്തുവാൻ കഴിയുമോ ഇല്ലയോ എന്നുള്ളതാണ് അയാൾക്ക് പാർട്ടിയോടും വിപ്ലവത്തോടും കമ്യൂണിസ ത്തോടുമുള്ള കൂറിനെ പരീക്ഷിച്ചുനോക്കാനുള്ള ഉരകല്ല്. കമ്യൂണിസ ത്തിന്റെ സാക്ഷാത്കരണം തൊഴിലാളിവർഗത്തെയും കമ്യൂണിസ്റ്റ് പാർട്ടി യെയും ആശ്രയിച്ചിരിക്കുന്നതുകൊണ്ട്, തൊഴിലാളിവർഗത്തിന്റെയും കമ്യൂണിസ്റ്റ് പാർട്ടിയുടെയും താൽപര്യങ്ങളെ തകരാറാക്കുകയാണെ ങ്കിൽ നിശ്ചയമായും കമ്യൂണിസം ഒരിക്കലും ഉടലെടുക്കുന്നതല്ല.

എല്ലാ കാലഘട്ടത്തിലും എല്ലാ പ്രശ്നങ്ങളെ സംബന്ധിച്ചും ഒരു കമ്യൂണിസ്റ്റ് പാർട്ടിമെമ്പർ പാർട്ടിയുടെ മുഴുവൻ താൽപ്പര്യങ്ങളെയും കണക്കിലെടുക്കുകയും അവയെ സ്വന്തം താൽപ്പര്യങ്ങൾക്കും പ്രശ്ന ങ്ങൾക്കും ഉപരിയായി കരുതുകയും വേണം. പാർട്ടിയുടെ താൽപ്പര്യ ങ്ങളാണ് പരമം എന്നുള്ളതാണ് നമ്മുടെ പാർട്ടിമെമ്പർമാരുടെ ഏറ്റവും ഉയർന്ന പ്രമാണം. ഓരോ പാർട്ടിമെമ്പറും തന്റെ ആശയഗതിയിൽ ഈ

ധാരണ സുദൃഢമായി കെട്ടിപ്പടുക്കണം. ഇതിനെയാണ് പാർട്ടി ബോധ മെന്നോ പാർട്ടിമനോഭാവമെന്നോ, സംഘടനാപരമായ ധാരണയെന്നോ നാം പലപ്പോഴും പറയാറുള്ളത്. അയാളുടെ മനസ്സിൽ പാർട്ടിയും പാർട്ടി യുടെ താൽപ്പര്യങ്ങളും മാത്രമേ എപ്പോഴും ഉയർന്നു നിൽക്കാൻ പാടു ള്ളൂ. സ്വകാര്യ സ്വഭാവമുള്ള യാതൊരു പരിഗണനകളും പാടില്ല. തന്റെ സ്വകാര്യതാൽപ്പര്യങ്ങൾ പാർട്ടിയുടെ താൽപ്പര്യങ്ങൾക്കനുരൂപമായ താണോ അഥവാ അവയോടലിഞ്ഞു ചേർന്നതാണോ എന്ന് അയാൾ പരിശോധിച്ച് ഉറപ്പുവരുത്തണം. അങ്ങനെ തന്റെ സ്വന്തം താൽപ്പര്യങ്ങൾ പാർട്ടിയുടെ താൽപ്പര്യങ്ങൾക്ക് വിരുദ്ധമായി വരുമ്പോൾ അയാൾക്ക് പാർട്ടിയുടെ താൽപ്പര്യങ്ങൾക്ക് കീഴ്‌വഴങ്ങുവാനും സംശയലേശമോ വൈമനസ്യമോ കൂടാതെ സ്വന്തം താൽപ്പര്യങ്ങളെ പാർട്ടിയുടെ താൽപ്പ ര്യങ്ങൾക്ക് ബലികഴിക്കുവാനും കഴിയും. പാർട്ടിയുടെ ലക്ഷ്യത്തിനുവേ ണ്ടി, തൊഴിലാളിവർഗ്ഗത്തിനുവേണ്ടി സംശയലേശം കൂടാതെയും സന്തോ ഷത്തോടുകൂടിയും സ്വകാര്യതാൽപ്പര്യങ്ങളെയും ജീവനെപോലും ബലി കഴിക്കുകയാണ് കമ്യൂണിസ്റ്റ് ധർമത്തിന്റെ ഏറ്റവും ഉയർന്ന രൂപം. ഒരു പാർട്ടിമെമ്പറുടെ ഏറ്റവും ഉയർന്ന തത്വവിശ്വാസ പ്രകടനമാണിത്. ഒരു പാർട്ടിമെമ്പറുടെ തൊഴിലാളിവർഗ തത്വശാസ്ത്രത്തിന്റെ പരിശുദ്ധി പ്രത്യക്ഷപ്പെടുന്നത് ഇങ്ങനെയാണ്.

നമ്മുടെ പാർട്ടിയിൽ പാർട്ടി താൽപ്പര്യങ്ങളിൽനിന്ന് അന്യമായി വ്യക്തിഗതമായ ഉദ്ദേശ്യങ്ങൾ മെമ്പർമാർക്ക് ഉണ്ടാകാൻ പാടില്ല. നമ്മുടെ പാർട്ടിമെമ്പർമാരുടെ സ്വകാര്യോദ്ദേശ്യങ്ങൾ പാർട്ടിയുടെ താൽപ്പര്യങ്ങ ളുടെ ഒരു ഭാഗമായിരിക്കാനേ പാടുള്ളൂ. ഉദാഹരണത്തിന്, നമ്മുടെ പാർട്ടി മെമ്പർമാർ മാർക്സിസ്റ്റ്-ലെനിനിസ്റ്റ് സിദ്ധാന്തം അഭ്യസിക്കുന്നതിനും സ്വന്തം കഴിവുകളെ വികസിപ്പിക്കുന്നതിനും വമ്പിച്ച ബഹുജനവിഭാഗ ങ്ങളുടെ വിപ്ലവസമരത്തെ വിജയകരമായി നയിക്കുന്നതിനും പലതര ത്തിലുള്ള വിപ്ലവസംഘടനകൾ കെട്ടിപ്പടുക്കുന്നതിനും മറ്റും ആഗ്രഹി ക്കുന്നു. ഇവയൊക്കെയാണ് അവരുടെ സ്വന്തം ഉദ്ദേശ്യങ്ങളെങ്കിൽ അവ യെല്ലാം പാർട്ടിയുടെ ഉദ്ദേശ്യങ്ങളുടെയും ഭാഗമാണ്. കാരണം, അവ പാർട്ടി താൽപ്പര്യങ്ങളാണ്. പാർട്ടിക്ക് ഇപ്രകാരമുള്ള മെമ്പർമാരെയും പ്രവർത്തകൻമാരെയും വളരെയധികം ആവശ്യമുണ്ട്. എന്നാൽ ഇതി നുപുറമേ നമ്മുടെ പാർട്ടിമെമ്പർമാർക്ക് അവയുടെ സ്വന്തമായ സ്വകാ ര്യപദവി, വ്യക്തിപരമായ ധീരത മുതലായ സ്വതന്ത്രോദ്ദേശ്യങ്ങൾ ഉണ്ടാ കാൻ പാടില്ല. ഇത്തരം ഉദ്ദേശ്യങ്ങൾ അവർക്കുണ്ടെങ്കിൽ അവർ പാർട്ടി യുടെ താൽപ്പര്യങ്ങളിൽനിന്നും വ്യതിചലിക്കാനും അത്രത്തോളം പാർട്ടി ക്കകത്തെ അവസരവാദികളായിത്തീരാനുമിടയുണ്ട്.

ഒരു പാർട്ടി മെമ്പർക്ക് അയാളുടെ ആശയഗതിയിൽ പാർട്ടിയു ടെയും കമ്യൂണിസത്തിന്റെ താൽപ്പര്യങ്ങളും ഉദ്ദേശ്യങ്ങളും മാത്രമേയുള്ളൂവെങ്കിൽ, അയാൾക്കു പാർട്ടിയുടെ താൽപ്പര്യങ്ങളിൽനി ന്നന്യമായി സ്വതന്ത്രമായ സ്വകാര്യോദ്ദേശ്യങ്ങളും പരിഗണനകളും ഇല്ലെ

ങ്കില്‍,കൂടാതെ അയാള്‍ പക്ഷപാതമില്ലാത്തവനും നിസ്വാര്‍ഥമതിയുമാ
ണെങ്കില്‍ താഴെ പറയുന്ന കാര്യങ്ങള്‍ക്ക് അയാള്‍ കഴിവുള്ളവനായിരി
ക്കും.

1. അയാള്‍ക്ക് വളരെ നല്ല കമ്യൂണിസ്റ്റ് ധര്‍മം അനുഷ്ഠിക്കാന്‍
കഴിയും. അയാള്‍ക്ക് ഒരു കണിശമായ നിലപാടുള്ളതുകൊണ്ട് 'ജന
ങ്ങളെ സ്നേഹിക്കാനും വെറുക്കാനും' കഴിയും. അയാള്‍ക്ക് സ്വന്തം
സഖാക്കളോടും വിപ്ലവകാരികളോടും തൊഴിലാളികളോടും കൂറും ഉല്‍ക്ക
ടസ്നേഹവും പ്രദര്‍ശിപ്പിക്കാനും അവരെ നിരുപാധികമായി സഹായി
ക്കാനും, അവരോട് സമതയോട് പെരുമാറുന്നതിനും സ്വന്തം താല്‍പ്പര്യ
ങ്ങള്‍ സംരക്ഷിക്കാന്‍ വേണ്ടി ഇവരില്‍ ആരെയും ഒരിക്കലും ഉപദ്രവി
ക്കാതിരിക്കാനും സാധിക്കും. അയാള്‍ക്ക് അവരോട് 'വിശ്വസ്തതയോടും
പൊറുപ്പോടും' കൂടി പെരുമാറുന്നതിനും തന്നെ മറ്റുള്ളവരുടെ നിലയില്‍
കരുതി ജീവിക്കുന്നതിനും കഴിയും. മറ്റുള്ളവരുടെ പ്രശ്നങ്ങളെ അവ
രുടെ വീക്ഷണനിലയില്‍ നിന്നുകൊണ്ടു കാണുവാനും അവരോട് സഹ
താപം കാണിക്കുവാനും കഴിയും. മറ്റുള്ളവര്‍ തന്നോട് ചെയ്താല്‍ തനി
ക്കിഷ്ടപ്പെടാത്തകാര്യം അയാള്‍ മറ്റുള്ളവരോടു ഒരിക്കലും ചെയ്യുന്നത
ല്ല. പാര്‍ട്ടിയുടെയും തൊഴിലാളിവര്‍ഗത്തിന്റെയും താല്‍പ്പര്യങ്ങളെ സംര
ക്ഷിക്കുന്നതിനുവേണ്ടിയും മനുഷ്യവര്‍ഗത്തിന്റെ മോചനത്തിനുവേ
ണ്ടിയും അവരുടെ ഏറ്റവും നീചരായ ശത്രുക്കളോട് നിര്‍ദയമായി ഇട
പെടുന്നതിനും വാശിയോടെ സമരം നടത്തുന്നതിനും അയാള്‍ക്കു കഴി
യും. ഒരു ചൈനീസ് പഴഞ്ചൊല്ലില്‍ പറയുന്നതുപോലെ, "മറ്റെല്ലാ മനു
ഷ്യരും ദുഃഖിക്കാന്‍ തുടങ്ങുന്നതിനു വളരെ മുമ്പു തന്നെ അയാള്‍ ദുഃഖി
ക്കുകയും മറ്റെല്ലാ മനുഷ്യരും സന്തുഷ്ടരായതിനുശേഷംമാത്രം അയാള്‍
സന്തോഷിക്കുകയും ചെയ്യും." പാര്‍ട്ടിക്കകത്തും ബഹുജനങ്ങളുടെയി
ടയിലും ക്ലേശങ്ങളും കഷ്ടപ്പാടുകളും അനുഭവിക്കുന്നതിന് അയാള്‍
ഒന്നാമനും സുഖാനുഭവത്തിന് ഒടുവിലത്തെയാളുമായിരിക്കും. തന്റെ
നില നല്ലതോ ചീത്തയോയെന്ന് അയാള്‍ ഒരിക്കലും കണക്കാക്കുകയില്ല,
എന്നാല്‍, താന്‍ മറ്റുള്ളവരേക്കാള്‍ കൂടുതല്‍ വിപ്ലവപ്രവര്‍ത്തനം ചെയ്തി
ട്ടുണ്ടോയെന്നും കഠിനതരമായി പടവെട്ടിയിട്ടുണ്ടോയെന്നും അയാള്‍
എപ്പോഴും ശ്രദ്ധിക്കും. കഷ്ടതകള്‍ നേരിടുന്ന കാലഘട്ടത്തില്‍ അയാള്‍
ധീരതയോടും പതറാതെയും ഉറച്ചു നില്‍ക്കുകയും പ്രതിബന്ധങ്ങള്‍
വന്നുമുട്ടുമ്പോള്‍ മഹത്തായ ചുമതലാബോധം പ്രകടിപ്പിക്കുകയും
ചെയ്യും. അതുകൊണ്ട്, പണമോ പദവിയോ മൂലം ചീത്തയാകുന്നതിനെ
ചെറുക്കാനും ദാരിദ്ര്യത്തിലും താഴ്ന്ന നിലയിലുമാണെങ്കിലും ചാഞ്ചാ
ടാനുള്ള വാസനകളെ എതിര്‍ക്കാനും ഭീഷണിയെയും ബലപ്രയോഗ
ത്തെയും വകവച്ചുകൊടുക്കാതിരിക്കുന്നതിനും ആവശ്യമായ ഏറ്റവും
വലിയ ദൃഢതയും മനോധൈര്യവും സമ്പാദിക്കാന്‍ അയാള്‍ക്കു കഴി
യും.

2. ഏറ്റവും-വലിയ ധീരത പുലര്‍ത്തുന്നതിനും അയാള്‍ ശക്തനാ

യിരിക്കും. എല്ലാത്തരം സ്വാർഥചിന്തകളിൽ നിന്നും അയാൾ വിമുക്ത നായതുകൊണ്ടും "മനഃസാക്ഷിക്ക് വിരുദ്ധമായി യാതൊന്നും ഒരിക്കലും ചെയ്തിട്ടില്ലാത്തതു" കൊണ്ടും അയാൾക്ക് തന്റെ തെറ്റുകുറ്റങ്ങളെ തുറ ന്നുകാണിക്കുന്നതിനും ധൈര്യത്തോടെ അവയെ തിരുത്തുന്നതിനും യാതൊരു വിഷമവുമില്ല–കുറച്ചുനേരത്തെ ഗ്രഹണത്തിനുശേഷം സൂര്യ ചന്ദ്രൻമാർ കൂടുതൽ ശോഭയോടും പൂർണമായും പ്രകാശിക്കുന്നതു പോലെ 'അയാളുടെ ലക്ഷ്യം ഏറ്റവും ന്യായമായതുകൊണ്ട് അയാൾ നിർഭയനാണ്.' അയാൾ സത്യത്തെ ഒരിക്കലും ഭയപ്പെടുന്നില്ല. അയാൾ സത്യത്തെ ധൈര്യപൂർവം ഉയർത്തിപ്പിടിക്കുകയും സത്യത്തിനുവേണ്ടി പടവെട്ടുകയും ചെയ്യുന്നു. അപ്രകാരം ചെയ്യുന്നത് തൽക്കാലത്തേക്ക് തനിക്ക് പ്രതികൂലമാണെങ്കിലും, സത്യത്തെ ഉയർത്തിപ്പിടിക്കുന്നതുമൂലം പലവിധ എതിർപ്പുകൾക്കും അയാൾ വിധേയനാകാമെങ്കിലും ബഹുഭൂ രിപക്ഷം ജനങ്ങളുടെ എതിർപ്പും തടസവും അയാളെ താൽക്കാലിക മായി ഒറ്റപ്പെട്ടുപോകാൻ (മഹനീയമായ ഒറ്റപ്പെടാൻ) നിർബന്ധിതനാ ക്കുന്നുവെങ്കിലും ഇക്കാരണത്താൽ അയാളുടെ ജീവിതം ആപത്തിലക പ്പെട്ടുവെന്നുവന്നേക്കാമെങ്കിൽപ്പോലും, ഒഴുക്കുമുറിച്ചുകേറുന്നതിനും സത്യത്തെ ഉയർത്തിപ്പിടിക്കുന്നതിനും ഒരിക്കലും ഒഴുക്കിന്റെകൂടെ നീന്താൻ സ്വയം അനുവദിക്കാതിരിക്കാനും അയാൾക്ക് കഴിവുണ്ടാകും.

3. സൂക്ഷ്മമായും ഉചിതമായും പ്രശ്നങ്ങളെ മനസിലാക്കിയും സ്ഥിതിയുടെ യഥാർഥസ്വഭാവം കണ്ടും മാർക്സിസം–ലെനിനിസത്തിന്റെ സിദ്ധാന്തവും പ്രവർത്തനരീതിയും ഗ്രഹിക്കാൻ അയാൾ ഏറ്റവും പ്രാപ്തനായിരിക്കും. അയാൾക്ക് സുദൃഢവും സ്പഷ്ടവുമായ ഒരു വർഗ നിലപാടുള്ളതുകൊണ്ട്, കാര്യങ്ങൾ കാണുന്നതിനെയോ സത്യം ധരി ക്കുന്നതിനെയോ മാറ്റുകയോ മറക്കുകയോ ചെയ്യുന്ന വ്യക്തിപരമായ ക്ലേശങ്ങളിൽനിന്നും ആഗ്രഹങ്ങളിൽനിന്നും അയാൾ സ്വതന്ത്രനാണ്. അയാൾക്ക് വസ്തുനിഷ്ഠമായ ഒരു നിലപാടുണ്ട്. അയാൾ വിപ്ലവപ്ര വർത്തനത്തിനിടക്ക് എല്ലാ സിദ്ധാന്തങ്ങളെയും സത്യങ്ങളെയും അസ ത്യങ്ങളെയും പരീക്ഷിച്ചറിയുന്നു. അയാൾ ആളുകളുടെ ആരാധകനല്ല.

4. അയാൾക്ക്, അങ്ങേയറ്റം ആത്മാർഥതയുള്ളവനും സത്യവാനും ഏറ്റവും സന്തുഷ്ടനുമാകാൻ കഴിവുണ്ടായിരിക്കും. അയാൾക്ക് സ്വർഥാ ഭിലാഷങ്ങൾ ഇല്ലാത്തതുകൊണ്ടും, പാർട്ടിയിൽനിന്നും യാതൊന്നും മറ ച്ചുവെക്കാനില്ലാത്തതുകൊണ്ടും, ചൈനീസ് ചൊല്ലിൽ പറയുപോലെ: "മറ്റുള്ളവരോട് പറയാൻ ഭയപ്പെടേണ്ട യാതൊരു സംഗതിയുമില്ല. പാർട്ടി യുടെയും വിപ്ലവത്തിന്റെയും താൽപ്പര്യങ്ങളല്ലാതെ അയാൾക്ക് വിചാ രിച്ചു ക്ലേശിക്കുന്നതിന് സ്വകാര്യങ്ങളായ ലാഭനഷ്ടങ്ങളോ മറ്റു കാര്യ ങ്ങളോ ഇല്ല." പരാശ്രയം കൂടാതെ അയാൾക്ക് തന്നെത്താൻ രക്ഷിക്കു വാൻ കഴിയും. സ്വതന്ത്രമായും ആരുടെയും മേൽനോട്ടമില്ലാതെയും കാര്യങ്ങളിലിടപെട്ടു പ്രവർത്തിക്കുമ്പോഴും പല കൊള്ളുരുതായ്മകളും ചെയ്യുന്നതിന് ധാരാളം സന്ദർഭമുള്ളപ്പോഴും യാതൊരു തെറ്റും ചെയ്യാ

തിരിക്കുവാൻ അയാൾ പ്രത്യേകം ശ്രദ്ധിക്കുന്നു. എത്ര കൊല്ലം കഴിഞ്ഞു പരിശോധിച്ചാലും ശരി അയാളുടെ പ്രവൃത്തികൾ യാതൊരുവിധത്തിലും പാർട്ടിയുടെ താൽപ്പര്യങ്ങളോട് പൊരുത്തമില്ലാത്തവയായിരിക്കയില്ല. മറ്റു ള്ളവരിൽനിന്നുമുള്ള വിമർശനങ്ങളെ അയാൾ ഭയപ്പെടുന്നില്ലെന്ന് മാത്ര മല്ല മറ്റുള്ളവരെ ധൈര്യത്തോടും നിഷ്പക്ഷമായും വിമർശിക്കുന്നതിനും അയാൾക്ക് കഴിയും. അതുകൊണ്ടാണ് അയാൾക്ക് നിഷ്കളങ്കനും മുഖം നോക്കാത്തവനും സന്തുഷ്ടനുമാകാൻ സാധിക്കുന്നത്.

5. അയാൾ ഏറ്റവും മികച്ച ആത്മാഭിമാനവും അന്തസ്സും സംര ക്ഷിക്കാൻ കഴിവുള്ളവനായിരിക്കും. പാർട്ടിയുടെയും വിപ്ലവത്തിന്റെയും താൽപ്പര്യസംരക്ഷണത്തിനുവേണ്ടി അയാൾ അങ്ങേയറ്റം സൗമ്യനും സഹിഷ്ണുവും സന്ധിക്കു സന്നദ്ധനുമായിരിക്കും. മാത്രമല്ല വേണ്ടിവ ന്നാൽ 'യാതൊരു പകയും കൂടാതെ തന്നെ ഉപദ്രവിച്ചതായി തോന്നാതെ' നാനാതരം അപമാനവും അനീതിയും സഹിക്കാൻപോലും ഒരുങ്ങും. അയാൾക്കു സ്വന്തമായ ലക്ഷ്യങ്ങളോ അഭിലാഷങ്ങളോ ഇല്ലാത്തതു കൊണ്ട് മറ്റുള്ളവരെ സ്തുതിക്കുകയോ മറ്റുള്ളവർ തന്നെ സ്തുതിക്ക ണമെന്നാഗ്രഹിക്കുകയോ ചെയ്യേണ്ട കാര്യമില്ല. അയാൾക്ക് അന്യ നോടും സ്വകാര്യമായ യാതൊരു അനുകൂലത്തിനും അപേക്ഷിക്കുവാ നില്ല. അതുകൊണ്ട് മറ്റുള്ളവരിൽനിന്നും സഹായമഭ്യർഥിക്കുന്നതിലേക്ക് ആരുടെയും മുമ്പിൽ അയാൾക്ക് കുമ്പിടേണ്ട ആവശ്യമില്ല. പാർട്ടിയു ടെയും വിപ്ലവത്തിന്റെയും താൽപ്പര്യത്തിനുവേണ്ടിതന്നെ തന്റെ ജീവി തത്തെയും ആരോഗ്യത്തെയും രക്ഷിക്കുന്നതിനും തന്റെ സിദ്ധാന്തപര മായ നിലവാരമുയർത്തുന്നതിനും കഴിവിനെ വർധിപ്പിക്കുന്നതിനും അയാൾക്ക് കഴിയും. എന്നാൽ പാർട്ടിയുടെയും വിപ്ലവത്തിന്റെയും ചില മുഖ്യോദ്ദേശ്യങ്ങളെ സംരക്ഷിക്കുന്നതിന് അയാൾക്ക് അപമാനങ്ങൾ സഹിക്കുകയും കനത്ത ഭാരങ്ങൾ ചുമലിൽ വഹിക്കുകയും സാധാരണ ചെയ്യുവാൻ മടിക്കുന്ന ജോലി ചെയ്യുകയും വേണമെന്നു വരികയാണെ ങ്കിൽ, സംശയലേശമെന്യ ഏറ്റവും വിഷമം പിടിച്ചതും പ്രാധാന്യമർഹി ക്കുന്നതുമായ ജോലി അയാൾ കയ്യേൽക്കും. ചുമതലയിൽ നിന്നൊഴി ഞ്ഞുമാറുകയില്ല.

മനുഷ്യവർഗത്തിന് ഏറ്റവും മഹത്വവും ശ്രേഷ്ഠവുമായ എന്തെല്ലാം ഗുണങ്ങളുണ്ടോ അതെല്ലാം ഒരു കമ്യൂണിസ്റ്റ് പാർട്ടിമെമ്പർമാർക്കുണ്ടാ കണം. കൂടാതെ അയാൾക്ക് പാർട്ടിയുടെയും തൊഴിലാളിവർഗത്തി ന്റെയും കണിശവും സ്പഷ്ടവുമായ നിലപാട് (അതായത്, പാർട്ടി ബോധവും വർഗ സ്വഭാവവും) ഉണ്ടായിരിക്കണം. കമ്യൂണിസത്തിന്റെയും തൊഴിലാളിവർഗത്തിന്റെയും ധർമസംഹിതയായതുകൊണ്ടാണ് നമ്മുടെ ധർമശാസ്ത്രം അത്യുന്നതമായിരിക്കുന്നത്. കുറെ വ്യക്തികളുടെയോ, അഥവാ ഒരു ചെറിയ വിഭാഗം ചൂഷകൻമാരുടെയോ താൽപ്പര്യങ്ങളെ സംരക്ഷിക്കുന്ന പ്രാകൃതാടിസ്ഥാനത്തിൽ കെട്ടി ഉയർത്തിയതല്ല അത്. നേരെ മറിച്ച്, തൊഴിലാളിവർഗ താൽപ്പര്യങ്ങളുടെ, മനുഷ്യവർഗത്തിന്റെ

ഒട്ടാകെ മോചനത്തിന്റെ, സർവനാശത്തിൽനിന്നും ലോകത്തെ രക്ഷി ക്കുന്നതിന്റെ, സുഖപൂർണവും സുന്ദരവുമായ ഒരു കമ്യൂണിസ്റ്റ് ലോകം കെട്ടിപ്പടുക്കുന്നതിന്റെ പുരോഗമനപരമായ അടിസ്ഥാനത്തിലാണ് അതു കെട്ടപ്പെട്ടിരിക്കുന്നത്. ഏതെങ്കിലും വ്യക്തിയുടെയോ കുറച്ചാളുകളു ടെയോ താൽപ്പര്യങ്ങൾക്കുവേണ്ടി ത്യാഗമനുഭവിക്കുകയെന്നുള്ളത് ഒരു കമ്യൂണിസ്റ്റുകാരനെ സംബന്ധിച്ചിടത്തോളം തീരെ അനർഹവും അനാ ശാസ്യവുമാണ്. എന്നാൽ പാർട്ടിക്കുവേണ്ടിയോ തൊഴിലാളി വർഗ ത്തിനും സംശയലേശം കൂടാതെ ഏതു ത്യാഗവും അനുഷ്ഠിക്കുന്നതിനും ദേശീയ വിമോചനത്തിനും വേണ്ടിയോ, അതായത് മനുഷ്യവർഗത്തിന്റെ ഒട്ടാകെ മോചനത്തിനും സാമൂഹ്യ പരിവർത്തനത്തിനും മനുഷ്യ സമൂ ഹത്തിലുള്ള കോടിക്കണക്കിനാളുകളുടെ താൽപ്പര്യങ്ങൾക്ക് വേണ്ടിയോ ആണ് ഇത് ത്യാഗമെങ്കിൽ, എണ്ണമറ്റ കമ്യൂണിസ്റ്റ് പാർട്ടിമെമ്പർമാർ അക്ഷോഭ്യരായി മരണം വരിക്കുന്നതിനും സന്നദ്ധരാകും. കമ്യൂണിസ്റ്റ് പാർട്ടിമെമ്പർമാരിൽ ഭൂരിപക്ഷത്തെ സംബന്ധിച്ചിടത്തോളം, ആവശ്യ മെങ്കിൽ, 'ഒരു ഉത്തമകാര്യത്തിനുവേണ്ടി ജീവൻ അർപ്പിക്കുന്നതും' 'നീതിക്കുവേണ്ടി മരിക്കുന്നതും' സാധാരണമായ ഒരു കാര്യമാണ്. ഇപ്ര കാരം ചെയ്യുന്നത് അവർ ഭ്രാന്തൻമാരായതു കൊണ്ടല്ല, പേരിനും പെരു മക്കും വേണ്ടിയുമല്ല. നേരെമറിച്ച്, സാമൂഹ്യപരിണാമത്തെപ്പറ്റി അവർക്കുള്ള ശാസ്ത്രീയ ജ്ഞാനത്തിന്റെയും ബോധത്തിന്റെയും ഫല മായിട്ടാണ്. ഇതുകൊണ്ടുതന്നെയാണ്, യഥാർഥത്തിൽ, നമ്മുടെ ധർമ സംഹിത ഏറ്റവും മഹത്തും ശാസ്ത്രീയവുമായിരിക്കുന്നത്. വിരുദ്ധവർഗ ങ്ങളുള്ള ഒരു സമൂഹത്തിൽ, ആ വർഗങ്ങൾക്കുപരിയായി, സാമാന്യേന, കൂടുതൽ ശാസ്ത്രീയവും മഹത്തുമായ ധർമസംഹിതകളുണ്ടെന്ന് പറ യുന്നതിനെ നാം അംഗീകരിക്കാൻ തയാറില്ല. അത് വഞ്ചനാത്മകമായ ഒരബദ്ധമാണ്. വാസ്തവത്തിൽ അവയെല്ലാം ഒരുപിടി ചൂഷകൻമാരുടെ താൽപ്പര്യങ്ങളെ കാത്തുരക്ഷിക്കുകയെന്ന അടിസ്ഥാനത്തിലുയർന്നിട്ടു ള്ളതാണ്. വർഗസമരത്തിൽനിന്നുപരിയായ ഒരു ധർമമുണ്ടെന്ന ധാരണ എല്ലായ്പോഴും ആശയവാദസ്വഭാവത്തോടുകൂടിയതാണ്. ചരിത്രപരമായ ഭൗതികവാദത്തിന്റെ ശാസ്ത്രീയടിസ്ഥാനത്തിൽ ഒരു ധർമശാസ്ത്രം സൃഷ്ടിച്ചിട്ടുള്ളത് കമ്യൂണിസ്റ്റുകാരായ നാം മാത്രമാണ്. തൊഴിലാളി വർഗത്തിന്റെയും മനുഷ്യസമൂഹത്തിന്റെയും മോചനത്തിനുവേണ്ടിയുള്ള സമരത്തിന്റെ താൽപ്പര്യങ്ങളെന്ന ഭൗതികാടിസ്ഥാനത്തിൽ യാതൊരു ഒളിവും മറവും കൂടാതെ സ്വന്തം ധർമബോധത്തെ രൂപപ്പെടുത്തിയിട്ടു ള്ളതും കമ്യൂണിസ്റ്റുകാരായ നാം മാത്രമാണ്.

പാർട്ടിമെമ്പർമാരായ കുറെ വ്യക്തികളുടെ താൽപ്പര്യങ്ങളെ മാത്ര മല്ല, അധ്വാനിക്കുന്നവരായ എല്ലാ ജനങ്ങളുടെയും മനുഷ്യരാശിയുടെ മുഴുവനും തന്നെയും മോചനത്തിന്റെ താൽപ്പര്യങ്ങളെക്കൂടി കമ്യൂണിസ്റ്റ് പാർട്ടി പ്രതിനിധീകരിക്കുന്നു. പാർട്ടിയുടെ താൽപ്പര്യമെന്നു പറഞ്ഞാൽ വ്യക്തികളായ പാർട്ടിമെമ്പർമാരുടെ താൽപ്പര്യങ്ങളുടെ ആകെത്തുക

മാത്രമല്ല, മുഴുവൻ തൊഴിലാളിവർഗത്തിന്റെയും മനുഷ്യസമൂഹത്തി ന്റെയും മോചനത്തിന്റെ താൽപ്പര്യങ്ങളുടെ ആകെ തുകയാണ്. തൊഴി ലാളിവർഗത്തിന്റെ താൽപ്പര്യങ്ങളും മനുഷ്യ സമൂഹത്തിന്റെ മോചന വുമല്ലാതെ കമ്യൂണിസ്റ്റ് പാർട്ടിക്ക് സ്വന്തമായ വേറെ ഉദ്ദേശ്യങ്ങളും താൽപ്പര്യങ്ങളുമൊന്നുമില്ല. അതുകൊണ്ട്, കമ്യൂണിസ്റ്റ് പാർട്ടിയെ മെമ്പർമാരുടെ സ്വകാര്യ താൽപ്പര്യങ്ങളെ പറ്റിമാത്രം ശ്രദ്ധിക്കുന്ന സങ്കു ചിതമായ ഒരു സംഘമായി കണക്കാക്കാൻ പാടില്ല. അത്തരം വീക്ഷണ ഗതി സ്വീകരിക്കുന്നവരാരായാലും ശരി അവർ കമ്യൂണിസ്റ്റുകാരല്ല.

തീർച്ചയായും, ഒരു പാർട്ടിമെമ്പർക്ക് അയാളുടെ വ്യക്തിപരമായ താൽപ്പര്യങ്ങളും വ്യക്തിപരമായ വളർച്ചയുമുണ്ട്. ചില പ്രത്യേക സന്ദർഭ ങ്ങളിൽ അത്തരം സ്വകാര്യതാൽപ്പര്യങ്ങൾ പാർട്ടിയുടെ താൽപ്പര്യങ്ങ ളുമായി കൂട്ടിമുട്ടുകയോ അവയ്ക്ക് വിപരീതമായിത്തീരുകയോ ചെയ്തു വെന്നുവരാം. അത്തരം സന്ദർഭങ്ങളിൽ ഒരു പാർട്ടിമെമ്പർ അയാളുടെ സ്വകാര്യതാൽപ്പര്യങ്ങളെ നിരുപാധികം ബലികഴിക്കണം, അല്ലാതെ തന്റെ താൽപ്പര്യങ്ങളെ നേരിടുന്നതിന് പാർട്ടിയുടെ താൽപ്പര്യങ്ങളെ ബലികഴിക്കാൻ പാടില്ല. (ഏത് മറയ്ക്കുപിന്നിലായാലും, എന്ത് ഒഴിവ്ക ഴിവ് പറഞ്ഞിട്ടായാലും) ഒരു പാർട്ടിമെമ്പറുടെ സ്വകാര്യ താൽപര്യങ്ങളും വളർച്ചയും പാർട്ടിയുടെ താൽപ്പര്യങ്ങളുടെയും വളർച്ചയുടെയും ഭാഗ മായതുകൊണ്ട് പാർട്ടിയുടെയും വർഗത്തിന്റെയും നേട്ടവും വിജയവും ഓരോ പാർട്ടി മെമ്പറുടെയും നേട്ടവും വിജയവുമാണ്. അതുകൊണ്ട്, പാർട്ടിയുടെ വളർച്ചയ്ക്കും ജയത്തിനും നേട്ടങ്ങൾക്കും വേണ്ടിയുള്ള സമ രത്തിലൂടെ മാത്രമേ ഒരു പാർട്ടിമെമ്പർ സ്വയം വളരുമെന്ന് ആശിക്കേ ണ്ടതുള്ളൂ, തന്റെ സ്വയം വളർച്ചയ്ക്കുവേണ്ടി അയാൾക്ക് പാർട്ടിയുടെ വളർച്ചയിൽനിന്നും വേറിട്ടു നിൽക്കാൻ സാധ്യമല്ല. ചുരുക്കത്തിൽ, പാർട്ടി യുടെ വളർച്ചയ്ക്കും ജയത്തിനും നേട്ടത്തിനും വേണ്ടിയുള്ള സമരത്തി ലൂടെ മാത്രമേ ഒരു പാർട്ടിമെമ്പർക്ക് തന്നെത്തന്നെ വളർത്തുവാൻ സാധിക്കു; ഇതുകൂടാതെ അയാൾക്ക് സ്വയം വളർത്തുവാൻ ഒരുവിധ ത്തിലും സാധ്യമല്ല, അതുകൊണ്ട്, ഒരു പാർട്ടിമെമ്പറുടെ സ്വകാര്യ താൽപ്പര്യങ്ങളെ പാർട്ടിയുടെ താൽപര്യങ്ങളോടും വളർച്ചയോടും പൂർണ മായും ഏകീഭവിപ്പിക്കാൻ ഓരോ പാർട്ടിമെമ്പർക്കും കഴിയണം. കഴിയും.

ഒരാൾ കമ്യൂണിസ്റ്റ് പാർട്ടിയിൽ ചേർന്നാൽ, കേവലമൊരു സാധാ രണക്കാരനെപോലെയല്ല. അയാൾ തൊഴിലാളിവർഗത്തിന്റെ ബോധ പൂർണനായ ഒരു മുന്നണിപ്പടയാളിയാണ്. അയാൾക്കു സ്വന്തം താൽപ്പ ര്യങ്ങളുടെ മാത്രം ആളായാൽപോരാ. അയാൾ തൊഴിലാളിവർഗത്തിന്റെ താൽപ്പര്യങ്ങളെയും ആശയഗതിയെയും ബോധപൂർവം സജീവമായി പ്രതിനിധീകരിക്കുന്ന ആളാണെന്നു തെളിയിക്കണം. അയാൾ തൊഴി ലാളിവർഗത്തിന്റെ പ്രതിനിധികളിലൊരാളായിക്കഴിഞ്ഞതുകൊണ്ട്, അയാ ളുടെ സ്വകാര്യ താൽപ്പര്യങ്ങൾ ഒരിക്കലും തൊഴിലാളിവർഗത്തിന്റെയും

പാർട്ടിയുടെയും താൽപ്പര്യങ്ങൾക്കെതിരായി നിൽക്കാൻ പാടില്ല. പാർട്ടി നേതാക്കൻമാരെയും പ്രത്യേകിച്ചും അവരുടെ പാർട്ടിയുടെയും തൊഴി ലാളിവർഗത്തിന്റെയും പ്രവർത്തകൻമാരെയും സംബന്ധിച്ചിടത്തോളം പൊതുതാൽപ്പര്യങ്ങളുടെ സജീവ പ്രതിനിധികളായിത്തീരുകയും അവരുടെ സ്വകാര്യ താൽപ്പര്യങ്ങളെയും ഉദ്ദേശ്യങ്ങളെയും പാർട്ടിയുടെ യും തൊഴിലാളിവർഗത്തിന്റെയും പൊതുതാൽപ്പര്യങ്ങളിലും ഉദ്ദേശ്യങ്ങ ളിലും പൂർണമായി ലയിപ്പിക്കുകയും ചെയ്യേണ്ടത് സർവോപരി ആവ ശ്യമാണ്. ചൈനയിലെ ഇന്നത്തെ പരിതഃസ്ഥിതിയനുസരിച്ച് തൊഴിലാ ളിവർഗത്തിനു മാത്രമേ ദേശീയ മോചനത്തിന്റെ ഉത്തമപ്രതിനിധിയാ കാൻ കഴിയുള്ളൂ. അതുകൊണ്ട്, നമ്മുടെ പാർട്ടി മെമ്പർമാർ രാഷ്ട്ര ത്തിന്റെ ഒട്ടാകെ താൽപ്പര്യങ്ങളെ സംരക്ഷിക്കാൻ കഴിവുള്ള ഉത്തമ പ്രതി നിധികളാണെന്നു സ്വയം തെളിയിച്ചിട്ടുണ്ട്.

പാർട്ടിയുടെ പൊതുതാൽപ്പര്യങ്ങളുടെ കൂട്ടത്തിൽ ഒരു പാർട്ടിമെ മ്പറുടെ സ്വകാര്യതാൽപ്പര്യങ്ങളും കൂടി ഉൾപ്പെടുന്നുണ്ടെങ്കിലും ആദ്യ ത്തേതിനു രണ്ടാമത്തേതിന്റെ മുഴുവൻ ഭാഗവും ഉൾകൊള്ളുവാൻ സാധ്യമല്ല. ഒരു പാർട്ടിമെമ്പറുടെ വ്യക്തിത്വത്തെ തീരെ ഇല്ലാതാക്കാൻ ഒരിക്കലും സാധ്യമല്ലെന്നുമാത്രമല്ല, പാടുള്ളതുമല്ല. എങ്ങനെ ആയാലും ഓരോ പാർട്ടിമെമ്പർക്കും ചില സ്വകാര്യ പ്രശ്നങ്ങൾ പരിഹരിക്കാനു ണ്ടാകും. കൂടാതെ, അയാൾക്ക് എന്നും തന്റെ വ്യക്തിത്വവും പ്രത്യേക കഴിവുമനുസരിച്ച് വളരേണ്ടതുണ്ട്. അതുകൊണ്ട് പാർട്ടിമെമ്പർമാർ പാർട്ടി താൽപ്പര്യങ്ങളെ ലംഘിക്കാത്ത കാലത്തോളം തങ്ങളുടെ വ്യക്തി പരവും കുടുംബപരവുമായ ജീവിതം നയിക്കുന്നതിനും തങ്ങളുടെ വ്യക്തിത്വത്തെയും പ്രത്യേക കഴിവുകളെയും വളർത്തുന്നതിനും പാർട്ടി അവർക്ക് അവസരം നൽകുന്നു. കൂടാതെ, സാധ്യമായ എല്ലാ സാഹച ര്യങ്ങളിലും, പാർട്ടിയുടെ താൽപ്പര്യത്തിന് യോജിച്ച പ്രകാരം സ്വന്തം വ്യക്തിത്വത്തെയും പ്രത്യേക കഴിവിനെയും വളർത്തുവാൻ പാർട്ടി ഓരോ മെമ്പറെയും സഹായിക്കുകയും തക്കതായ ജോലിയും ജോലി വ്യവസ്ഥകളും നിശ്ചയിച്ചു കൊടുക്കുകയും എല്ലാ സാധ്യമായ പ്രോൽസാഹനങ്ങൾ പോലും നൽകുകയും ചെയ്യും. മാത്രമല്ല, സാധ്യ മായ എല്ലാ സാഹചര്യങ്ങളിലും പാർട്ടിമെമ്പർമാരുടെ വ്യക്തിപരവും അത്യന്താപേക്ഷിതവുമായ താൽപ്പര്യങ്ങളെ പാർട്ടി അന്വേഷിക്കുകയും രക്ഷിക്കുകയും ചെയ്യും–ഉദാഹരണത്തിന്, പാർട്ടി അയാൾക്ക് പഠിക്കു ന്നതിനും പരിശീലനം നടത്തുന്നതിനുമുള്ള സന്ദർഭങ്ങളുണ്ടാക്കി കൊടു ക്കുകയും കുടുംബസംബന്ധവും ആരോഗ്യപരവുമായ പ്രശ്നങ്ങൾ പരി ഹരിക്കുന്നതിന് സഹായിക്കുകയും ചെയ്യും. ആവശ്യമായി വരുന്നപക്ഷം, സഖാക്കളെ സംരക്ഷിക്കുന്നതിന് ചില പാർട്ടി പ്രവർത്തനങ്ങൾ ഉപേ ക്ഷിച്ചുവെന്നുവരും. എന്നുവരികിലും ഈ നടപടികളെല്ലാം എടുക്കുന്നതു പാർട്ടിയുടെ ആകെ താൽപ്പര്യങ്ങളെ സംരക്ഷിക്കുകയെന്ന ഒരൊറ്റ ഉദ്ദേ ശ്യത്തോടുകൂടിയാണ്. കാരണം, പാർട്ടി അതിലെ മെമ്പർമാർക്ക് ആവേ

ശത്തോടും വിഷമതകൾ കൂടാതെയും ജോലിചെയ്യുന്നതിന് ആവശ്യ മായ, അവർക്കു ജീവിക്കുവാനും പ്രവർത്തിക്കുവാനും വിദ്യാഭ്യാസം ചെയ്യുവാനുമുള്ള ചുരുങ്ങിയ സാഹചര്യങ്ങൾ ഉണ്ടാക്കിക്കൊടുത്തില്ലെ ങ്കിൽ പാർട്ടിയുടെ കടമകൾ നിർവഹിക്കപ്പെടുവാൻ പോകുന്നില്ല. പാർട്ടി മെമ്പർമാരുടെ പ്രശ്നങ്ങളെ കൈകാര്യം ചെയ്യുന്നതിൽ ചുമതലയുള്ള പാർട്ടി നേതാക്കൻമാർ ഇക്കാര്യത്തിൽ ശ്രദ്ധപതിപ്പിക്കണം. ഇതാണ് പ്രശ്നത്തിന്റെ മറ്റൊരു വശം.

മൊത്തത്തിൽ പറഞ്ഞാൽ ഒരു പാർട്ടിമെമ്പർ യാതൊരു കലവ റയും കൂടാതെ പാർട്ടിയുടെ താപ്പര്യങ്ങൾക്കു കീഴ്പെട്ടു ജീവിക്കണം. അയാൾ തന്നോട് ദയ കാണിക്കരുത്, പൊതുകാര്യപ്രസക്തനായിരിക്ക ണം, സ്വകാര്യോദ്ദേശ്യങ്ങളും പരിഗണനകളും ഉണ്ടായിരിക്കരുത്. അയാൾ ഒരു കാര്യത്തിലും സ്വന്തം കാര്യം സിന്ദാബാദുകാരനാകരുത്. പാർട്ടിയുടെ മുമ്പാകെ അയാൾ വളരെയധികം സ്വന്തം ആവശ്യങ്ങൾ ഉന്നയിക്കുകയോ, സ്ഥാനക്കയറ്റം തരികയോ പ്രശംസിക്കുകയോ ചെയ്യാ ത്തതിന് പാർട്ടിയെ കുറ്റപ്പെടുത്തുകയോ അരുത്. കൂടാതെ, ഒരു പാർട്ടി മെമ്പർ, എല്ലാ പരിതഃസ്ഥിതിയിലും, സ്വന്തം കഴിവിനെ അങ്ങേയറ്റം ഉപ യോഗിച്ചു പഠിക്കുന്നതിന് തന്നത്താൻ വളർത്തുന്നതിനും ധീരതയോടെ സമരം ചെയ്യുന്നതിനും മാർക്സിസം– ലെനിനിസത്തിലുള്ള തന്റെ പരി ജ്ഞാനത്തെയും ബോധത്തെയും ഉയർത്തുന്നതിനും നിരന്തരം യത്നിച്ചേ മതിയാവൂ – അങ്ങനെ അയാൾക്ക് പാർട്ടിക്കും വിപ്ലവത്തിനും കൂടുതൽ വലിയ സഹായവും സംഭാവനകളും നൽകാൻ കഴിയണം. പാർട്ടിമെമ്പർമാരുടെ പ്രശ്നങ്ങളിൽ ഇടപെടുന്ന കാര്യത്തിൽ, തൊഴി ലാളി വിപ്ലവ ലക്ഷ്യത്തിനുവേണ്ടിതന്നെ, പാർട്ടക്കുവേണ്ടി കൂടുതൽ നല്ല സേവനമനുഷ്ഠിക്കാനും തങ്ങളെ തന്നെ വളർത്തുന്നതിനും തങ്ങളുടെ അറിവിനെ ഉയർത്തുന്നതിനും പാർട്ടിമെമ്പർമാർക്ക് പ്രാപ്തിയുണ്ടാക്കാൻ വേണ്ടി പാർട്ടിയും പാർട്ടി നേതാക്കമ്മാരും മെമ്പർമാരുടെ പ്രവർത്തന ത്തിലും ജീവിതത്തിലും വിദ്യാഭ്യാസത്തിലും പ്രത്യേകം ശ്രദ്ധപതിപ്പി ക്കേണ്ടതാണ്. യഥാർഥത്തിൽ നിസ്വാർഥതയും പൊതുകാര്യ പ്രസക്തി യുമുള്ള മെമ്പർമാരെ സംബന്ധിച്ചാണെങ്കിൽ പ്രത്യേകിച്ചും ശ്രദ്ധിക്കേ ണ്ടതാണ്. ഈ വിധത്തിൽ മാത്രമേ, അതായത്, രണ്ടു കാര്യങ്ങളിലും ശ്രദ്ധ പതിപ്പിക്കുകയും രണ്ടിനെയും കൂട്ടിയിണക്കുകയും ചെയ്യു ന്നതുകൊണ്ടു മാത്രമേ പാർട്ടിക്ക് ഏറ്റവും പ്രയോജനം കിട്ടുകയുള്ളൂ.

## പാർട്ടിക്കുള്ളിലെ പലതരം തെറ്റായ ആശയഗതികൾക്ക് ഉദാഹരണം

സഖാക്കളേ! നാം കമ്യൂണിസ്റ്റ് ജീവിത വീക്ഷണത്തെയും ലോകവീക്ഷണത്തെയും കമ്യൂണിസത്തെ സംബന്ധിച്ചുള്ള നമ്മുടെ അറിവിനെയും പാർട്ടിയുടെ താൽപ്പര്യങ്ങളും പാർട്ടി മെമ്പർമാരുടെ താൽപര്യങ്ങളും തമ്മിലുള്ള ശരിയായ ബന്ധത്തെയും പാർട്ടിമെമ്പർമാ

രുടെയും പ്രവർത്തകൻമാരുടെയും യോഗ്യത നിർണയിക്കുന്നതിനുള്ള പ്രമാണമെന്ന നിലയിൽ എടുക്കുകയാണെങ്കിൽ, ഒരു വശത്ത് നമുക്ക് കാണുവാൻ സാധിക്കും, ഈ ഗുണങ്ങളുള്ളവരും മറ്റു പാർട്ടിമെ മ്പർമാർക്കും കൂടി മാതൃകയാകാൻ കഴിവുള്ളവരുമായ ധാരാളം പാർട്ടി മെമ്പർമാരും പ്രവർത്തകൻമാരും ഉണ്ടെന്ന്; എന്നാൽ മറുവശത്ത്, ഇപ്പോഴും ഈ ഗുണങ്ങളില്ലാത്തവരും പലതരത്തിലുള്ള തെറ്റായ ആശ യഗതികൾ ഏറെക്കുറെ വച്ചുപുലർത്തുന്നവരുമായ ചില പാർട്ടി മെമ്പർമാരും പ്രവർത്തകരും ഉണ്ടെന്നും കാണുവാൻ വിഷമമില്ല. നമ്മുടെ സഖാക്കളെ സ്വയം വളർത്തുവാൻ ശ്രമിക്കുമ്പോൾ ശ്രദ്ധിക്കു ന്നതിലേക്ക് വേണ്ടി പൊതുവിൽ അവയെ ഞാൻ പരസ്യമായിത്തന്നെ ചൂണ്ടിക്കാണിക്കാം:

പാർട്ടി മെമ്പർമാരുടെ ഇടയിൽ കാണുന്ന അടിസ്ഥാനപരമായ തെറ്റായ ആശയഗതികൾ എന്തെല്ലാമാണ്? അവയെ ഏതാണ്ട് താഴെ പറയും പ്രകാരം രേഖപ്പെടുത്താവുന്നതാണ്.

ഒന്നാമതായി, പാർട്ടിയിൽ ചേർന്നു കഴിഞ്ഞിട്ടുള്ള ആളുകൾ ഭിന്ന സമൂഹ വിഭാഗങ്ങളിൽ നിന്ന് വന്നിട്ടുള്ളവരാണെന്നുമാത്രമല്ല ഭിന്ന താൽപ്പര്യങ്ങളും ഉദ്ദേശ്യങ്ങളും കൂടെ കൊണ്ടുവന്നിട്ടുള്ളവരും ആണ്. മിക്ക മെമ്പർമാരും കമ്യൂണിസത്തിന്റെ സാക്ഷാത്കാരത്തിനായി സമരം ചെയ്യുന്നതിനുവേണ്ടിയും തൊഴിലാളി വർഗത്തെയും മനുഷ്യരാശി യെയും മോചിപ്പിക്കുകയെന്ന മഹത്തായ ലക്ഷ്യത്തിനു വേണ്ടിയുമാണ് പാർട്ടിയിൽ ചേർന്നിട്ടുള്ളതെങ്കിലും, മറ്റു കാരണങ്ങളാലും ഉദ്ദേശ്യങ്ങ ളാലും പാർട്ടിയിൽ ചേർന്നിട്ടുള്ള ചില മെമ്പർമാരും ഉണ്ട്. ഉദാഹരണ ത്തിന്, പണ്ടു നാം ചെയ്തിട്ടുള്ളതുപോലെ, ' പ്രാദേശിക സ്വേച്ഛാധികാ രികളെ അടിച്ചു താഴെയിടുന്നതും ഭൂമി പിടിച്ചെടുത്തു കർഷകർക്ക് വിത രണം ചെയ്യുന്നതുമാണ് കമ്യൂണിസം' എന്നാണ് ചില കർഷക സഖാ ക്കൾ കണക്കാക്കിയിരിക്കുന്നത്. യഥാർഥ കമ്യൂണിസമെന്നാൽ അതിലും കൂടുതലായി എന്തെങ്കിലും ആണെന്ന് അവർ പാർട്ടിയിൽ ചേർന്നപ്പോൾ മനസിലാക്കിയിരുന്നില്ല. ഇന്നാകട്ടെ, കമ്യൂണിസ്റ്റുകാർ പ്രധാനമായും ജപ്പാനെ എതിർക്കുന്നതിന് തീരുമാനിച്ചുകൊണ്ടും ജാപ്പ് –വിരുദ്ധ ഐക്യമുന്നണി കെട്ടിപ്പടുക്കാനൊരുങ്ങിയതുകൊണ്ടും പലരും പാർട്ടി യിൽ ചേർന്നിട്ടുണ്ട്. വേറെ ചിലയാളുകൾ അവർക്ക് ഈ സമൂഹത്തിൽ ജീവിക്കാൻ വകയില്ലാത്തതുകൊണ്ട്– അവർക്ക് കച്ചവടമോ ജോലിയോ ഇല്ലാത്തതുകൊണ്ടോ പഠിക്കാൻ സ്കൂളുകളില്ലാത്തതുകൊണ്ടോ കു ടുംബത്തിൽനിന്നും രക്ഷപ്പെടുവാൻ, അല്ലെങ്കിൽ, നിർബന്ധിത വിവാ ഹത്തിൽനിന്ന് രക്ഷപ്പെടുവാൻ ഒരു പോംവഴിയെന്ന നിലയിലോ പാർട്ടി യിൽ ചേർന്നവരാണ്. വേറെ ചിലയാളുകൾ പാർട്ടിയുടെ അന്തസ്സിൽ മതിപ്പുണ്ടായിരുന്നതുകൊണ്ടും അവ്യക്തമായ വിധത്തിലാണെങ്കിലും കമ്യൂണിസ്റ്റ് പാർട്ടിക്കു മാത്രമേ ചൈനയെ രക്ഷിക്കാൻ സാധിക്കൂ എന്ന ധാരണയുണ്ടായിരുന്നതുകൊണ്ടും പാർട്ടിയിൽ ചേർന്നത്. നികുതി

ഇളവു ചെയ്തുകിട്ടുമെന്നു കരുതിയതുകൊണ്ടോ ഭാവിയിൽ സ്വാധീന ശക്തിയുള്ളവരായിത്തീരുമെന്നു വിശ്വസിച്ചതുകൊണ്ടോ, അതുമല്ലെങ്കിൽ അവരുടെ ചില ബന്ധുക്കളും സ്നേഹിതൻമാരും അവരെക്കൂടി പാർട്ടിയി ലേക്ക് ആകർഷിച്ചതുകൊണ്ടോ കമ്യൂണിസ്റ്റുകാരായി തീർന്നവരാണ്. അത്തരം സഖാക്കൾ വ്യക്തവും ഖണ്ഡിതവുമായ കമ്യൂണിസ്റ്റ് ജീവിത വീക്ഷണവും ലോകവീക്ഷണവും ഇല്ലാത്തവരും ഉറച്ച ഒരു തൊഴിലാ ളിവർഗ നിലപാട് സ്വീകരിക്കുന്നതിന് കഴിവില്ലാത്തവരും കമ്യൂണിസ ത്തിന്റെ മഹത്വവും വിഷമതകളും മനസ്സിലാക്കുന്നതിൽ തോൽവി പറ്റു ന്നവരും ആയിരിക്കുമെന്നുള്ളത് വളരെ സ്വാഭാവികമാണ്. അതുകൊ ണ്ട്, ചില വഴിതിരിയൽ ഘട്ടങ്ങളിലും ചില പ്രത്യേക ചുറ്റുപാടുകളിലും അവരിൽ ചിലർ പതറിപ്പോകുകയും ആളുമാറിപ്പോകുകയും ചെയ്യുമെ ന്നുള്ളതും വളരെ സ്വാഭാവികമാണ്. അവർ അവരോടുകൂടെത്തന്നെ പല തരത്തിലും രൂപത്തിലുമുള്ള ആശയഗതികളെ പാർട്ടിക്കുള്ളിലേക്കു കൊണ്ടുപോന്നിട്ടുള്ളവരാണ്. അതുകൊണ്ട്, അവരെ പഠിപ്പിക്കുക, ഉറ പ്പിക്കുക, സ്വയം വളരുവാൻ പ്രേരിപ്പിക്കുക എന്നിതെല്ലാം അങ്ങേയറ്റം പ്രാധാന്യമേറിയ സംഗതികളാണ്. അല്ലാത്തപക്ഷം അവർക്ക് തൊഴി ലാളിവർഗത്തിന്റെ മുന്നണിപടയാളികളായിത്തീരുന്നതിന് ഒട്ടും തന്നെ സാധ്യമല്ല.

എങ്കിലും, യാതൊരു വിധത്തിലും അതൊരു ഗൗരവമേറിയ പ്രശ്ന മല്ല, കമ്യൂണിസ്റ്റ് പാർട്ടിയിലുള്ള വിശ്വാസംകൊണ്ട് ചിലർ വരുന്നത്, ഇന്നത്തെ സമൂഹത്തിൽ നിന്നും പുറത്തുചാടുന്നതിനുള്ള വഴി കണ്ടെ ത്തുന്നതിനായി പാർട്ടിയിൽ ചേരുന്നത്, പാർട്ടിയുടെ നയപരിപാടികൾക്ക് പിന്തുണ നൽകുന്നത് – ഇതെല്ലാം തെറ്റാണെന്നു കണക്കാക്കാൻ സാധ്യ മല്ല. പാർട്ടിയെ ആരാഞ്ഞുപിടിച്ചതിൽ അവർ തെറ്റുകാരല്ല. അവസര വാദികളും ശത്രുചാരന്മാരും രാജ്യവഞ്ചകരുമായവരൊഴിച്ചു ബാക്കിയു ള്ളവരെ നാം സ്വാഗതം ചെയ്യുന്നു. പാർട്ടിയുടെ പരിപാടിയും ഭരണഘ ടനയും അവർ സ്വീകരിക്കുകയും അനുഷ്ഠിക്കുകയും ചെയ്യണമെന്നു മാത്രം. കമ്യൂണിസത്തെക്കുറിച്ചും പാർട്ടിയുടെ പരിപാടികളെയും ഭര ണഘടനയെയും കുറിച്ചും കൂടുതൽ പഠിക്കുന്നതിനും പരിശീലിക്കുന്ന തിനും പാർട്ടിയിൽ ചേർന്നതിനുശേഷമേ അവർക്ക് സാധിക്കൂ. കൂടാ തെ, പരിശീലനങ്ങളുടെ അടിസ്ഥാനത്തിൽ, സമരത്തിനിടയ്ക്ക് തങ്ങളെ വളർത്തുന്നതിനും കൂടുതൽ ദൃഢത വരുത്തുന്നതിനും നല്ല കമ്യൂണി സ്റ്റുകാരാക്കിത്തീരുന്നതിനും അവർക്ക് സാധിക്കും.

വാസ്തവത്തിൽ, പാർട്ടിയിൽ ചേരുന്നതിനുമുമ്പ് തന്നെ അധിക മാളുകളെ സംബന്ധിച്ചും കമ്യൂണിസത്തെ പറ്റിയും പാർട്ടിയുടെ പരി പാടിയെയും ഭരണഘടനയെയും പറ്റിയും ഗാഢമായ അറിവു സമ്പാദി ച്ചിരിക്കണമെന്ന് ശഠിക്കുന്നതിൽ അർഥമില്ല. അതുകൊണ്ടു തന്നെയാണ് (പാർട്ടിയിൽ ചേരുന്നതിനുള്ള വ്യവസ്ഥയെന്ന നിലയിൽ), പാർട്ടിയുടെ പരിപാടിയും ഭരണഘടനയും പൂർണമായി പഠിക്കുന്നത് വ്യവസ്ഥയായി

അംഗീകരിക്കുന്നതിനുപകരം, പാർട്ടിയുടെ പരിപാടിയെയും ഭരണഘട നയെയും സ്വീകരിക്കണമെന്നു മാത്രം നാം നിഷ്കർഷിക്കുന്നത്. ഇക്കൂ ട്ടർക്ക് കമ്യൂണിസത്തെപ്പറ്റി പൂർണമായ അറിവ് അപ്പോഴും ഇല്ലെങ്കിലും ഇന്നത്തെ കമ്യൂണിസ്റ്റ് പ്രസ്ഥാനത്തിലും വിപ്ലവപ്രസ്ഥാനത്തിലും ഉശി രന്മാരായ പടയാളികളായിത്തീരുന്നതിന് അവർക്ക് കഴിയും. കൂടാതെ വിപ്ലവസമരത്തിന്റെ നീണ്ട ഗതിയിൽ തീവ്രമായ പരിശീലനവും വളർത്തലും മുഖേന ഒന്നാംതരം വർഗബോധമുള്ള കമ്യൂണിസ്റ്റുകാരാ യിത്തീരാനും സാധിക്കും. മാത്രമല്ല, കമ്യൂണിസ്റ്റ് പാർട്ടി മെമ്പർമാർക്ക് പാർട്ടിയിൽനിന്നും വിട്ടുപോകുന്നതിനുള്ള സ്വാതന്ത്ര്യം (പാർട്ടിയിൽ ചേരുന്നതിന് അത്തരം സ്വാതന്ത്ര്യമില്ല) പാർട്ടി ഭരണഘടനയിൽ വ്യവസ്ഥ ചെയ്തിട്ടുണ്ട്. ഏതെങ്കിലും ഒരു മെമ്പർ കമ്യൂണിസത്തിൽ ഉറച്ച വിശ്വാസമില്ലാത്തവനാണെങ്കിൽ, പാർട്ടിക്കുള്ളിലെ ജീവിതം വളരെ കണിശമായി നിർവഹിക്കാൻ പ്രാപ്തനല്ലെങ്കിൽ, അഥവാ മറ്റേതെങ്കിലും കാരണവശാൽ, അയാൾക്ക് പാർട്ടിയിൽനിന്നും വിട്ടുപോകുവാൻ സ്വാ തന്ത്ര്യമുണ്ട്. പാർട്ടി രഹസ്യങ്ങളെ പുറത്തുവിടാതിരിക്കുകയും കമ്യൂ ണിസത്തെ എതിർക്കാതിരിക്കുകയും പാർട്ടിക്കെതിരായി വിനാശകര മായ പ്രവർത്തനങ്ങളിലേർപ്പെടാതിരിക്കുകയും ചെയ്യുന്നിടത്തോളം കാലം ഏതു മെമ്പറെയും വിട്ടുപോകാനും ആ നിലയിൽനിൽക്കാനും പാർട്ടി അനുവദിക്കുന്നു. പാർട്ടിക്കുള്ളിൽ നുഴഞ്ഞുകയറിയ അവസര വാദികളെയും വഞ്ചകന്മാരെയും പാർട്ടിയിൽനിന്നും പുറത്താക്കുകതന്നെ ചെയ്യും. ഈ വിധത്തിൽ നമ്മുടെ പാർട്ടിയുടെ വിശുദ്ധിയെ കാത്തുര ക്ഷിക്കാൻ കഴിയും.

രണ്ടാമത്, ഇപ്പോഴും ചില പാർട്ടിമെമ്പർമാരുടെ ആശയഗതിയിൽ താരതമ്യേന പ്രബലമായ വ്യക്തിചിന്തയുടെ സ്വാർഥതാൽപ്പര്യവും മുഴ ച്ചുനിൽക്കുന്നത് കാണാം.

ഇത്തരത്തിലുള്ള വ്യക്തിചിന്ത താഴെപറയുന്ന വിധങ്ങളിലെല്ലാം പ്രകടമാകുന്നുണ്ട്: ചിലയാളുകൾ, എല്ലാതരത്തിലുമുള്ള സുപ്രധാന പ്രശ്നങ്ങൾക്കും പരിഹാരം കാണുമ്പോൾ അവരുടെ വ്യക്തിതാൽപ്പ ര്യങ്ങളെ പാർട്ടിയുടെ താൽപ്പര്യങ്ങൾക്കുപരിയായി കണക്കാക്കുന്നു അഥവാ തങ്ങളുടെ സ്വകാര്യതാൽപ്പര്യങ്ങളെ പരിഗണിച്ച് സ്വന്തം ലാഭ നഷ്ടങ്ങളെപ്പറ്റി സദാ പരിതപിച്ചുകൊണ്ടിരിക്കുന്നു: അല്ലെങ്കിൽ ചില സ്വകാര്യോദ്ദേശ്യങ്ങൾ സാധിക്കുന്നതിനു പാർട്ടി പ്രവർത്തന ത്തിൽനിന്നും മുതലെടുത്തുകൊണ്ട് അവർ സേവയും ശുപാർശയും നോക്കുന്നു; അതുമല്ലെങ്കിൽ താത്വികമായ ഒരു പ്രശ്നത്തിന്റെ പേരിലോ പാർട്ടിതാൽപ്പര്യങ്ങളുടെ പേരിലോ മറ്റു സഖാക്കൾക്കെതിരായി സ്വന്തം പകവീട്ടുന്നതിനു ശ്രമിക്കുന്നു.

ശമ്പളക്കാര്യം, സൗകര്യങ്ങൾ, സ്വകാര്യജീവിതം സംബന്ധിച്ച മറ്റു കാര്യങ്ങൾ ഇവയുടെ പ്രശ്നം വരുമ്പോൾ അവർ എല്ലായ്പ്പോഴും മറ്റു ള്ളവരെ കവച്ചുവയ്ക്കുന്നതിനും ഏറ്റവും ഉയർന്ന പ്രവർത്തകരോട്

സ്വയം താരതമ്യപ്പെടുത്തി മത്സരിക്കുന്നതിനും ആ ഉദ്ദേശ്യങ്ങൾ നേടു
ന്നതിന് ഏത് ഉപായങ്ങളും എടുത്ത് ഉപയോഗിക്കുന്നതിന് ആഗ്രഹി
ക്കുകയും, അത്തരം കാര്യങ്ങളെക്കുറിച്ചു വീമ്പടിക്കുകയും ചെയ്യുന്നു.
എന്നാൽ പ്രവർത്തിക്കേണ്ടതായി വരുമ്പോൾ അവർ തങ്ങളെ കഴിവു
കുറഞ്ഞവരോട് ഒപ്പിച്ചുനോക്കുവാനാണ് ആഗ്രഹിക്കുന്നത്. ക്ലേശങ്ങളും
ബുദ്ധിമുട്ടുകളും ഉണ്ടാകുമ്പോൾ അവർ അവയെ ഒഴിവാക്കുവാൻ ശ്രമി
ക്കുന്നു; ആപൽഘട്ടങ്ങളിൽ, പാർട്ടിയിൽനിന്നും ഓടി തടിതപ്പുവാൻ ശ്രമി
ക്കുന്നു. പരിചാരകൻമാർ അവർക്ക് എത്രയായാലും മതിയാകില്ല. വീട്
അവർക്ക് ഏറ്റവും നല്ലതായിരിക്കണം. അവർ നേതാവായി ഞെളിയാനും
പാർട്ടിക്കു കിട്ടുന്ന ബഹുമതികളിൽ പങ്കുകിട്ടാനും നോക്കുന്നു. എല്ലാ
നല്ല കാര്യങ്ങളും കുത്തകയാക്കുകയും കുഴപ്പം പിടിച്ചതിൽ നിന്നെല്ലാം
ഒഴിഞ്ഞു മാറുകയുമാണ് അവരുടെ സമ്പ്രദായം.

സഖാക്കളേ! അത്തരം ആളുകൾ നമ്മുടെ പാർട്ടിയിലുണ്ട്. അവ
രുടെ തലയിൽ ചൂഷകവർഗങ്ങളുടെ ആശയഗതി കുത്തിനിറയ്ക്കപ്പെ
ട്ടിരിക്കയാണ്. താഴെ പറയുംവിധത്തിലുള്ള ആശയങ്ങളിൽപോലും അവർ
വിശ്വസിക്കുന്നു. ' ഓരോരുത്തനും അവനവനുവേണ്ടി', ' കഴിവില്ലാത്ത
വർ കഴുവേറട്ടെ', 'മനുഷ്യൻ ഒരു സ്വാർഥമതിയായ മൃഗമാണ്', ' നൂറു
ശതമാനം നിസ്വാർഥനായ മനുഷ്യൻ ഈ ലോകത്തിലില്ല, ഉണ്ടെങ്കിൽ
അയാൾ ശുദ്ധഭോഷനോ പടുവിഡ്ഢിയോ ആണ്'. ചൂഷകവർഗത്തിന്റെ
ഇത്തരത്തിലുള്ള എല്ലാ ആശയങ്ങളും അവർ തങ്ങളുടെ സ്വാർഥത
യെയും വ്യക്തിതാൽപ്പര്യങ്ങളെയും ന്യായീകരിക്കുന്നതിന് ഉപയോഗ
പ്പെടുത്തുന്നു.

ഇത്തരത്തിലുള്ള സ്വാർഥപരമായ വ്യക്തിവാദം പാർട്ടിക്കുള്ളിൽ
താത്വികാടിസ്ഥാനമില്ലാത്ത തർക്കങ്ങൾ, കക്ഷിമത്സരങ്ങൾ, സെക്ടേരി
യനിസം, ഡിപ്പാർട്ടുമെന്റലിസം മുതലായ തെറ്റുകളുടെ രൂപത്തിൽ പ്രക
ടമാകുന്നുണ്ട്. അത് പാർട്ടി അച്ചടക്കത്തെ ഇഷ്ടം പോലെ അവഗണിക്കു
ന്നതും തുരങ്കം വയ്ക്കുന്നതുമായ പ്രവൃത്തികളുടെ രൂപത്തിലും വെളി
പ്പെടാറുണ്ട്. യാതൊരു താത്വികാടിസ്ഥാനവുമില്ലാത്ത തർക്കങ്ങൾ പൊട്ടി
പ്പുറപ്പെടുന്നത് ഇത്തരം സ്വകാര്യതാൽപ്പര്യങ്ങളിൽനിന്നാണ്. കക്ഷി
മത്സരങ്ങളും സെക്ടേറിയനിസവും പലപ്പോഴും വ്യക്തികളുടെയും ന്യൂന
പക്ഷത്തിന്റെയും താൽപ്പര്യങ്ങളെ പാർട്ടിയുടെ താൽപ്പര്യങ്ങൾക്കുപരി
യായി വയ്ക്കുന്നു. ഇത്തരക്കാരായ ആളുകൾ ന്യായവിരുദ്ധമായ കക്ഷി
മത്സരങ്ങൾക്കിടയിൽ പാർട്ടി സംഘടനയെയും അച്ചടക്കത്തെയും പല
പ്പോഴും കരുതിക്കൂട്ടി എതിർക്കുകയും, പരസ്പരം എതിർക്കാതിരിക്കു
ന്നതിനും പരസ്പരം തുണയായി നിൽക്കുന്നതിനും മേനി പറയുന്ന
തിനും പ്രശംസിക്കുന്നതിനും വേണ്ടി ന്യായരഹിതമായ വിധത്തിൽ ചില
പ്രത്യേക വ്യക്തികളോട് കൂട്ടുകൂടുകയും ചെയ്യുന്നു.

ഇത്തരം വ്യക്തിവാദത്തിൽനിന്നും വ്യത്യസ്തമാണ് പാർട്ടിക്കുള്ളി
ലെ ഡിപ്പാർട്ടുമെന്റലിസം. ഒരു സഖാവ് ഭാഗികതാൽപ്പര്യങ്ങളെ മാത്ര

മെ കാണുന്നുള്ളൂ എന്നതുകൊണ്ടും, പ്രവർത്തനത്തിൽ തന്റെ ഭാഗം മാത്രമേ കാണുന്നുള്ളൂ എന്നതുകൊണ്ടും പരിതഃസ്ഥിതിയെ ഒന്നാകെയും മറ്റുള്ളവരുടെ പ്രവർത്തനത്തെയും കാണാത്തതുകൊണ്ടുമാണ് പ്രധാനമായും ഡിപ്പാർട്ടുമെന്റലിസം വരുത്തുന്നത്. അതുകൊണ്ട്, മറ്റുള്ളവരുടെ പ്രവർത്തനത്തെ തടസ്സപ്പെടുത്തത്തക്കവിധം പ്രവർത്തനത്തിൽ തന്റെ ഭാഗത്തിന്റെ താൽപ്പര്യങ്ങളെ മാത്രം നോക്കുകയയെന്ന തെറ്റ് അയാൾ ചെയ്യുന്നു. രാഷ്ട്രീയമായി പറയുകയാണെങ്കിൽ, ഇത് 'ഗിൽഡ്' മനോഭാവം പോലെതന്നെ ഒന്നാണ്. ഡിപ്പാർട്ടുമെന്റലിസമെന്ന തെറ്റു ചെയ്യുന്ന സഖാക്കളുടെ കാര്യത്തിലാണെങ്കിൽ അവരുടെ ഉദ്ദേശ്യങ്ങളും തുടക്കവും എപ്പോഴും ചീത്തയാകണമെന്നില്ല. തീർച്ചയായും ഇതിനെ വ്യക്തിവാദത്തോട് താരതമ്യപ്പെടുത്തുവാൻ സാധ്യമല്ല. എന്നിരുന്നാലും വ്യക്തിവാദപരമായ ചിന്താഗതിയുള്ള ആളുകൾ പലപ്പോഴും ഡിപ്പാർട്ടുമെന്റലിസത്തിന്റേതായ തെറ്റുകൾ ചെയ്യാറുണ്ട്.

മൂന്നാമതായി ദുരഭിമാനം, വ്യക്തിപരമായ ധീരത, നേതാവു ഞെളിയൽ മുതലായ ദുർഗുണങ്ങൾ പാർട്ടിയിലുള്ള ഏതാനും ചില സഖാക്കളുടെ ആശയഗതിയിൽ ഇന്നും ഏറെക്കുറെ നിലനിൽക്കുന്നുണ്ട്.

ഇത്തരം ആശയഗതിയുള്ള ആളുകളുടെ ഒന്നാമത്തെ പരിഗണന അവർക്ക് പാർട്ടിയിലുള്ള സ്ഥാനമാണ്. അവർ നേതാവായി നടക്കുന്നതിന് ഇഷ്ടപ്പെടുകയും മറ്റുള്ളവർ തങ്ങളെ സ്തുതിക്കുകയും അഭിനന്ദിക്കുകയും ചെയ്യണമെന്ന് ആഗ്രഹിക്കുകയും ചെയ്യുന്നു. സ്വയം നേതാക്കന്മാരായിത്തീരുന്നതിന് അവർക്ക് വളരെയധികം മോഹമുണ്ട്. സ്വന്തം കഴിവിനെ അവർ അതിന് തഞ്ചമായി കണക്കാക്കി പ്രവർത്തിക്കുകയും ബഹുമതി വേണമെന്ന് ആശിക്കുകയും സ്വയം നേതാവായി നടിക്കുകയും എല്ലാം സ്വന്തം കയ്യിലൊതുക്കിവയ്ക്കാനാഗ്രഹിക്കുകയും ചെയ്യുന്നു. കൂടാതെ അവർ അസഹിഷ്ണുക്കളുമാണ്. അവർ ദുരഭിമാനം നിറഞ്ഞവരാണ്; മിനക്കെട്ട ജോലികളിൽ മുഴുകാൻ അവരിഷ്ടപ്പെടുന്നില്ല. സാങ്കേതിക ജോലികൾ ചെയ്യുവാൻ അവർക്കു മടിയാണ്. അവർ തലക്കനം കൂടിയവരാണ്. അവർക്കു എന്തെങ്കിലും ഒരു ചെറിയ നേട്ടമുണ്ടാക്കാൻ കഴിഞ്ഞാൽ, അങ്ങേയറ്റം അഹങ്കാരികളായിത്തീരുകയും പ്രമാണിത്തം നടിക്കുകയും തങ്ങളപ്പോലെ ലോകത്ത് വേറെയാരുമില്ലെന്ന് ഭാവിക്കുകയും ചെയ്യുന്നു. മറ്റുള്ളവരുടെ മുമ്പിൽ കടന്നു നിൽക്കാനാണ് അവരെപ്പോഴും നോക്കുക. അന്യരോട് തുല്യനിലയിലും മര്യാദയായും വിനയത്തോടും പെരുമാറുന്നതിന് അവർക്കറിയില്ല. അവർ ദുരഭിമാനികളാണ്. മറ്റുള്ളവരോട് പ്രസംഗിക്കുന്നതിനും നിർദേശങ്ങൾ നൽകുന്നതിനും പ്രമാണിത്തം നടിക്കുന്നതിനുമാണ് അവർക്കിഷ്ടം. അവർ എപ്പോഴും മറ്റുള്ളവരുടെമേൽ ചാടിക്കേറാൻ നോക്കും; മറ്റുള്ളവിൽനിന്ന് നിർദേശങ്ങൾ ചെവിക്കൊള്ളാറില്ല. മറ്റുള്ളവരിൽനിന്ന് വിശേഷിച്ചും ബഹുജനങ്ങളിൽനിന്നും, വിനയത്തോടെ പഠിക്കാൻ ശ്രമിക്കുകയോ, മറ്റുള്ളവരിൽനിന്ന് വിമർശനങ്ങൾ സ്വീകരിക്കുകയോ ചെയ്യാറില്ല. അവർ

'സ്ഥാനക്കയറ്റം' വേണമെന്നാഗ്രഹിക്കുന്നു. എന്നാൽ'തരം താഴ്ത്തപ്പെ ടുന്നത്' അസഹ്യമാണ്. ' നല്ലകാലത്തേ' അവർക്ക് പ്രവർത്തിക്കാൻ കഴിയൂ. ' ചീത്തക്കാലത്ത്' ഒഴിഞ്ഞുമാറും. അവർക്ക് ആക്ഷേപങ്ങ ളെയോ അനീതികളെയോ സഹിക്കാൻ ത്രാണിയില്ല, പരിതഃസ്ഥിതിക ളോട് ഇണങ്ങിക്കഴിയുന്നതിനും അവർ അസമർഥരാണ്. " അവർ ആവ ശ്യമാണെങ്കിൽ അധികാരം ചെലുത്തുന്നതിനും വേണ്ടിടത്ത് പിൻവാങ്ങി നിൽക്കുന്നതിനും കഴിവുള്ള മഹാന്മാരല്ല". അവരുടെ രൂഢമൂലമായ 'പദവിമോഹം' അവർ ഇനിയും ഉപേക്ഷിച്ചിട്ടുള്ളവരല്ല, കമ്യൂണിസ ത്തിന്റെ പേരിൽ തങ്ങളെ 'മഹാന്മാരും' 'വീരാത്മാക്കളും' ആക്കി ത്തീർക്കുന്നതിന് അവർ ഇപ്പോഴും ശ്രമിക്കുന്നു; മാത്രമല്ല, ആ ആഗ്രഹ ങ്ങളെ സഫലമാക്കുന്നതിന് എന്തും ചെയ്യാൻ അവർക്ക് മടിയില്ല. പക്ഷെ, തങ്ങളുടെ ഉദ്ദേശ്യങ്ങൾ നിർവഹിക്കപ്പെടാതെ വരുമ്പോൾ, പാർട്ടി സഖാ ക്കളിൽനിന്നും എതിർപ്പോ അനുകൂലമല്ലാത്ത പെരുമാറ്റമോ ഉണ്ടാകു മ്പോൾ, അവർ ആടിക്കളിക്കാനിടയുണ്ടെന്ന ആപത്തുണ്ട്. അത്തരം ആടിക്കളിക്കുന്ന സ്വഭാവം നിമിത്തം പാർട്ടി ഉപേക്ഷിച്ചു പോയിട്ടുള്ള മെമ്പർമാർ പാർട്ടിയുടെ ചരിത്രത്തിൽ ചില്ലറയല്ല. ഇക്കൂട്ടരുടെ മനസ്സിൽ ചൂഷക വർഗങ്ങളുടെ ആശയഗതിയുടെ അവശിഷ്ടങ്ങൾ തങ്ങി ക്കിടപ്പുണ്ട്, അവർക്ക് കമ്യൂണിസത്തിന്റെ മഹത്വമറിയാൻ പാടില്ല. മാത്ര മല്ല, ഒരു കമ്യൂണിസ്റ്റുകാരന്റെ വിശാലവീക്ഷണവും അവർക്കില്ല.

കമ്യൂണിസ്റ്റുകാർ സ്വയം തൃപ്തിയിലോ അഹങ്കാര പ്രമത്ത യിലോ മുഴുകിപ്പോകാൻ പാടില്ല, ചില സഖാക്കൾ വളരെ പ്രാപ്തിയു ള്ളവരും ചില പ്രവർത്തനങ്ങൾ വിജയകരമായി നിർവഹിച്ചിട്ടുള്ളവരും മഹത്തായ നേട്ടം ഉളവാക്കിയിട്ടുള്ളവരുമാണെന്നുതന്നെ വയ്ക്കുക. ഉദാ ഹരണത്തിന്, നമ്മുടെ സൈനികോദ്യോഗസ്ഥന്മാർ ആയിരക്കണക്കിന് ആളുകളെ നയിക്കുകയും വിജയം കൈവരിക്കുകയും ചെയ്തിട്ടുണ്ട്. അഥവാ പല സ്ഥലങ്ങളിലുമുള്ള നമ്മുടെ പാർട്ടി നേതാക്കന്മാരും ബഹു ജനസംഘടനകളിൽ വർത്തിക്കുന്ന നേതാക്കന്മാരും അവരുടെ പ്രവർത്തനം മുഖേന വളരെ കൂടുതൽ അനുകൂലമായ സ്ഥിതി സൃഷ്ടിച്ചി ട്ടുണ്ട്. അവർക്കഭിമാനിക്കാവുന്ന 'മഹത്തായ'നേട്ടങ്ങളായിരിക്കുമവ യെല്ലാം; പക്ഷെ, കമ്യൂണിസമെന്ന ലക്ഷ്യത്തെ മൊത്തത്തിൽ കണ ക്കാക്കുമ്പോൾ അവരുടെ നേട്ടങ്ങൾ 'സമുദ്രത്തിലെ കേവലമൊരു നീർത്തുള്ളി' മാത്രമേ ആകുന്നുള്ളൂ. കമ്യൂണിസ്റ്റ് ലോകവീക്ഷണമുള്ള ഒരാൾക്ക് ഇതിൽ അത്രയ്ക്ക് അഭിമാനിക്കാനെന്താണുള്ളത്?.

പാർട്ടിമെമ്പർമാരിൽ ഓരോ വ്യക്തിയെയും സംബന്ധിച്ചിടത്തോളം സ്വന്തം പദവിയെപ്പറ്റി അത്രയേറെ ബേജാറാകാനെന്തുണ്ട്? ഒരുത്തന്റെ സ്ഥാനം ഒരു ചക്രവർത്തിയുടേതിനേക്കാൾ ഉയർന്നതാകാൻ തരമില്ല; പക്ഷെ, കമ്യൂണിസത്തിനുവേണ്ടി പടവെട്ടുന്ന ഒരു യോദ്ധാവിന്റേതി നോട് താരതമ്യപ്പെടുത്തി നോക്കിയാൽ ഒരു ചക്രവർത്തിയുടെ പദവി കൂടുതൽ ഉയർന്നതാണോ? സ്റ്റാലിൻ പറഞ്ഞിട്ടുള്ളത് പോലെ അത്

'സമുദ്രത്തിലെ ഒരു നീർത്തുള്ളി' മാത്രമാണ്. അതുകൊണ്ട് ബേജാറാ കാനോ വീമ്പിളക്കാനോ യാതൊന്നും തന്നെ ഇല്ല.

അതെ, നമ്മുടെ പാർട്ടിയിൽ, കമ്യൂണിസത്തിനുവേണ്ടിയുള്ള സമ രത്തിൽ നമുക്കനേകം കമ്യൂണിസ്റ്റ് ധീരന്മാരെയും വിലയും നിലയുമുള്ള എണ്ണമറ്റ പാർട്ടിനേതാക്കന്മാരെയും ബഹുജനനേതാക്കൻമാരെയും ആവ ശ്യമുണ്ട്. ഇന്ന് യഥാർഥത്തിൽ പ്രശസ്തരായ വിപ്ലവവീരന്മാരും നേതാ ക്കൻമാരും വളരെ കുറച്ചുമാത്രമെ നമുക്കുള്ളൂ. എല്ലാ തുറകളിലും വള രെയധികം കമ്യൂണിസ്റ്റ് വിപ്ലവകാരികളെയും നേതാക്കന്മാരെയും ഉരു ക്കുപോലെ ഉറപ്പിച്ചു വളർത്തിക്കൊണ്ടുവരേണ്ട ആവശ്യമുണ്ട്. നമ്മുടെ ലക്ഷ്യത്തിന് ഇത് ഒട്ടും അവഗണിക്കപ്പെടാൻ പാടില്ലാത്ത ഒരു പ്രധാന സംഗതിയാണ്. അതിനെ നിസ്സാരമായി കരുതുന്നത് ആരായാലും അയാൾക്ക് കമ്യൂണിസത്തിന്റെ ലക്ഷ്യം മുന്നോട്ടുകൊണ്ട് പോകേണ്ട തെങ്ങനെയെന്നറിയില്ല. അതുകൊണ്ട് വിപ്ലവ ലക്ഷ്യത്തിലേക്കു പുരോ ഗമിക്കുന്നതിൽ നമ്മുടെ പാർട്ടി മെമ്പർമാർക്കുള്ള ആഗ്രഹവും ഏകാ ഗ്രതയും നാം ഇനിയും വളരെയധികം വളർത്തേണ്ടിയിരിക്കുന്നു. ഇന്ന് ഇക്കാര്യത്തിൽ നാം വേണ്ടുവോളമൊന്നും ചെയ്തുവരുന്നില്ല. ഉദാഹര ണത്തിന്, ചില പാർട്ടി മെമ്പർമാർ യഥാർഥത്തിൽ കഠിനാധ്വാനം ചെയ്തു പഠിക്കാൻ ശ്രമിക്കുന്നില്ലെന്നുള്ളതിലും രാഷ്ട്രീയകാര്യങ്ങളിലും തത്വത്തിലും വേണ്ടത്ര അഗാധമായ താൽപ്പര്യം കാണിക്കുന്നില്ലെന്ന തിലും ഈ സംഗതി സ്വയം തെളിഞ്ഞു കാണാം.

അതുകൊണ്ട്, നാം വ്യക്തിപരമായ വീരകൃത്യങ്ങളെയും നേതാ വായി ഞെളിയുന്നതിനെയും എതിർക്കുന്നുവെങ്കിലും, നമ്മുടെ മെമ്പർമാ രുടെയിടയിലുള്ള അത്തരം ഉൽക്കർഷേച്ഛയെ നിശ്ചയമായും എതിർക്കു ന്നില്ല – കമ്യൂണിസ്റ്റ് പാർട്ടിമെമ്പർമാർക്കുള്ള ഒരമൂല്യഗുണമാണ് ഇത്. എന്നാൽ തൊഴിലാളിവർഗത്തിന്റെയും കമ്യൂണിസ്റ്റുകാരുടെയും ഉൽക്കർഷേച്ഛ തൻകാര്യപ്രധാനമായ ഉൽക്കർഷേച്ഛയിൽനിന്നും തികച്ചും വ്യത്യസ്തമാണ്. ആദ്യത്തേത് സത്യത്തെ ആരായുന്നു, അതിനെ ഉയർത്തിപ്പിടിക്കുന്നു. മാത്രമല്ല, ഏറ്റവും ഫലപ്രദമായ രീതി യിൽ സത്യത്തിനുവേണ്ടി സമരം ചെയ്യുന്നു. അതിന് അളവറ്റ വളർച്ച യുടെ ഒരു കാഴ്ചപ്പാടുണ്ട്. അത് പുരോഗമന സ്വഭാവമുള്ളതാണ്. എന്നാൽ രണ്ടാമത്തേതാകട്ടെ, ഓരോ വ്യക്തിയേയും സംബന്ധിച്ചിട ത്തോളം, പുരോഗമന സ്വഭാവത്തിൽ ഏറ്റവും സങ്കുചിതമാണ്. അതിന് യാതൊരു കഷ്ടപ്പാടുമില്ല. കാരണം വ്യക്തിയുടെ സ്വകാര്യതാൽപ്പര്യ ങ്ങളെ രക്ഷിക്കാൻവേണ്ടി പലപ്പോഴും ബോധപൂർവം അത് സത്യത്തെ നിഷേധിക്കുകയോ മറച്ചുപിടിക്കയോ വികൃതപ്പെടുത്തുകയോ ചെയ്യു ന്നു. അതുകൊണ്ട്, നമ്മുടെ സഖാക്കൾ മനസിലാക്കണം, കമ്യൂണിസ ത്തിനുവേണ്ടി നിലകൊള്ളുന്ന യഥാർഥ നേതാക്കൻമാരും യോദ്ധാക്കളും ഒരിക്കലും തൽകാര്യപ്രധാനികളാകരുത്; സ്വയം വീഴരുത്.എല്ലാ നേതാ ക്കൻമാരും, ദേശീയ നേതാക്കളോ പ്രാദേശിക നേതാക്കളോ ആവട്ടെ,

ബഹുജന പിന്തുണകൊണ്ടാണ് ജയം നേടിയിട്ടുള്ളത്. അഹംഭാവി കളോ വ്യക്തിപരമായ ധീരതയിൽ തൽപ്പരരോ, നേതാവായി നടക്കുന്ന വരോ, വ്യക്തിപരമായ നേതൃത്വമോഹികളോ, ദുരഭിമാനികളോ ആയ വരെ നമ്മുടെ പാർട്ടിയണികൾ തങ്ങളുടെ നേതാക്കളായി സ്വീകരിക്കു കയില്ല. അത്തരം ഒരാളെ നേതാവായി സ്വീകരിക്കണമെന്ന് മറ്റു മെമ്പർ മാരോടും ജനങ്ങളോടും ആവശ്യപ്പെടാനോ, അയാളുടെ നേതൃത്വപദവി സംരക്ഷിക്കാനോ ഏതൊരു പാർട്ടി മെമ്പർമാർക്കും അധികാരമില്ല. ലേ ശവും സ്വകാര്യതാൽപ്പര്യമില്ലാത്ത, പാർട്ടിയോടുകൂറുള്ള, ഉന്നതമായ കമ്യൂണിറ്റ് ധർമബോധവും ഗുണങ്ങളുമുള്ള മാർക്സിസം– ലെനിനി സത്തിന്റെ സിദ്ധാന്തവും പ്രവർത്തനരീതിയും സ്വാധീനമാക്കാൻ കഴി വുള്ള അനൽപ്പമായ പ്രായോഗിക ശേഷിയുള്ള, പാർട്ടി പ്രവർത്തനത്തെ നേരിട്ട് നയിക്കുവാൻ കഴിവുള്ള ഇടവിടാതെയും കഷ്ടപ്പെട്ടു പഠിക്കു കയും പുരോഗതി സമ്പാദിക്കുകയും ചെയ്യാൻ ശ്രമിക്കുന്ന അത്തരം പാർട്ടി മെമ്പർമാർക്കു മാത്രമേ പാർട്ടിയുടെയും ബഹുജനങ്ങളുടെയും വിശ്വാസവും പിന്തുണയും ആർജിക്കുന്നതിനും കമ്യൂണിസത്തിന് വേണ്ടി പടവെട്ടുന്ന വീരയോദ്ധാക്കളും നേതാക്കളുമായിത്തീരുന്നതിനും സാധിക്കൂ.

ഒരു പാർട്ടി മെമ്പർക്ക്, നേതാവോ യോദ്ധാവോ ആരോ ആകട്ടെ, കമ്യൂണിസത്തിന് വേണ്ടിയുള്ള പ്രവർത്തനത്തിന്റെ ഒരു ഭാഗം മാത്രമേ ഏൽക്കാൻ കഴിയു എന്ന് നമ്മുടെ സഖാക്കൾ ധരിക്കണം. കമ്യൂണിസ ത്തിന്റെ ലക്ഷ്യം വളരെക്കാലം ലക്ഷക്കണക്കിനാളുകളെ സംബന്ധിപ്പി ച്ചുകൊണ്ട് കൂട്ടായി നിർവഹിക്കാനുള്ള ഒരു കടമയാണ്. ആ കടമ യാതൊരു വ്യക്തിയെക്കൊണ്ടും കുത്തകയായെടുത്ത് നടത്തുവാൻ സാധ്യമല്ല. മാർക്സ്, എംഗൽസ്, ലെനിൻ, സ്റ്റാലിൻ എന്നീ നമ്മുടെ മഹാ ന്മാരായ നേതാക്കന്മാർ പോലും കമ്യൂണിസത്തിനുവേണ്ടിയുള്ള പ്രവർത്തനത്തിന്റെ ഒരു ഭാഗം മാത്രമേ നിർവഹിച്ചിട്ടുള്ളൂ. ആ ലോകാ ചാര്യന്മാരുടെ യത്നം സഫലമാകണമെങ്കിൽ നമ്മളിൽ ലക്ഷക്കണക്കി നാളുകളുടെ നിരന്തരമായ അധ്വാനം ഇനിയും ആവശ്യമുണ്ട്. പാർട്ടി യിലെ സാധാരണ മെമ്പർമാരായ നമ്മളുടെ കമ്യൂണിസത്തിനു വേണ്ടി യുള്ള സമരത്തിലെ പ്രവർത്തനത്തിന്റെ ഒരു ഭാഗം നിർവഹിക്കുകയും ചുമതലയുടെ ഒരു പങ്ക് ഏറ്റെടുക്കുകയും ചെയ്യണം. മാർക്സ്, എംഗൽസ്, ലെനിൻ, സ്റ്റാലിൻ എന്നിവർ നിർവഹിച്ചിട്ടുള്ളതോർക്കു മ്പോൾ നമ്മുടെ പങ്ക് നിശ്ചയമായും വളരെ ചെറുതാണ്. എന്നിരുന്നാ ലും, നമുക്കെല്ലാം നമ്മുടെ പങ്കുണ്ട്. ഒരു വലിയ പങ്കിനും ചെറിയ പങ്കിനും തമ്മിൽ വ്യത്യാസമുണ്ടെന്നിരിക്കിലും എല്ലാം പങ്കുതന്നെയാണ്. അതുകൊണ്ട്, മൊത്തം പ്രവർത്തനത്തിന്റെ ഒരു ഭാഗം നന്നായി നമുക്ക് ചെയ്തുതീർക്കുവാൻ കഴിഞ്ഞാൽ, അതിന്റെ അർഥം നാം നമ്മുടെ കടമ നിർവഹിച്ചുവെന്നാണ്.

തീർച്ചയായും, കൂടുതൽ വലിയൊരു പങ്ക് നിർവഹിക്കുന്നതിന് നാം

നമ്മുടെ സർവ കഴിവും ഉപയോഗിക്കണം. എന്നാൽ നമുക്കതിന് കഴി വില്ലെങ്കിൽ, നമ്മുടെ ചെറിയ പങ്ക് നമുക്ക് നിറവേറ്റാം. നമ്മെ ഓരോരു ത്തരെയും ഒറ്റയ്ക്കെടുക്കുമ്പോൾ, അതൊരു വലിയ കാര്യമല്ല, ഏതു വിധത്തിലും കമ്യൂണിസത്തിന്റെ ലക്ഷ്യം മുന്നോട്ടു പോകുന്നതിനെ നാം തടയാതിരിക്കുകയും ചെറുതായാലും വലുതായാലും നമ്മുടെ കടമ നിറ വേറ്റുകയും വേണം. നമ്മുടെ സ്വന്തം പ്രവർത്തനത്തിന്റെ നേരെ നാം സ്വീകരിക്കേണ്ട നില അതാണ്. സാങ്കേതിക പ്രവർത്തനം ചെയ്യുന്നത് തീരെ ഇഷ്ടപ്പെടാത്ത ചില സഖാക്കളുണ്ട്; സാങ്കേതിക പ്രവർത്തന ത്തിലേർപ്പെടുന്നത് തന്നത്താൻ ചെറുതാക്കലാണെന്നും, അനന്തര തല മുറയിൽ തങ്ങളെ പേരുകേട്ടവരാക്കുകയില്ലെന്നും (യഥാർഥത്തിൽ അവർക്ക് സാങ്കേതിക പ്രവർത്തകരുടെ ഇടയിൽ നിന്നും ഉയർന്നുവന്ന എഡിസൺ,സ്റ്റഖനോവ് മുതലായവരെപ്പോലെയാകാൻ കഴിയും) സ്വന്തം കഴിവുകളെ പ്രകാശിപ്പിക്കുന്നതിന് അത് പ്രതിബന്ധമായിരിക്കുമെന്നും അവർ വിചാരിക്കുന്നു. അത്തരം പ്രവർത്തനത്തിലേർപ്പെടുന്നത് അവരെ സംബന്ധിച്ചിടത്തോളം കമ്യൂണിസത്തിന് വലിയൊരു നഷ്ടമായിത്തീ രുമെന്ന് അവർ വിചാരിക്കുംപോലെ തോന്നുന്നു. അതുകൊണ്ട് എല്ലാ പാർട്ടി മെമ്പർമാർക്കും ആവശ്യമായ ഉൽക്കർഷേച്ഛയെ ഏറെക്കുറെ അവർ കളഞ്ഞു കുളിക്കുന്നു.

സഖാക്കളേ! അത്തരം ചിന്താഗതി തെറ്റാണ്. സാങ്കേതിക പ്രവർത്തനം നമ്മുടെ പാർട്ടി പ്രവർത്തനത്തിൽ ഏറ്റവും മുഖ്യമായ ഒരു പങ്ക് വഹിക്കുന്നുണ്ട്. അത്തരം പ്രവർത്തനം നടത്തുന്ന സഖാക്കളും, കമ്യൂണിസത്തിനുവേണ്ടി മറ്റു തരത്തിലുള്ള പ്രവർത്തനം നടത്തുന്ന സഖാക്കളെപ്പോലെതന്നെ, തങ്ങളുടെ പങ്ക് നിർവഹിക്കുകയാണ്. ഒരു കമ്യൂണിസ്റ്റുകാരൻ അതാതു കാലഘട്ടത്തിൽ പ്രാധാന്യമർഹിക്കുന്ന ഏതു പ്രവൃത്തിയും ചെയ്യണം, അത് തനിക്കിഷ്ടമുള്ളതാണോ അല്ലയോ എന്നൊന്നും ചിന്തിക്കേണ്ട കാര്യമില്ല. ഉദാഹരണമായി, റഷ്യൻ വിപ്ലവത്തിന്റെ വിജയത്തെത്തുടർന്നു പ്രധാനമായ പാർട്ടിപ്രവർത്തനവും രാഷ്ട്രീയ പ്രവർത്തനവും നടത്തുന്ന പല മുന്തിയ സഖാക്കളും പുതിയ സാമ്പത്തികനയം നടപ്പിലാക്കുന്നതിന് കച്ചവടത്തിന്റെ കല പഠിക്കാൻ നിശ്ചയിക്കപ്പെട്ടു: കാരണം, ആ കാലഘട്ടത്തിൽ പ്രാപ്തിയോടെ കച്ചവടം നടത്തിയെങ്കിൽ മാത്രമേ കമ്യൂണിസ്റ്റ് പാർട്ടിക്ക് സ്വകാര്യ മുതലാളിത്തത്തെ കീഴടക്കാൻ കഴിയുമായിരുന്നുള്ളൂ. പാർട്ടി മെമ്പർമാ രിൽ ആരും തന്നെ വ്യാപാരം ചെയ്യുന്നത് ഇഷ്ടപ്പെട്ടില്ലെങ്കിലും അന്ന് ഇത് വളരെ പ്രാധാന്യമർഹിക്കുന്ന ഒന്നായതുകൊണ്ട് അവർ അങ്ങനെ ചെയ്തു. അവർ അങ്ങനെ ചെയ്തത് ശരിയായിരുന്നു. മാത്രമല്ല, അവർ അപ്രകാരം ചെയ്തില്ലെങ്കിൽ തെറ്റുമാകുമായിരുന്നു.

ഇവിടെ ഞാനൊന്നാവർത്തിച്ചു പറഞ്ഞുകൊള്ളട്ടെ, പാർട്ടി മെമ്പർമാർക്ക് ജോലി നിശ്ചയിക്കുമ്പോൾ അവരിൽ ഓരോ വ്യക്തിയു ടെയും ഭിന്നസാഹചര്യങ്ങളെ പാർട്ടി നേതാക്കന്മാർ പ്രത്യേകം പരിഗ

ണിക്കുകയും, ആ ജോലി അവരുടെ വ്യക്തിവിശേഷതയ്ക്ക് പറ്റിയ താണോ, അവരുടെ പ്രത്യേക കഴിവുകളെ വളർത്താനും വളരാനുള്ള അവരുടെ ഉത്സാഹത്തിന് പ്രോത്സാഹനം നൽകാനും സഹായകമാണോ എന്നും പ്രത്യേകം ശ്രദ്ധിക്കുകയും ചെയ്യേണ്ടതാണ്. പക്ഷേ, ജോലി നിശ്ചയിക്കപ്പെട്ടുകഴിഞ്ഞാൽ ഈ കാരണം പറഞ്ഞ് ഒരു പാർട്ടി മെമ്പർ ആ തീരുമാനം നിരസിക്കാൻ പാടുള്ളതല്ല.

നാലാമതായി, ചൂഷകവർഗങ്ങളുടെ ആശയഗതിയെ പ്രബലമായി പ്രതിഫലിപ്പിക്കുന്ന കുറച്ചു സഖാക്കൾ പാർട്ടിയിലുണ്ട്. പാർട്ടി സഖാ ക്കളോട് ഇടപെടുന്നതിലും പാർട്ടിയുടെ ആഭ്യന്തര പ്രശ്നങ്ങളെ കൈകാര്യം ചെയ്യുന്നതിലും, ശത്രുവിനോടടുക്കുന്ന സമ്പ്രദായങ്ങളാണ് അവർ സ്വീകരിക്കുക. കാരണം, പരസ്പരം സഹായിക്കുകയും സൗഹാർദം പുലർത്തുകയുമെന്ന മഹത്തും ആത്മാർഥവുമായ, കമ്യൂ ണിസത്തിന്റെയും തൊഴിലാളി വർഗത്തിന്റെയും ' സ്പിരിറ്റ്' അവർക്ക് തീരെയില്ല.

അത്തരം ആശയഗതിക്കാരായ ആളുകൾ തങ്ങളെ പാർട്ടിയിൽ ഉന്നത സ്ഥാനത്തേക്ക് ഉയർത്തുന്നതിനും പാർട്ടിയിൽ സ്വയം വളരു ന്നതിനും ശ്രമിക്കുന്നു; എന്നാൽ അവർ അക്കാര്യം നേടുന്നത് മറ്റുള്ളവരെ അടിച്ചുതാഴ്ത്തിക്കൊണ്ടും അവരുടെ വളർച്ചയെ തടഞ്ഞുകൊണ്ടുമാണ ണ്. അവർ മറ്റുള്ളവരുടെ തലമുറയ്ക്ക് മീതെ ചാടിക്കയറാൻ ആഗ്രഹി ക്കുന്നു. കൂടുതൽ കഴിവുള്ളവരെപ്പറ്റി അസൂയപ്പെടുന്നു. മറ്റുള്ളവർ അവ രെക്കാൾ മുന്നോട്ടു പോവുകയോ അവരുടെ കൂടെ എത്തുകയോ അവരെ കടന്നുപോകുകയോ ചെയ്യുമ്പോൾ അവർക്കതു തീരെ ഇഷ്ടമാകുന്നി ല്ല. മറ്റുള്ളവരെ തങ്ങൾക്ക് കീഴിലോ പുറകിലോ നിർത്താൻ സാധിച്ചാലേ അവർക്ക് സന്തോഷമാകുകയുള്ളൂ. തങ്ങൾ മറ്റുള്ളവരുടെ കീഴിലാകു ന്നതിനെ അവർ ഇഷ്ടപ്പെടുന്നില്ല. അവർ മറ്റുള്ളവരുടെ വിഷമതകളെ ക്കുറിച്ച് യാതൊന്നും ചിന്തിക്കാതെ സ്വന്തം ക്ഷേമത്തെയും സ്വന്തം വളർച്ചയേയും പറ്റി മാത്രമേ ശ്രദ്ധിക്കാറുള്ളൂ. മറ്റു സഖാക്കൾക്ക് വിഷ മതകളോ, തിരിച്ചടിയോ, ആശാഭംഗമോ, എതിർപ്പുകളോ നേരിടുമ്പോ ഴെല്ലാം അവർക്കതിൽ സുഖമാണ്. രഹസ്യമായി അവർ ആഹ്ലാദിക്കു ന്നു. അവർക്ക് അനുഭാവമെന്നതേയില്ല. മറ്റു സഖാക്കളെ ഉപദ്രവിക്കാൻ അവർ പ്ലാനിടുക പോലും ചെയ്യുന്നു. " കിണറ്റിനടിയിലായിരിക്കുമ്പോൾ അന്യരുടെമേൽ കല്ലെറിയാൻ" അവർ നോക്കുന്നു; മറ്റുള്ളവരുടെ വിഷ മതകളിൽ നിന്നും ദൗർബല്യങ്ങളിൽ നിന്നും അവർ മുതലെടുക്കാൻ നോക്കുന്നു, അവരെ എതിർക്കുവാനും അവരുടെ പേര് ചീത്തയാക്കാനും ആ സന്ദർഭം ഉപയോഗിക്കാൻ ശ്രമിക്കുന്നു. പാർട്ടിക്കുള്ളിൽ അവർ പാർട്ടിസംഘടനയിലുള്ള ദുർബലതകളെ ഉപയോഗപ്പെടുത്തി സ്വന്തം കാര്യം ഗൂഢോദ്ദേശ്യങ്ങൾ സാധിക്കാൻ പ്രവർത്തിക്കുകയും അത്തരം ദൗർബല്യങ്ങളെ ഊതിക്കത്തിച്ചു ചില സ്വകാര്യനേട്ടങ്ങളുണ്ടാക്കാൻ നോക്കുകയും ചെയ്യുന്നു. പാർട്ടിക്കുള്ളിൽ മറ്റുള്ളവരെപ്പറ്റി കിംവദന്തി

പരത്തുന്നതിലും മറ്റുള്ളവർ കേൾക്കാതെ അവർക്കെതിരായി സംസാ
രിക്കുന്നതിലും സഖാക്കൾ തമ്മിലുള്ള ബന്ധത്തിൽ വിടവുണ്ടാക്കുന്ന
തിലും അവർ തൽപ്പരരാണ്. പാർട്ടിയിലെ താത്വികാടിസ്ഥാനമില്ലാത്ത
എല്ലാ വാദപ്രതിവാദങ്ങളിലും അവർ പങ്കെടുക്കാൻ ഇഷ്ടപ്പെടുന്നു. എല്ലാ
'വഴക്കു'കളിലും വലിയ താൽപ്പര്യം കാണിക്കുന്നു. വിശേഷിച്ചു പാർട്ടി
വിഷമതകളിലാണ്ടിരിക്കുമ്പോൾ, അവർ പാർട്ടിക്കുള്ളിൽ അത്തരം കല
ഹങ്ങൾ സൃഷ്ടിച്ച് അവയെ ആളിക്കത്തിക്കുന്നു.

ചുരുക്കത്തിൽ അവർ അങ്ങേയറ്റം നീചബുദ്ധികളും തീരെ നേരും
നെറിയുമില്ലാത്തവരുമാണ്. അത്തരക്കാർക്കു മാർക്സിസം– ലെനിനി
സത്തിന്റെ സിദ്ധാന്തവും പ്രവർത്തനരീതിയും സ്വായത്തമാക്കാനും
തൊഴിലാളിവർഗത്തിന്റെ ആശയഗതിയെ പ്രതിഫലിപ്പിക്കാനും കഴിയു
മെന്നു പറയുന്നത് വെറും നേരമ്പോക്കല്ലെ? അവരുടെ ചിന്താഗതി ക്ഷയി
ച്ചുകൊണ്ടിരിക്കുന്ന ചൂഷകവർഗങ്ങളുടേതാണെന്നുള്ളതിന് യാതൊരു
സംശയവുമില്ല; കാരണം, എല്ലാ ചൂഷകന്മാരും തങ്ങളുടെ ശക്തി
വളർത്തുന്നതിലേക്ക് മറ്റുള്ളവരുടെ താൽപ്പര്യങ്ങളെ താറുമാറാക്കും.
സ്വന്തം സമ്പത്തു വർധിപ്പിക്കുന്നതിനോ കുഴപ്പം വരുമ്പോൾ തങ്ങളെ
പാപ്പരത്തത്തിൽ നിന്നും രക്ഷിക്കുന്നതിനോ മുതലാളികൾ വളരെയ
ധികം ചെറുമുതലാളിമാരെ നശിപ്പിക്കുന്നു. എണ്ണമറ്റ തൊഴിലാളികളെ
പട്ടിണിക്കിടുകയും ചെയ്യുന്നു. ജന്മികൾ അവരുടെ ഭൂമിയുടെ വിസ്തൃതി
വർധിപ്പിക്കാൻ കർഷകരെ ചൂഷണം ചെയ്യുന്നു. അവരിൽ അനേകം
പേരുടെ ഭൂമി തട്ടിയെടുക്കുന്നു. ജർമനി, ഇറ്റലി, ജപ്പാൻ മുതലായ
ഫാസിസ്റ്റ് രാജ്യങ്ങൾ അവയുടെ വിസ്തൃതി കൂട്ടുന്നതിന് അന്യരാജ്യ
ങ്ങളുടെ വളർച്ചയെ തടഞ്ഞു; ആസ്ത്രിയാ, ചെക്കോസ്ലാവാക്യ,
എത്യോപ്യ മുതലായ രാജ്യങ്ങളെ കീഴടക്കി; ചൈനക്കെതിരായി യുദ്ധ
മഴിച്ചുവിട്ടു. മറ്റുള്ളവരുടെ  താൽപ്പര്യങ്ങളെ ശിഥിലമാക്കുന്നതും മറ്റു
ള്ളവരെ പാപ്പരാക്കുന്നതും ചൂഷകൻമാരുടെ സ്വന്തം വളർച്ചയ്ക്ക് ഒഴി
ച്ചുകൂടാൻ വയ്യാത്ത ഉപാധികളാണ്; കാരണം, മറ്റുള്ളവരുടെ കഷ്ടപ്പാ
ടിൻമേലാണ് അവരുടെ സുഖം കെട്ടിപ്പടുത്തിട്ടുള്ളത്.

അതുകൊണ്ടു ചൂഷകൻമാരുടെയിടയിൽ ആത്മാർഥവും ദൃഢവു
മായ ഐക്യവും ആത്മാർഥമായ പരസ്പരസഹായബോധവും മനുഷ്യ
സ്നേഹവും കാണുകയെന്നത് അസാധ്യം തന്നെയാണ്. ചൂഷകവർഗം
മറ്റുള്ളവർക്കെതിരായി വഞ്ചനാപരമായ പദ്ധതികളും കാപട്യം നിറഞ്ഞ
നടപടികളും സ്വീകരിക്കണം; കാരണം, മറ്റുള്ളവരെ പൊളിക്കുന്നതും
പാപ്പരാക്കുന്നതും അവർക്കാദായകരമാണ്. എന്നാലും ബഹുജനങ്ങളുടെ
മുമ്പാകെ കപടസന്യാസിമാരായും ' നീതിപാലകൻ'മാരായും നടി
ക്കാനും പച്ചക്കള്ളം പറയാനും അവർ നിർബന്ധിതരാകുന്നു. അധഃപ
തിച്ചുകൊണ്ടിരിക്കുന്ന ചൂഷകവർഗത്തിന്റെ സ്വഭാവലക്ഷണങ്ങളാണി
വയെല്ലാം. എങ്ങനെയോ ഇത്തരം സംഗതികൾ നമ്മുടെ പാർട്ടിയിലുള്ള
ചില ആളുകളുടെ ആശയഗതിയിലും കടന്നുകൂടിയിട്ടുമുണ്ട്. ചൂഷ

കർക്കും അത്തരം സംഗതികൾ അവരുടെ 'സമുന്നത സദാചാരത്തിന്റെ' നിലവാരമായിരിക്കാം. എന്നാൽ തൊഴിലാളിവർഗത്തിന് അവ വെറും വഞ്ചനയാണ്.

മേൽ വിവരിച്ചതിൽനിന്നും തുലോം ഭിന്നമാണ് തൊഴിലാളിവർഗം. തൊഴിലാളിവർഗം മറ്റുള്ളവരെ ചൂഷണം ചെയ്യുന്നില്ല. എന്നാൽ മറ്റുള്ള വരാൽ ചൂഷണം ചെയ്യപ്പെടുന്ന ഒരു വർഗമാണ്. തൊഴിലാളികൾക്കിട യിലോ തൊഴിലാളികൾക്കും മർദിതരും ചൂഷിതരുമായ അധ്വാനിക്കുന്ന മറ്റെല്ലാ ജനവിഭാഗങ്ങൾക്കും തമ്മിലോ, താൽപ്പര്യങ്ങളിൽ അടിസ്ഥാന പരമായ യാതൊരു വൈരുധ്യങ്ങളുമില്ല, സ്വയം നന്നാകുന്നതിനും സ്വന്തം മോചനം നേടുന്നതിനും തൊഴിലാളികൾക്കു മറ്റു തൊഴിലാളികളുടെയോ അധ്വാനിക്കുന്ന ആളുകളുടെയോ താൽപ്പര്യങ്ങളെയും വളർച്ചയെയും താറുമാറാക്കേണ്ടയാവശ്യമില്ലെന്നു മാത്രമല്ല, നേരെമറിച്ച് മറ്റുള്ള എല്ലാ തൊഴിലാളികളോടും അധ്വാനിക്കുന്ന ജനങ്ങളോടും, യോജിച്ചൊന്നാ കേണ്ട ആവശ്യം കൂടിയുണ്ട്. എന്നാൽ മാത്രമേ തൊഴിലാളികൾക്കു തങ്ങളെത്തന്നെ നന്നാക്കുന്നതിനും സ്വന്തം നിലയുയർത്തുന്നതിനും സ്വയം മോചിതരാകുന്നതിനും കഴിയൂ. തൊഴിലാളിവർഗത്തിന്റെ മോചനം തന്നെ അധ്വാനിക്കുന്ന എല്ലാ വിഭാഗം ജനങ്ങളുടെയും ഒട്ടാ കെയുള്ള മനുഷ്യവർഗത്തിന്റെയും മോചനത്തോടൊപ്പം മാത്രമേ ഉണ്ടാ കുകയുള്ളൂ. ഒരൊറ്റ തൊഴിലാളിയെ മാത്രമായോ തൊഴിലാളികളിൽ ഒരു വിഭാഗത്തിനെ മാത്രമായോ മോചിപ്പിക്കാൻ സാധ്യമല്ല. മനുഷ്യ വർഗത്തിന്റെ മോചനസമരം അവസാനംവരെ നടക്കണം. അതു പകുതി വഴിക്കുവച്ച് നിറുത്താനോ സന്ധിയാക്കാനോ പാടില്ല. ആ മോചനം മനു ഷ്യസമൂഹത്തിന്റെയാകെ സാമാന്യമായ പരിപൂർണ മോചനമായിരിക്കണം.

തൊഴിലാളിവർഗത്തിന്റെ ഈ വസ്തുനിഷ്ഠമായ നിലയെ പ്രതി ഫലിപ്പിക്കുന്ന ഉദ്ബുദ്ധരായ തൊഴിലാളികളുടെ ആശയഗതി ചൂഷക വർഗത്തിന്റെ ആശയഗതിക്കുനേരെ വിപരീതമാണ്. ഒരു വശത്ത്, അവർ തീർച്ചയായും ജനങ്ങളുടെ പൊതു ശത്രുവിനോട് പെരുമാറുന്നതിൽ അങ്ങേയറ്റം നിർദയമായ നടപടികളെടുക്കണം; മറുവശത്ത് തങ്ങളുടെ സ്വന്തം സഹോദരങ്ങളോടും സഖാക്കളോടും പെരുമാറുന്നതിൽ അത്തരം നടപടികൾ ഒരിക്കലും ഉപയോഗിക്കുകയുമരുത്; അങ്ങനെ തങ്ങളുടെ സ്നേഹിതരുടെയും സഖാക്കളുടെയും നേരെ സ്വീകരിക്കു ന്നവയിൽനിന്നു തങ്ങളുടെ ശത്രുക്കൾക്കെതിരായി സ്വീകരിച്ചിട്ടുള്ള നില യെയും നടപടികളെയും വ്യക്തമായും വേർതിരിക്കണം. തൊഴിലാളി കൾക്കു മഹത്തും ആത്മാർഥവുമായ ഒരു സൗഹാർദമുണ്ട്. ചൂഷ ണത്തിനും മർദനത്തിനും വിധേയരായ എല്ലാ അധ്വാനിക്കുന്നവരോടും സ്വന്തം സഹോദര തൊഴിലാളികളോടും സ്നേഹവും സഹഭാവവും ഉണ്ട്. അവർ തങ്ങളുടെ സ്വന്തം സഹോദരങ്ങളുടെ നേരെ പെരുമാറു ന്നതിൽ പരസ്പര സഹായത്തിന്റെയും ഉറച്ച ഐക്യത്തിന്റെയും ആത്മാർഥമായ സമത്വത്തിന്റെയും ബോധം കാണിക്കുന്നു. തങ്ങളുടെ

സ്വന്തം സഹോദരങ്ങളുടെ ഇടയിലോ മനുഷ്യ സമൂഹത്തിലാർക്കെങ്കി
ലുമോ പ്രത്യേകമായ എന്തെങ്കിലും അവകാശങ്ങളുണ്ടെന്ന് അംഗീകരി
ക്കാൻ അവർ തീരെ കൂട്ടാക്കുന്നില്ലെന്നു തന്നെയല്ല, തങ്ങൾക്കുതന്നെ
എന്തെങ്കിലും പ്രത്യേകാവകാശങ്ങളുണ്ടെന്ന ആശയം അവർ വെച്ചു
പുലർത്തുന്നുമില്ല. അവർക്ക് അങ്ങനെയൊന്ന് അവിചിന്ത്യമാണ്. അപ
മാനമാണ്. തങ്ങളെ നന്നാക്കുന്നതിനും ഉയർത്തുന്നതിനും അവർ ആഗ്ര
ഹിക്കുന്നു. എന്നാൽ അതേസമയം തങ്ങൾ മറ്റുള്ളവരെയും വളർത്ത
ണമെന്നും അധ്വാനിക്കുന്നവരായ എല്ലാ ജനങ്ങളെയും ഉയർത്തണ
മെന്നും അപ്രകാരം ചെയ്യുന്നതുകൊണ്ടുമാത്രമേ അവർക്ക്
തങ്ങളെതന്നെ ഉയർത്തുന്നതിനും സാധിക്കുകയുള്ളൂവെന്ന് അവർ മന
സിലാക്കുന്നുമുണ്ട്. അവർ ആശയഗതിയിലോ, രാഷ്ട്രീയ വിജ്ഞാന
ത്തിലോ, പ്രവർത്തനത്തിനോ മറ്റുള്ളവരുടെ പിന്നിലാകാൻ ഇഷ്ടപ്പെ
ടുന്നില്ല; പുരോഗതിക്കുവേണ്ടി പാടുപെടുകയെന്ന ശ്രേഷ്ഠമായ
ഉൽക്കർഷേച്ഛ അവർക്കുണ്ട്. എന്നാലും അത്തരം കാര്യങ്ങളിൽ കൂടു
തൽ യോഗ്യത സമ്പാദിച്ച ആളുകളെ ബഹുമാനിക്കുകയും സ്നേഹി
ക്കുകയും സഹായിക്കുകയും ചെയ്യേണ്ടതാണെന്നും അവർ മനസിലാ
ക്കുന്നു. യാതൊരു ഈർഷ്യയും കൂടാതെ അങ്ങനെയുള്ളവരിൽനിന്നും
അവർ പഠിക്കുവാൻ ശ്രമിക്കുന്നു. അവർ തങ്ങളുടെ വർഗത്തിന്റെയും
ലോകത്തുള്ള എല്ലാ തൊഴിലാളികളുടെയും ഖേദകരവും വിഷമം നിറ
ഞ്ഞതുമായ നിലയെപ്പറ്റി അങ്ങേയറ്റം ഉൽക്കണ്ഠയുള്ളവരാണ്. ലോക
ത്തെങ്ങുമുള്ള തൊഴിലെടുക്കുന്നുവരുടെ മോചനസമരത്തെക്കുറിച്ചും
അവരുടെ ജയപരാജയങ്ങളെക്കുറിച്ചും അവർക്ക് ഉൽക്കണ്ഠയുണ്ട്.
തൊഴിലാളികളുടെ ഓരോ ജയവും പരാജയവും,അവ ലോകത്തിന്റെ
ഏതുഭാഗത്തു സംഭവിക്കുന്നതായാലും ശരി, അവരുടെ സ്വന്തം ജയവും
പരാജയവുമാണെന്ന് അവർ ഗ്രഹിക്കുന്നുണ്ട്. മാത്രമല്ല അത്തരം ജയ
പരാജയങ്ങളെക്കുറിച്ച് വലിയ അനുഭവവും ഉൽക്കണ്ഠയും പ്രദർശിപ്പി
ക്കുകകൂടി ചെയ്യുന്നു.

അധ്വാനിക്കുന്ന ഏത് ജനവിഭാഗത്തിന്റെയും അഥവാ എല്ലാ മർദി
തജനങ്ങളുടെയും മോചനത്തിനുവേണ്ടിയുള്ള സമരത്തിൽ ഉദാസീനത
കാണിക്കുന്നതോ, മറ്റുള്ളവരുടെ വിഷമതകളിൽ രസം തോന്നുന്നതോ
കുറ്റകരമായിരിക്കുമെന്നാണ് അവർ കരുതുന്നത്. അവർ അവരുടെ
സ്വന്തം സഹോദരൻമാരെയും സഖാക്കളെയും സ്നേഹിക്കുന്നു; അവ
രുടെ ദൗർബല്യങ്ങളെയും തെറ്റുകളെയും കലവറകൂടെയും പരസ്യ
മായും ആത്മാർഥമായും ചൂണ്ടിക്കാണിക്കുന്നു (വാസ്തവത്തിൽ,
ഇതാണ് യഥാർഥ സ്നേഹപ്രകടനം). താത്വികമായ കാര്യങ്ങളിൽ തങ്ങ
ളുടെ സഖാക്കളോട് അവർ ഒരിക്കലും രാജിയാവുകയോ കീഴടങ്ങു
കയോ ചെയ്യില്ല; അവരുടെ തെറ്റുകളെയും ദൗർബല്യങ്ങളെയും ഒരി
ക്കലും പ്രോത്സാഹിപ്പിക്കുകയില്ല (അങ്ങനെ ചെയ്യുന്നത് സ്നേഹപ്രക
ടനമാകയില്ല). നേരെമറിച്ച് അത്തരം തെറ്റുകളെയും ദൗർബല്യങ്ങളെയും

ജയിക്കുന്നതിനും തിരുത്തുന്നതിനും ആവശ്യമായ എല്ലാ സഹായങ്ങളും നൽകാൻ കഴിവുള്ളതെല്ലാം ചെയ്യുന്നു. തങ്ങളുടെ സഖാക്കളെ നിർഭാ ഗ്യകരമോ ആശയറ്റതോ ആയ നിലയിലേക്ക് തള്ളിവീഴ്ത്തുന്ന രീതി യിൽ അവരുടെ അത്തരം തെറ്റുകളെയും ദുർബലതകളെയും അവർ ഉപയോഗപ്പെടുത്തുകയോ മൂർച്ചിപ്പിക്കുകയോ ഇല്ല.

സ്വന്തം സഖാക്കളോടും സഹോദരൻമാരോടും പെരുമാറുന്നതിൽ അവർ 'തിൻമയ്ക്കുപകരം നൻമകൊടുക്കുന്നു'. തങ്ങളുടെ തെറ്റുകളെ മറ്റു സഖാക്കൾ തിരുത്താൻ ഒരുങ്ങുകയാണെങ്കിൽ പകരം വീട്ടണമെന്ന ആഗ്രഹം അവർക്കൊട്ടുംതന്നെ ഉണ്ടാകില്ല. അവർക്ക് തങ്ങളിൽ നിന്നു മധികവും മറ്റുള്ളവരിൽനിന്ന് കുറച്ചും ആവശ്യപ്പെടുന്നതിന് കഴിവുണ്ട്. അവർ സ്വന്തം കാര്യത്തിൽ അങ്ങേയറ്റം കണിശമുള്ളവരും മറ്റു സഖാ ക്കളോട് കൂടുതൽ ദാക്ഷിണ്യമുള്ളവരുമാണ്. എങ്കിലും അവർ താത്വി കകാര്യങ്ങളിൽ ദൃഢവും കണിശവുമായ നിലപാടെടുക്കുകയും നിഷ്ക പടവും ഋജുവും നേരും നെറിയുമുള്ളതും ഗൗരവപൂർണവുമായ നില പാടു സ്വീകരിക്കുകയും ചെയ്യുന്നു. താത്വികകാര്യങ്ങളിൽ അവർക്ക് സന്ധിയില്ല. ഏതെങ്കിലും വഴിക്ക് പാർട്ടിയുടെ താൽപര്യങ്ങളെ നിഹനി ക്കുന്നവരെ അവർ വച്ചുപൊറുപ്പിക്കുകയില്ലെന്ന് മാത്രമല്ല കാരണം കൂടാതെ തങ്ങളെ ആക്ഷേപിക്കുവാൻ അവർ ആരെയും അനുവദിക്കു കയുമില്ല. അതിരു കടന്നു സ്തുതിക്കുന്നവരോടും അടിസ്ഥാനമില്ലാതെ പ്രശംസിക്കുകയും മുഖസ്തുതി പറയുകയും ചെയ്യുന്നവരോടും അവർക്ക് പ്രത്യേകിച്ചും വെറുപ്പാണ്. തങ്ങളുടെ സ്വന്തം സഖാക്കളുടെ ഇടയിലുണ്ടാകുന്ന താത്വികാടിസ്ഥാനമില്ലാത്ത എല്ലാ മത്സരങ്ങളെയും അവർ എതിർക്കുകയും അതേസമയം അത്തരം വഴക്കുകളിൽ ഏർപ്പെ ടുന്നതിൽ നിന്നും സ്വയം സൂക്ഷിച്ചുകൊള്ളുകയും ചെയ്യുന്നു.

ഇവയെല്ലാം തൊഴിലാളിവർഗത്തിന്റെ ആശയഗതിയെ പ്രതിനിധീ കരിക്കുന്നു; പാർട്ടിയിലെ ഓരോ മെമ്പറും അവയെ പ്രതിഫലിപ്പിക്കു കയും വളർത്തുകയും പഠിക്കുകയും ചെയ്യേണ്ടതാണ്. മാർക്സ്, എംഗൽസ്, ലെനിൻ, സ്റ്റാലിൻ എന്നീ മഹാൻമാരായ നമ്മുടെ നേതാ ക്കൻമാരുടെ ജീവിതമാകെ ഈ ആശയഗതിയുടെ ഏറ്റവും ഉയർന്ന മാതൃകകളും മൂർത്തീകരണരൂപങ്ങളുമാണ്. ഇതെല്ലാം ഇന്നത്തെ സമൂ ഹത്തിൽ മാനവരാശിയുടെ നേരും നെറിയും പ്രതിഫലിപ്പിക്കുന്നു. അതിനെ പ്രായോഗികമാക്കുന്നത് കമ്യൂണിസ്റ്റ് പാർട്ടിയാണുതാനും. എല്ലാ ദുഷ്ടതകളെയും ജയിച്ചു കീഴടക്കുവാൻ ആ നേരും നെറിയും നാം വളർത്തുകയും ഉയർത്തുകയും വേണം.

അഞ്ചാമതായി നമ്മുടെ പാർട്ടിയിലും അതിന്റെ പല സംഘടനക ളിലും ഇന്നും ഉദ്യോഗസ്ഥമേധാവിത്വം നിലനിൽക്കുന്നുണ്ട്. ഈ സംഗ തിയെക്കുറിച്ച് ഞാൻ വീണ്ടും വഴിയെ സംസാരിക്കുന്നുണ്ട്. ചില സഖാ ക്കളുടെയിടയിൽ സങ്കുചിത മനഃസ്ഥിതി,ഒറ്റാകെയുള്ള സ്ഥിതിയെ കണ ക്കിലെടുക്കാതെ ചെറിയ കാര്യങ്ങളെപ്പറ്റി ചിന്തിക്കൽ മുതലായ

ദൗർബല്യങ്ങൾ ഇപ്പോഴും നിലനിൽക്കുന്നു. അവർക്ക് ഒരു കമ്യൂണി സ്റ്റിന്റെ മഹത്തായ ചങ്കുറപ്പും ദൂരദർശിത്വവും ഇല്ല. വലിയ കാര്യങ്ങളുടെ നേരെ കണ്ണടയ്ക്കുന്നതിനാൽ മൂക്കിനുതാഴെയുള്ള നിസാരകാര്യങ്ങളി ലാണ് അവർക്ക് കൂടുതൽ ശ്രദ്ധ. പാർട്ടിയുടെയും വിപ്ലവത്തിന്റെയും മർമപ്രധാനങ്ങളായ പ്രശ്നങ്ങളിലാകട്ടെ, അതിപ്രധാന സംഭവങ്ങളിലാ കട്ടെ, അവർക്ക് വളരെയധികം താൽപ്പര്യമില്ല. പകരം, ഒരു സൂചി അല്ലെ ങ്കിൽ ഒരു കഷണം നൂൽ, അല്ലെങ്കിൽ നിസാരമായ ചില അഭിപ്രായ ങ്ങൾ എന്നിവയെപ്പറ്റിയാണ് അവർക്ക് പലപ്പോഴും ഉൽക്കണ്ഠ. ആ നിസാ രസംഗതികളെക്കുറിച്ച് വളരെ ഗൗരവമായും അവസാനമില്ലാതെയും, അവർ മറ്റുള്ളവരോട് വാദപ്രതിവാദം നടത്തുകയും അടക്കാൻ വയ്യാത്ത വികാരാവേശത്തിൽ മുഴുകുകയും ചെയ്യും. ചെറിയ ആനുകൂല്യങ്ങളോ സമ്മാനങ്ങളോ കൊടുത്ത് അവരെ എളുപ്പത്തിൽ പാട്ടിലാക്കാൻ കഴി യും. ഗ്രാമീണ സമൂഹത്തിലെ ചെറുകിട ഉൽപ്പാദകന്റെ സങ്കുചിത മനഃ സ്ഥിതിയുടെ എല്ലാ സ്വഭാവഗുണങ്ങളും അവരിൽ കാണാം.

കൂടാതെ, ഇപ്പോഴും വ്യക്തവും തിട്ടവുമായ യാതൊരു നിലപാടു മില്ലാത്ത ചില വ്യക്തികളുമില്ലാതില്ല. അവർക്ക് അതും ശരിയായിരിക്കാം, ഇതും ശരിയായിരിക്കാം. അവർ ഇരുഭാഗത്തും ചേരുകയും എല്ലാവരെയും രസിപ്പിക്കാൻ ശ്രമിക്കയും ചെയ്യാറുണ്ട്. തങ്ങൾ അങ്ങേയറ്റം വെറുക്കു ന്നവരോട് അവർ നേരിട്ട് ലോഹ്യത്തിൽ കഴിയും. നേരിട്ട് അവർ നിങ്ങ ളെപ്പറ്റി ഭംഗിവാക്ക് പറയും. കണ്ണിൽ നിന്ന് തെറ്റിയാൽ അധിക്ഷേപി ക്കുകയും ചെയ്യും. അവർ ഒരേ ആളെപ്പറ്റി ചിലരോട് അധിക്ഷേപിക്കു കയും മറ്റു ചിലരോടു പ്രശംസിക്കുകയും ചെയ്യും. 'പ്രസംഗിക്കുമ്പോൾ ആളുകളെയും സാഹചര്യങ്ങളെയും ആദരിക്കുന്നുവെന്നു നടിക്കും', 'ഒഴു ക്കിനൊത്തു നീന്തും', വിശ്വാസപ്രമാണങ്ങളൊന്നും കൂടാതെ ജയിക്കു ന്നഭാഗത്തു കൂടും–ഇത്തരത്തിലാണ് അവരുടെ സ്വഭാവവിശേഷണങ്ങൾ. ചിലപ്പോൾ അവർ വെറും, വേലിമേലിരിക്കുന്ന കാക്കകളാണ്. ജയിക്കുന്ന ഭാഗമേതെന്നു നോക്കി ആ ഭാഗത്തു ചേരാൻവേണ്ടി ' മണ്ണും ചാണ കവു'മല്ലാത്ത 'ഇരുതലകൊത്തി'കളായ ഇത്തരം ജന്തുക്കൾ നമ്മുടെ അണികളിലും തീരെ ഇല്ലെന്നു പറയാൻ വയ്യ. ഒരു ദല്ലാളിയുടെ സ്വഭാ വമാണവർക്കുള്ളത്.

കൂടാതെ, പഴയ സമൂഹത്തിലുള്ള ചൂഷകവർഗങ്ങളുടെ പ്രലോഭ നങ്ങളെ ചെറുത്തുനിൽക്കാൻ കഴിവില്ലാത്ത ചിലയാളുകളുണ്ട്. ഈ അനേകവർണമായ ലോകവും മിന്നുന്ന പൊന്നും സുന്ദരികളായ യുവ തികളെയും കാണുമ്പോൾ അവർ ആടിക്കളിക്കാൻ തുടങ്ങുന്നു. തൽഫ ലമായി അവർ പാതകം ചെയ്തെന്നുവരും. അല്ലെങ്കിൽ പാർട്ടിയെയും വിപ്ലവത്തെയും വഞ്ചിച്ചുവെന്നു വരാം.

മാത്രവുമല്ല, പാർട്ടിയിലുള്ള ചില സഖാക്കളുടെ ആശയഗതിയിൽ പെറ്റിബൂർഷ്വാസിയുടെ സ്വഭാവവിശേഷങ്ങളായ സാഹസികത്വവും അസ്ഥിരതയും, തെണ്ടിവർഗത്തിന്റെയും പാപ്പരായ സാധു കൃഷിക്കാ

രുടെയും നശീകരണ സ്വഭാവവും പലപ്പോഴും പ്രതിഫലിക്കാറുണ്ട്. ഈ പട്ടിക ഇനിയും നീട്ടിക്കൊണ്ടുപോകേണ്ടതില്ല.

മൊത്തത്തിൽ പറഞ്ഞാൽ, നമ്മുടെ പാർട്ടിയിൽ മഹത്തും സുദൃഢവുമായ തൊഴിലാളിവർഗത്തിന്റെ കമ്യൂണിസ്റ്റാശയഗതിയെ പ്രതിനിധീകരിക്കുന്നവരെ കൂടാതെ, കുറഞ്ഞതോ കൂടിയതോ ആയ തോതിൽ പല തരത്തിലുള്ള തൊഴിലാളിവർഗവിരുദ്ധമായ ആശയഗ തിയെയും ക്ഷയിച്ചുകൊണ്ടിരിക്കുന്ന ചൂഷകവർഗങ്ങളുടെ ആശയഗതി യെപോലും പ്രതിഫലിപ്പിക്കുന്ന ചില സഖാക്കളുമുണ്ട്. അത്തരം ആശ യഗതി ചിലപ്പോൾ പാർട്ടിക്കുള്ളിൽ തന്നെ മറഞ്ഞു കിടക്കുകയും വ്യക്തി പരമായ ചില ചെറിയ ദൈനംദിന പ്രശ്നങ്ങളിൽ മാത്രം സ്വയം തെളിഞ്ഞു കാണുകയയും ചെയ്യുന്നു. ചിലപ്പോൾ അത് വളരുകയും പാർട്ടി യിലുള്ള വിവിധ താത്വിക പ്രശ്നങ്ങളിലും പ്രധാന രാഷ്ട്രീയ പ്രശ്ന ങ്ങളിലും പാർട്ടിക്കുള്ളിലെ സമരങ്ങളിലും ശരിക്കും പ്രത്യക്ഷപ്പെടുകയും ചെയ്യുന്നു. പാർട്ടി സംഘടനയിലെ ചില വിഭാഗങ്ങളെ അഥവാ ചില കണ്ണികളെതന്നെയും അത്തരം തെറ്റായ ആശയഗതി നിയന്ത്രിക്കുകയോ കാർന്നുതിന്നുകയോ ചെയ്തുവെന്നും വരാവുന്നതാണ്. 'ഏറ്റവും ഉയർന്ന തോതിലേക്ക് അത് വളരുമ്പോൾ ഉദാ:'ചെൻ തൂസ്യൂ'വും 'ചാങ് കോ – താവോ'വും അതുപോലുള്ളവരും പാർട്ടിയിൽ അധികാരത്തിൽ വന്ന കാലത്ത്, തൊഴിലാളിവർഗ വിരുദ്ധമായ ഇത്തരം തെറ്റായ ആശ യഗതി താൽക്കാലികമായിട്ടാണെങ്കിലും പാർട്ടി നേതൃത്വത്തിന്റെ വലിയ ഭാഗത്തെ അഥവാ ഏറ്റവും മുഖ്യമായ ഭാഗത്തെ കൈയടക്കി വയ്ക്കുക പോലും ചെയതിട്ടുണ്ട്. എന്നാൽ സാധാരണ കാലങ്ങളിൽ ഇത്തരം ആശ യഗതിയെ ശരിയായ തൊഴിലാളിവർഗ ആശയഗതി തോൽപ്പിക്കുന്നു. പാർട്ടിക്കുള്ളിലെ ആശയസമരം അത് തെളിയിച്ചിട്ടുമുണ്ട്.

ചില പാർട്ടി മെമ്പർമാരെ സംബന്ധിച്ചും ഇതേവിധംതന്നെയാണ്. ചിലപ്പോൾ, അവരുടെ തെറ്റായ ആശയഗതി ഉറങ്ങിക്കിടക്കുകയും നിയന്ത്രണാധീനമായിരിക്കുകയും ചെയ്യും: എന്നാൽ മറ്റു സന്ദർഭങ്ങളിൽ അവരുടെ പ്രവൃത്തികളെ നിയന്ത്രിക്കുന്ന സ്ഥിതിയിലേക്ക് വളർന്നുവെ ന്നും വരാം. ഒരേ വ്യക്തിയിൽത്തന്നെയുള്ള ഭിന്നങ്ങളായ രണ്ട് ആശയഗ തികൾ തമ്മിൽ നടക്കുന്ന വൈരുധ്യങ്ങളും സമരങ്ങളും ഇതു തെളിയി ക്കുന്നു.

നമ്മുടെ ആശയപരമായ വിദ്യാഭ്യാസമെന്നാൽ, തൊഴിലാളിവർഗ പരവും കമ്യൂണിസ്റ്റുമായ ജീവിതവീക്ഷണവും നാം ബോധപൂർവം സ്വീക രിക്കണമെന്നും തെറ്റായതും തൊഴിൽവർഗപരമല്ലാത്തതുമായ എല്ലാ ത്തരം ആശയഗതികളെയും കീഴടക്കുന്നതിനും ഇല്ലായ്മ ചെയ്യുന്നതി നുംവേണ്ടി വ്യക്തിപരമായ വളർച്ചയ്ക്കും തൊഴിലാളിവർഗത്തിന്റെയും രാഷ്ട്രത്തിന്റെയും മനുഷ്യരാശിയുടെയും മോചനതാൽപ്പര്യങ്ങൾക്കും വേണ്ടി പ്രവർത്തിക്കുകയും ചെയ്യണം.

## പാർട്ടിയിലുള്ള വിവിധങ്ങളായ അബദ്ധ ചിന്താഗതികളുടെ മൂലകാരണം

സഖാക്കളെ! കമ്യൂണിസ്റ്റ് പാർട്ടി ഇന്നത്തെ മനുഷ്യസമൂഹത്തിന്റെ ഉജ്ജലതരവും ഏറ്റവും പുരോഗമനപരവുമായ വശത്തെയാണ് പ്രതിനി ധീകരിക്കുന്നത്. കമ്യൂണിസ്റ്റ് പാർട്ടിയിലാണ് മനുഷ്യവംശത്തിന്റെ ഒന്നാ ന്തരം ആശയഗതിയായ മാർക്സിസം–ലെനിനിസം സ്ഥിതിചെയ്യുന്നതും വളരുന്നതും. കമ്യൂണിസ്റ്റ് പാർട്ടിയിൽ വന്നു ചേർന്നിട്ടുള്ള ആളുകൾ ലോകത്തുള്ളതിൽ വച്ച് ഏറ്റവും ബോധമുള്ളവരും, പുരോഗമനസ്വഭാ വമുള്ളവരും, ഏറ്റവും ഉയർന്ന സൻമാർഗബോധവും നീതിബോധവും കൊണ്ടു വിവേകം വന്നവരുമാണ്. അവർ എല്ലാ ദുഷ്ട ശക്തികൾക്കു മെതിരായി വാശിയോടെ പടവെട്ടുകയും സുന്ദരമായ ഭാവിക്കുവേണ്ടിയും മനുഷ്യസമൂഹത്തിന്റെ അവസാന മോചനത്തിനുവേണ്ടിയും പോരാടു കയും ചെയ്യുന്നു. ചൈനീസ് കമ്യൂണിസ്റ്റ് പാർട്ടി ലോകത്തുള്ള ഒന്നാ ന്തരം കമ്യൂണിസ്റ്റ് പാർട്ടികളിലൊന്നാണ്. അതു മാർക്സിസ്റ്റ് – ലെനി നിസ്റ്റ് സിദ്ധാന്തമാകുന്ന ആയുധം ധരിച്ച് സുശക്തമായി നിലകൊള്ളു ന്നു; അതേ സമയം ചൈനയുടെ ചരിത്രത്തിലെ പൂർവതലമുറകളിൽ മഹത്തായ നേട്ടങ്ങൾ വരുത്തിയിട്ടുള്ള ഒട്ടനേകം പുരോഗമന ചിന്തക ന്മാരുടെയും മഹാന്മാരുടെയും ഒന്നാന്തരം പാരമ്പര്യങ്ങളും അതിനു ണ്ട്. അതു ചൈനീസ് സമൂഹത്തിന്റെ ഏറ്റവും പുരോഗമനപരവും ഉജ്ജ ലവുമായ വശത്തിനുവേണ്ടി നിലകൊള്ളുന്നു. അതിന്റെ സംഘടനയിൽ ഏറ്റവും നല്ലവരായ ചൈനീസ് സ്ത്രീ പുരുഷന്മാരാണ് ചേർന്നിട്ടുള്ള ത്. അത് ചൈനീസ് സമൂഹത്തിലെ പഴയ ദുഷ്ടസ്വാധീനതകൾക്കും പാരമ്പര്യങ്ങൾക്കുമെതിരായി ദീർഘകാലം സമരം നടത്തുകയും മികച്ച അനുഭവങ്ങൾ സ്വരൂപിക്കുകയും ദീർഘകാലത്തെ വിപ്ലവ സമരത്തിൽ കൂടിയുള്ള പരീക്ഷണങ്ങളെ തരണം ചെയ്യുകയും ചെയ്തിട്ടുണ്ട്. ഈ സംഗതികളെല്ലാം കമ്യൂണിസ്റ്റുകാരായ നമുക്ക് അഭിമാനിക്കാൻ വകയു ള്ളതാണ്. കൂടാതെ, പൂർണവിശ്വാസത്തോടും എല്ലാ തെളിവുകളോടും കൂടെ നമുക്ക് ഉറപ്പിച്ചു പറയാൻ കഴിയും; അവസാനവിജയവും അവ സാനനേട്ടവും തീർച്ചയായും നാം കരസ്ഥമാക്കുമെന്ന്.

എന്നിരുന്നാൽക്കൂടിയും, നമ്മുടെ സംഘടനയിലുള്ള എല്ലാ കാര്യ ങ്ങളും പൂർണമാണെന്നു പറയാവുന്നതല്ല. നമ്മുടെ പാർട്ടി അണികളിൽ കൊള്ളരുതാത്തവർ തീരെ ഇല്ലാതായിട്ടില്ല, തനി 'കെട്ടമുട്ടകൾ' പോലും ഉണ്ട്. ഇവയ്ക്കു കള്ളത്തരങ്ങളും ഉപദ്രവങ്ങളും കാണിക്കാൻ തീരെ സാധ്യമായ ഒരു സ്ഥിതി ഇനിയും വന്നിട്ടില്ലതാനും. അതായത്, നമ്മുടെ ഉജ്വലമായ പാർട്ടിയിൽ ഇപ്പോഴും ഇരുണ്ട വശങ്ങളുണ്ട്, ഇപ്പോഴും മൂടൽനിറഞ്ഞ വശമുണ്ട്. ഞാൻ എണ്ണിയെണ്ണി പറഞ്ഞിട്ടുള്ള കാര്യങ്ങൾ ഇവയൊക്കെയാണ്.

ഒരിക്കൽ ഒരു കുടുംബത്തിലേക്ക് ഒരു വിരൂപിയായ ജാമാതാവി

നെയോ വിരൂപിണിയായ വധുവിനെയോ വേളി കഴിച്ചുകൊണ്ടു വന്നുവെന്നിരിക്കട്ടെ,പിന്നെ അവനെയോ അവളെയോ അതിഥികൾ കാണാതെ സൂക്ഷിക്കാൻ സാധ്യമല്ല. ഈ ഇരുണ്ട കാര്യങ്ങളെ സംബ ന്ധിച്ചിടത്തോളം, ' പരസ്യമായ വിഴുപ്പ് അലക്കാതിരിക്കുക' എന്ന ഒരു നിലപാട് സ്വീകരിക്കാൻ ശ്രമിച്ചാൽപോലും നടക്കില്ല. ബഹുജനങ്ങൾ നമ്മുടെ പാർട്ടിയോട് നിരന്തരബന്ധത്തിലാണ് കഴിയുന്നത്, നമ്മുടെ അനുഭാവികൾ നമ്മെ സന്ദർശിക്കാൻ വരും. നമ്മെ ഉറ്റുനോക്കിക്കൊ ണ്ടിരിക്കുന്ന അസംഖ്യമാളുകൾ, യുവാക്കന്മാരും യുവതികളും നമ്മിൽ നിന്നും പഠിക്കുന്നതിനോ പാർട്ടിയിൽ ചേരുന്നതിനോ ആയി ഇവിടെ (യെനാനിൽ) വരാൻ ആഗ്രഹിക്കുന്നുണ്ട്. അവർ ഇവിടെ വന്നു ചേരു മ്പോൾ നമ്മുടെ പുരോഗമനപരവും ഉജ്വലങ്ങളും മനോഹരങ്ങളുമായ എല്ലാ കാര്യങ്ങളെയും നമ്മുടെ കുടുംബാംഗങ്ങളേയും കാണുന്നതിനു പുറമേ നമ്മുടെ വിരൂപരായ മരുമകനെയോ മരുമകളെയോ കൂടി കാണും- അവരാണെങ്കിൽ അനേകമാളുകളുടെ മുമ്പിൽ വച്ച് വിഡ്ഢിത്തം പറയുകയും വിഡ്ഢിവേഷം സ്വയം കെട്ടുകയും ചെയ്യും, അപ്പോൾ, നമ്മുടെ അതിഥികളിൽ ചിലരും പുതിയ പുതിയ പാർട്ടി മെമ്പർമാരും അത്ഭുതപ്പെട്ടുപോകും. അവർ ഇങ്ങനെ ചില ചോദ്യങ്ങൾ ചോദിക്കും: കമ്യൂണിസ്റ്റ് പാർട്ടി ഒന്നാന്തരമായിട്ടല്ലേ ഗണിക്കപ്പെടുന്നത്? ഇതു വിചിത്രമല്ലേ.

പാർട്ടിയിൽ ചേരുന്നതിനുമുമ്പ്, നിലവിലുള്ള സമൂഹത്തോട് അങ്ങേയറ്റം തൃപ്തിതോന്നി, യാതൊരു പോംവഴിയും കാണാതെ കമ്യൂ ണിസ്റ്റ് പാർട്ടി മാത്രമാണ് ഏറ്റവും ഉജ്വലമായ ആശ നൽകുന്നതെന്നു വിശ്വസിച്ച് പാർട്ടിയിലേക്കുവന്ന എത്രയോ ചെറുപ്പക്കാരായ സഖാക്ക ളുണ്ട്. പാർട്ടിയിൽ ചേർന്നുകഴിഞ്ഞാൽ പിന്നെ എല്ലാം തൃപ്തികരവും ആശാവഹവുമായിത്തീർന്നുകൊള്ളുമെന്ന് അവർ വിചാരിച്ചു. എന്നാൽ അവർ ചേർന്നു കഴിഞ്ഞതിനുശേഷം അവർക്കു തോന്നാൻ തുടങ്ങി പാർട്ടിയിലും ചില തെറ്റുകളും കുറവുകളും ഇരുണ്ട വശങ്ങളുമുണ്ടെ ന്ന്. കൂടാതെ, വാസ്തവത്തിൽ എല്ലാ കാര്യത്തിലും അവരെ തൃപ്തിപ്പെ ടുത്തുവാൻ നമുക്കു സാധ്യമല്ല എന്തുകൊണ്ടെന്നാൽ അവർക്കു തൃപ്തികരമായിക്കാണുന്നത്, ഏറെക്കുറെ പാർട്ടിയുടെയും വിപ്ലവത്തി ന്റെയും താൽപ്പര്യത്തോടു യോജിക്കുന്നതായിരിക്കില്ല. ഇന്ന് അവർക്ക് യഥാർഥമായി തോന്നുന്നത് അവരുടെ പഴയ ആദർശങ്ങളോട് ശരിയായി പൊരുത്തപ്പെടുന്നില്ല. അപ്പോൾ അവർ സംശയാലുക്കളും സംഭ്രമചി ത്തരും ആകാൻ തുടങ്ങി; പല ചോദ്യങ്ങളും ചോദിക്കാൻ തുടങ്ങി; "എന്തുകൊണ്ടാണ് കമ്യൂണിസ്റ്റ് പാർട്ടിയിൽ ഇത്തരം കാര്യങ്ങളും കാണുന്നത്?" അവരിൽ ചിലർ യെനാനിൽ വന്നു ചേരുന്നതിനും ജാപ്പു വിരുദ്ധ സർവകലാശാലയിൽ പ്രവേശിക്കുന്നതിനുമുമ്പ് വിചാരിച്ചിരുന്ന ത് അവർ നേരത്തെ സ്വപ്നം കണ്ടിരുന്നതുപോലെ യെനാനും ജാപ്പുവി രുദ്ധ യൂണിവേഴ്സിറ്റിയും അത്ര മനോഹരമാണെന്നാണ്, എന്നാൽ അവ

രിവിടെ വന്നു യൂണിവേഴ്സിറ്റിയിൽ പ്രവേശിച്ചശേഷം എല്ലാം തൃപ്തിക രമല്ലെന്നു കണ്ടു. അപ്പോൾ വീണ്ടുമവർ കുഴങ്ങി, ഇപ്രകാരം ചോദി ച്ചു," എന്തുകൊണ്ടാണ് യെനാനിലും ജാപ്പു വിരുദ്ധ യൂണിവേഴ്സിറ്റി യിലും ഇപ്പോഴും ഇത്തരം അതൃപ്തികരമായ സംഗതികളുള്ളത്?" ചിലയാളുകൾ ദോഷൈകദൃക്കുകളും നിരാശരുമായിത്തീരുകപോലും ചെയ്തു. കാരണം, ഈ ചോദൃങ്ങൾക്ക് ഉത്തരം കണ്ടെത്തുവാൻ അവർക്കു കഴിഞ്ഞില്ല.

അവരുടെ ചോദൃങ്ങളെ സംബന്ധിച്ചിടത്തോളം, നമ്മുടെ പുതിയ പാർട്ടി മെമ്പർമാരോടും അനുഭാവികളോടും ശ്രദ്ധാപൂർവം പെരുമാറു ന്നതിലും അവരെ നയിക്കുന്നതിലും കാര്യമായി ശ്രദ്ധ ചെലുത്തണ മെന്നും നാം ജാഗ്രതയായിരിക്കണമെന്നും അവർക്ക് പ്രതികൂലമായ ധാര ണയുണ്ടാക്കാൻ ഇടവരുത്തണമെന്നും നമ്മുടെ പാർട്ടി മെമ്പർമാരോടും പ്രവർത്തകരോടും നിർദേശിക്കുന്നതിനു പുറമെ, പാർട്ടിക്കുള്ളിലും പുറ ത്തുമുള്ള നമ്മുടെ സഖാക്കൾക്ക് ഒരു വിശദീകരണം നൽകേണ്ടതും അത്യാവശ്യമാണ്.

നമ്മുടെ പാർട്ടിയുടെ ഒന്നാംതരം സംഘടനയിൽ ഇന്നും ഇത്തരം വൃത്തികെട്ട സംഗതികളുണ്ടാകുന്നതെന്തുകൊണ്ടാണ്? അതിനുള്ള കാരണം വളരെ ലളിതമാണെന്നു ഞാൻ വിചാരിക്കുന്നു. നമ്മുടെ പാർട്ടി ആകാശത്തുനിന്നു പൊട്ടിവീണ ഒരു പാർട്ടിയല്ല; അത് ഇന്നു നിലവി ലുള്ള ചൈനീസ് സമൂഹത്തിൽ നിന്നുതന്നെ വളർന്നുവന്ന ഒരു പാർട്ടി യാണ്. പൊതുവിൽ നമ്മുടെ പാർട്ടിമെമ്പർമാർ താരതമ്യേന ചൈന യിലെ ഏറ്റവും നല്ല സ്ത്രീ പുരുഷന്മാരും ചൈനീസ് തൊഴിലാളിവർഗ ത്തിന്റെ മുന്നണിപടയുമാണെന്നിരിക്കിലും അവർ ചൈനീസ് സമൂഹ ത്തിന്റെ എല്ലാ വിഭാഗങ്ങളിൽനിന്നും വരുന്നവരും ചൂഷകവർഗത്തിന്റെ സ്വാധീനം-സ്വാർഥതയും ദുരാലോചനയും, സ്വേച്ഛാപ്രഭുത്വവും മറ്റെല്ലാ വൃത്തികേടുകളും-നിറഞ്ഞ ഈ സമൂഹത്തിൽതന്നെ ജീവിക്കുന്നവരു മാണ്. നമ്മുടെ ഒന്നാംതരം പാർട്ടി മെമ്പർമാരിൽ മിക്കവരും ഇത്തരം സംഗതികളുടെ സ്വാധീനതയിൽപ്പെട്ടു പോകാനിടയില്ല; എന്നാൽ സമൂ ഹത്തിലെ ഈ വൃത്തികെട്ട സംഗതികൾ ഏറെക്കുറെ പാർട്ടിയിലേക്ക് കൊണ്ടു വരികയോ പാർട്ടിയിൽ പ്രതിഫലിപ്പിക്കുകയോ ചെയ്യുന്ന മറ്റു പാർട്ടി മെമ്പർമാർ ഇപ്പോഴും ഉണ്ടാകുമെന്നതിൽ അസാധാരണമായി ട്ടെന്തുണ്ട്? ചെളിയിൽ നിന്നും ഇഴഞ്ഞുകേറി വരുന്നവനും തുടരെ ചെളി യിൽ കിടന്നു ഉഴുന്നുവനുമായ ഒരുവന്റെ ദേഹത്ത് ചെളിപറ്റിയിരിക്കു മെന്നതിൽ അസാധാരണമായെന്തുണ്ട്? അത് ഒട്ടും തന്നെ അസാധാര ണമല്ല. അത് സഹജമാണ്. കമ്യൂണിസ്റ്റ് പാർട്ടിയിൽ ഇത്തരം വൃത്തികേ ടുകൾ തീരെ ഇല്ലായിരുന്നുവെങ്കിൽ വാസ്തവത്തിൽ അസാധാരണമാ യേനെ. ഇത്തരം വൃത്തികേടുകൾ നിറഞ്ഞ ഒരു സമൂഹത്തിൽ തികച്ചും കളങ്കരഹിതമായ ഒരു കമ്യൂണിസ്റ്റ്പാർട്ടിയെ സൃഷ്ടിക്കുവാൻ എങ്ങനെ കഴിയും? കഴിയുമെന്ന് ഒരിക്കലും വിഭാവനം ചെയ്യാൻ വയ്യ. ഈ

വൃത്തികേടുകൾ നിലനിൽക്കുന്നിടത്തോളം കാലം, വർഗഭേദം നില
നിൽക്കുന്നിടത്തോളം കാലം, ചൂഷകവർഗത്തിന്റെ സ്വാധീനശക്തികൾ
സമൂഹത്തിൽ ഉള്ളിടത്തോളം കാലം കമ്യൂണിസ്റ്റ് പാർട്ടിയിലും ഈ
വൃത്തികേടുകൾ ഉണ്ടാകാതെ തരമില്ലെന്നു പറയാൻ സാധിക്കും.

അതുകൊണ്ട് വിപ്ലവം നടത്തുകയെന്ന കടമയാണ് കമ്യൂണിസ്റ്റ്
പാർട്ടിയെ നേരിട്ടിരിക്കുന്നത്; അതിന് കമ്യൂണിസ്റ്റ് പാർട്ടി മെമ്പർമാർ
സ്വയം വിദ്യാഭ്യാസം നടത്തുകയും സമരത്തീച്ചൂളയിൽ ഉരുക്കുപോലെ
ഉറയ്ക്കുകയും വേണം. ഇക്കാരണത്താൽ, സമൂഹത്തിലുള്ള എല്ലാ
ഇരുണ്ട കാര്യങ്ങൾക്കും പിന്നോക്ക ചിന്താഗതികൾക്കുമെതിരായി സമ
രങ്ങൾ സംഘടിപ്പിക്കുന്നതിനുപുറമെ, സമൂഹത്തിലെ എല്ലാത്തരം
ഇരുണ്ട വശങ്ങളെയും പിന്നോക്ക തത്വങ്ങളേയും പ്രതിഫലിപ്പിക്കുന്ന
ആടികളിക്കുന്നവരും അസ്ഥിരരുമായ ആളുകളോട് നാം പാർട്ടിക്കു
ള്ളിലും സമരം നടത്തണം. നമ്മുടെ പാർട്ടിക്കുള്ളിലെ വൈരുധ്യങ്ങ
ളുടെയും പാർട്ടിക്കുള്ളിലെ സമരങ്ങളുടെയും അടിസ്ഥാനം തന്നെ ഇതാ
ണ്. പാർട്ടിയെയും പാർട്ടിക്കുള്ളിലും പുറത്തുമുള്ള വിവിധ സമര
ങ്ങൾക്കിടക്ക് സമൂഹത്തെ അഴിച്ചു പണിയുന്നതിനും, ഇരുണ്ട വശങ്ങ
ളെയും പിന്നോക്ക ചിന്തകളെയും ക്രമേണ നീക്കുന്നതിനും, അതേസ
മയം പാർട്ടിയെയും പാർട്ടി മെമ്പർമാരെയും പുതുക്കി വാർക്കുന്നതിനും,
അതേസമയം പാർട്ടിയെയും പാർട്ടിമെമ്പർമാരെയും സുശക്തവും
സുദൃഢവുമായ നിലവാരത്തിലേക്ക് ഉയർത്തുന്നതിനുവേണ്ടി പാർട്ടിക്കു
ള്ളിലെ    വൈരുധ്യങ്ങളെ പരിഹരിക്കുന്നതിനും നാം പരിശ്രമിക്കുന്നു.
സഖാവ് സ്റ്റാലിൻ പറഞ്ഞിട്ടുണ്ട്:

> തൊഴിലാളി വർഗപാർട്ടിക്കുള്ളിലുള്ള വൈരുധ്യങ്ങളുടെ മൂലകാ
> രണങ്ങൾ രണ്ടു സാഹചര്യങ്ങളിലാണ് സ്ഥിതിചെയ്യുന്നത്. ഈ
> സാഹചര്യങ്ങളേവ?

> ഒന്നാമതു വർഗസമരത്തിനിടയ്ക്കു തൊഴിലാളിവർഗത്തിന്റെയും
> അതിന്റെ പാർട്ടിയുടെയും മേൽ ബൂർഷ്വാസിയും ബൂർഷ്വാ ആശ
> യസംഹിതയും ചെലുത്തുന്ന സമ്മർദം– തൊഴിലാളിവർഗ
> ത്തിലെ തീരെ ഉറപ്പില്ലാത്ത വിഭാഗങ്ങൾ, ഈ സമ്മർദത്തിനു
> കീഴടങ്ങുന്നു. തൊഴിലാളിവർഗം സമൂഹത്തിൽനിന്നും പൂർണ
> മായി വേറിട്ടു നിൽക്കുന്നു, അത് സമൂഹത്തിനു പുറത്തു
> നിൽക്കുന്നു എന്നു കരുതുന്നതിൽ അർഥമില്ല. തൊഴിലാളിവ
> ർഗം സമൂഹത്തിന്റെ ഒരു ഭാഗമാണ്, സമൂഹത്തിന്റെ അസംഖ്യം
> കെട്ടുപാടുകളെക്കൊണ്ട് അതിന്റെ വിവിധ ഭാഗങ്ങളോട് ബന്ധ
> പ്പെട്ടുകിടക്കുന്ന ഒന്നാണ്. എന്നാൽ, പാർട്ടി തൊഴിലാളിവർഗ
> ത്തിന്റെ ഒരു ഭാഗമാകുന്നു. അതുകൊണ്ട്, പാർട്ടിക്കു ബൂർഷ്വാ
> സമൂഹത്തിന്റെ വിവിധ ഭാഗങ്ങളോടുള്ള ബന്ധത്തിൽ നിന്നോ
> അവയുടെ സ്വാധീനശക്തിയിൽനിന്നോ സ്വതന്ത്രമായി നൽകാൻ

88

സാധ്യമല്ല. തൊഴിലാളിവർഗത്തിന്റെയും അതിന്റെ പാർട്ടിയു ടെയും മേലുള്ള ബൂർഷ്വാസിയുടെയും ബൂർഷ്വാ തത്വസംഹിത യുടെയും സമ്മർദം, ബൂർഷ്വാ ആശയങ്ങളും ധർമനീതികളും, ആചാരമര്യാദകളും, സ്വഭാവരീതികളുമെല്ലാം പലപ്പോഴും തൊഴിലാളിവർഗത്തിലേക്കും അതിന്റെ പാർട്ടിയിലേക്കും തൊഴി ലാളിവർഗത്തിന്റെ ചില വിഭാഗങ്ങൾ മുഖേന, ചോർന്നു കൂടിച്ചേ രുന്നുണ്ടെന്ന വസ്തുതയിലാണ് പ്രകടമായിക്കാണുന്നത്.

രണ്ടാമത്, തൊഴിലാളിവർഗത്തിന്റതന്നെ സങ്കീർണത, തൊഴിലാ ളിവർഗത്തിനുള്ളിൽത്തന്നെ വ്യത്യസ്തവിഭാഗങ്ങളുള്ളത്. തൊഴിലാളിവർഗത്തെ, ഒരു വർഗമെന്ന നിലയിൽ, മൂന്നു വിഭാഗ ങ്ങളായി തിരിക്കാവുന്നതാണെന്ന് ഞാൻ വിചാരിക്കുന്നു.

തൊഴിലാളിവർഗത്തിന്റെ അടിസ്ഥാന ജനവിഭാഗം, അതിന്റെ കാതൽ അതിന്റെ സ്ഥിരമായ വിഭാഗം അതാണ് ഒന്നാമത്തെ വിഭാഗം. മുതലാളിവർഗത്തോടുള്ള ബന്ധങ്ങളെ വളരെ മുമ്പേ തന്നെ മുറിച്ചുകളഞ്ഞ തനിതൊഴിലാളിവിഭാഗമാണ് അത്. ഈ തൊഴിലാളിവിഭാഗം മാർക്സിസത്തിന്റെ ഏറ്റവും വിശ്വസ്തമായ താങ്ങാണ്.

രണ്ടാമത്തെ വിഭാഗത്തിൽ, തൊഴിലാളിവർഗേതരങ്ങളായ വിഭാ ഗത്തിൽനിന്ന്, കർഷകരിലും ഇടത്തരക്കാരിലും ബുദ്ധിജീവിക ളിലും നിന്ന്, ഈ അടുത്ത കാലത്തുമാത്രം വന്നുചേർന്നവർ ഉൾപ്പെടുന്നു. ഇതരവർഗങ്ങളിൽനിന്ന് വന്നു ചേരുന്നു ഈ ആളു കൾ, ഈ അടുത്തകാലത്തുമാത്രം തൊഴിലാളിവർഗ അണിക ളിൽ ചേർന്നിട്ടുള്ളവർ, തൊഴിലാളിവർഗത്തിലേക്ക് അവരുടെ ആചാരക്രമങ്ങളും ശീലങ്ങളും സംശയങ്ങളും ചാഞ്ചാട്ടങ്ങളും കൂടി അവരോടുകൂടെ കൊണ്ടു പോന്നിട്ടുണ്ട്. ഈ വിഭാഗം എല്ലാതരത്തിലുമുള്ള അരാജകത്വപരവും അർധഅരാജക ത്വപരവും അതിരുകടന്ന ഇടതുപക്ഷവാദപരവുമായ കൂട്ടുകെട്ടു കൾക്ക് ഏറ്റവും പശിമയുള്ള വിളഭൂമിയാണ്.

ഇനി മൂന്നാമത്തെ വിഭാഗം: തൊഴിലാളികൾക്കിടയിലെ പ്രഭു ക്കൻമാർ, തൊഴിലാളിവർഗത്തിലെ യജമാനവിഭാഗം, തൊഴിലാ ളികൾക്കിടയിൽ ഏറ്റവും അധികം കഴിയാൻ വകയുള്ളവർ. ബൂർഷ്വാസിയുമായി സന്ധിചെയ്യുകയെന്നതാണ് അവരുടെ ചിന്താഗതി. അധികാരത്തിലിരിക്കുന്നവരോട് ഒത്തിണങ്ങാനാണ് അവർക്ക് വാസന. 'നാട്ടിൽ പ്രമാണി'കളാകാനാണ് അവരുടെ ശ്രമം. പരസ്യമായി മിതവാദികളും തക്കംനോക്കികളുമായിത്തീ രുന്നവർ ഇവരുടെയിടയിലാണുണ്ടാകുന്നത്.

സഖാക്കളേ! നമ്മുടെ ഒന്നാന്തരം പാർട്ടിയിൽ ഇന്നും നിലനിന്നു പോരുന്ന തൊഴിലാളി വർഗപരമല്ലാത്ത വിവിധ ആശയങ്ങളു

ടെയും തെറ്റുകളുടെയും കുറ്റങ്ങളുടെയും വൃത്തികേടുകളു
ടെയും ഉറവിടം ഇതാണ്. പാർട്ടിയിൽ ഇന്നും നിലനിന്നുപോ
രുന്ന ബഹുവിധ വൈരുധ്യങ്ങളുടെ ഉൽപ്പത്തി സ്ഥാനമിതാണ്.

## പാർട്ടിയിലും പാർട്ടിക്കുള്ളിലെ സമരത്തിലും തെറ്റായ വിവിധ ചിന്താഗതികളുടെ നേരെ എടുക്കേണ്ട നിലപാട്

ചൂഷകവർഗങ്ങളുടെ സ്വാധീനശക്തികൊണ്ടും തൊഴിലാളിവർഗ
ത്തിന്റെയും നമ്മുടെ പാർട്ടിയുടെയും സങ്കീർണതകൊണ്ടും പാർട്ടി
മെമ്പർമാരുടെയിടയിൽ വിഭിന്ന ആശയഗതികളും വീക്ഷണഗതിയും
ആചാരക്രമങ്ങളും ശീലങ്ങളും മനോഭാവങ്ങളും ഉയർന്നുവരുന്നു; പാർട്ടി
മെമ്പർമാരുടെ ഇടയിൽ അവരുടെ ജീവിതരീതിയിലും ലോകവീക്ഷണ
ത്തിലും ധാർമികബോധത്തിലും പല തോതിലുള്ള വ്യത്യസ്തതകൾ
പൊങ്ങിവരുന്നു; പാർട്ടി മെമ്പർമാരുടെയിടയിൽ കാര്യങ്ങളെ നോക്കി
ക്കാണുന്ന രീതിയിലും വിവിധ വിപ്ലവപ്രശ്നങ്ങളെ സംബന്ധിച്ചു ചിന്തി
ക്കുന്ന വിധത്തിലും വ്യത്യസ്തതകളുത്ഭവിക്കുന്നു. ചിലർ സംഭവങ്ങ
ളുടെ വളർച്ചയുടെയും പരസ്പരബന്ധത്തിന്റെയും വീക്ഷണത്തിലൂടെ
ശരിയും വസ്തുനിഷ്ഠവുമായ രീതിയിൽ കാര്യങ്ങളെ നോക്കിക്കാണു
ന്നു. മറ്റുള്ളവർ മാറ്റവും അന്യോന്യബന്ധവുമില്ലെന്ന മട്ടിൽ തെറ്റായ,
ആത്മനിഷ്ഠ രീതിയിൽ കാര്യങ്ങളെ നോക്കിക്കാണുന്നു. ചിലർ കാര്യ
ങ്ങളുടെ ഒരു വശത്തെമാത്രം കാണുകയോ വലുതാക്കി പറയുകയോ
ചെയ്യുന്നു. വേറെ ചിലർ മറ്റൊരു വശത്തേയും അതായത് അവർ വളർച്ച
യുടെയും വസ്തുനിഷ്ഠകാര്യങ്ങളുടെ അന്യോന്യ ബന്ധത്തിന്റെയും
നിയമങ്ങൾക്കനുസരിച്ചു പ്രശ്നങ്ങളെ ഒട്ടാകെ നോക്കിക്കാണുന്നില്ല.
നേരെമറിച്ച് ഏകപക്ഷീയമായും ആത്മനിഷ്ഠമായയും വീക്ഷിക്കുന്നു;അതു
കൊണ്ട് പാർട്ടി മെമ്പർമാർക്കിടയിൽ പ്രവർത്തനരീതിയിൽ വ്യത്യാസ
ങ്ങളുണ്ടാകുന്നു, വിഭിന്നാശയങ്ങളുത്ഭവിക്കുന്നു, വിഭിന്നങ്ങളായ വീക്ഷ
ണവും വാദഗതികളും പൊന്തിവരുന്നു. അങ്ങനെ പാർട്ടിക്കുള്ളിൽ സമ
രങ്ങൾ ഉത്ഭവിക്കുന്നു.

വിപ്ലവത്തിന്റെ വഴിതിരിയൽ ഘട്ടങ്ങളിൽ, സദാ മൂർച്ച കൂടിക്കൊ
ണ്ടിരിക്കുന്ന വിപ്ലവസമരങ്ങളുടെ കാലഘട്ടത്തിൽ, കഷ്ടപ്പാടുകൾ കൂടു
മ്പോൾ, ചൂഷകവർഗത്തിന്റെയും അതിന്റെ ആശയസംഹിതയുടെയും
സ്വാധീനശക്തിയും സമ്മർദത്തിനും കീഴിൽ, വിശേഷിച്ചും ഇത്തരം
വ്യത്യാസങ്ങളും വാദഗതികളും അനിവാര്യമായും നിശിത രൂപം
കൈക്കൊള്ളുന്നു. അതുകൊണ്ട് പ്രശ്നത്തിന്റെ കാതൽ പാർട്ടിക്കുള്ളിൽ
ആശയഗതിയിലും അഭിപ്രായങ്ങളിലും വ്യത്യസ്തതകൾ ഉണ്ടോയെ
ന്നതല്ല– ഇത്തരം വ്യത്യാസങ്ങളുണ്ടാകുമെന്ന് തീർച്ച. പാർട്ടിക്കുള്ളി
ലുള്ള വൈരുധ്യങ്ങളെ പരിഹരിക്കുന്നതെങ്ങനെ, ഈ വ്യത്യാസങ്ങളെ
ഇല്ലാതാക്കുന്നതെങ്ങനെ, പാർട്ടിയിലുള്ള പലതരം തെറ്റും തൊഴിലാളി

വർഗപരമല്ലാത്തുമായ ആശയഗതികളെ ജയിച്ചു കീഴടക്കുന്നതെങ്ങനെ— ഇതാണ് പ്രശ്നം. സ്വാഭാവികമായി, നമുക്ക് ഈ വൈരുധ്യങ്ങളെ പരി ഹരിക്കാൻ കഴിയുന്നത്, വ്യത്യാസങ്ങളെ തുടച്ചു നീക്കാനും തെറ്റായ വിവിധാശയഗതികളെ ജയിക്കാനും കഴിയുന്നത് പാർട്ടിക്കുള്ളിലെ സമരം മുഖേന മാത്രമാണ്. എംഗൽസ് പറഞ്ഞിട്ടുള്ളതുപോലെ, "യാതൊ രാൾക്കും യാതൊരു കാലഘട്ടത്തിലും വൈരുധ്യങ്ങളെ വളരെക്കാലം ഒഴിച്ചുവെക്കാൻ സാധ്യമല്ല, സമരങ്ങൾകൊണ്ടേ വൈരുധ്യങ്ങൾ പരി ഹരിക്കപ്പെടൂ."

പലതരക്കാരായ ആളുകൾ, പാർട്ടിക്കകത്തും പുറത്തും, പാർട്ടി യിലുള്ള വിവിധ തെറ്റുകളുടെയും കുറവുകളുടെയും അനാശാസ്യ സംഗ തികളുടെയും നേരെ പലതരം അഭിപ്രായങ്ങൾ ഉയർത്തിപ്പിടിക്കുകയും പലതരം നിലപാട് സ്വീകരിക്കുകയും ചെയ്യുന്നു.

ഒരു കൂട്ടർ പാർട്ടിയിലെ തെറ്റുകുററങ്ങളെയും അനാശാസ്യ സംഗ തികളെയും ഒന്നുകിൽ കാണുന്നില്ല, അല്ലെങ്കിൽ കാണാനാഗ്രഹിക്കു ന്നില്ല. അവർ എല്ലാം ശുഭമാണെന്ന് കണ്ണുചിമ്മി വിശ്വസിക്കുകയും പാർട്ടിയിൽ എല്ലാം ശരിയായിരിക്കുന്നുവെന്നു കരുതി നടക്കുകയും ചെയ്യുന്നു; അതുകൊണ്ട് അവർ തങ്ങളുടെ ജാഗ്രത കുറയ്ക്കുകയും തെറ്റുകുറ്റങ്ങൾക്കും അനാശാസ്യതകൾക്കും എതിരായ തങ്ങളുടെ സമ രത്തിന് അയവ് വരുത്തുകയും ചെയ്യുന്നു.

മറ്റൊരുകൂട്ടം ആളുകൾ തെറ്റുകുറ്റങ്ങളും വൃത്തികെട്ട കാര്യങ്ങളു മല്ലാതെ മിക്കവാറും മറ്റൊന്നും കാണുന്നേയില്ല. അവർ പാർട്ടിയുടെ നല്ല വശം കാണുകയേ ഇല്ല. പാർട്ടിയിലുള്ള യാതൊന്നും നല്ലതല്ലെന്നു അവർ കരുതുന്നു. അതുകൊണ്ട് അവർ ദോഷൈകദൃക്കുകളും ഭഗ്നാശരും പാർട്ടിയുടെ ഭാവിയിൽ വിശ്വാസം നശിച്ചവരുമായിത്തീരുന്നു. അല്ലെങ്കിൽ അവർ അമ്പരന്ന് ഈ വക കാര്യങ്ങൾ 'ആപൽക്കര'മാണെന്ന് മുറ വിളി കൂട്ടുന്നു.

ഈ രണ്ടു വീക്ഷണങ്ങളും തെറ്റും ഏകപക്ഷീയവുമാണ്. നമ്മുടെ വീക്ഷണം ഈ രണ്ടിൽ നിന്നും ഭിന്നമാകണം. ഒരു വശത്ത്, നമ്മുടെ പാർട്ടി ചൈനീസ് തൊഴിലാളിവർഗത്തിന്റെ ഏറ്റവും പുരോഗമനപരവും ഏറ്റവും വിപ്ലവകരവുമായ രാഷ്ട്രീയ പാർട്ടിയാണെന്ന് നമുക്കറിയാം. മറുവശത്ത്, നമ്മുടെ പാർട്ടിയിൽ ഇപ്പോഴും പല തരത്തിലുള്ള (ചെറുതും വലുതുമായ) തെറ്റുകളും കുറവുകളും അനാശാസ്യകാര്യ ങ്ങളും ഉണ്ടെന്ന് നാം വ്യക്തമായും മനസിലാക്കുന്നു. അതേസമയം ഈ സംഗതികളുടെ ഉത്ഭവസ്ഥാനം, അവയെ ക്രമേണ തിരുത്തുകയും തീരെ ഇല്ലാതാക്കുകയും ചെയ്യുന്ന രീതി, ഇവയെപ്പറ്റി നമുക്ക് വ്യക്തമായ ധാര ണയുണ്ട്. അതുകൊണ്ട് നമ്മുടെ പ്രയത്നങ്ങളും പ്രവർത്തനവും നാം ശക്തിപ്പെടുത്തുകയും നമ്മുടെ പാർട്ടിയെയും വിപ്ലവത്തെയും മുന്നോട്ട് നീക്കുന്നതിനാവശ്യമായ സമരം നടത്തുകയുമാണ് വേണ്ടത്.

പലതരത്തിലുള്ള ആളുകളുടെ നിലപാടുകളും വീക്ഷണങ്ങളും

ഭിന്നങ്ങളായിരിക്കുന്നതുപോലെ പാർട്ടിയിലുള്ള അനാശാസ്യ സംഗതി കളുടെ നേരെയും വിഭിന്നങ്ങളായ നിലപാടുകളുണ്ട്.

അവയിലൊന്നാമത്തെ നിലപാട്: പാർട്ടിയിലുള്ള അനാശാസ്യ സംഗതികളും തെറ്റുകളും കുറ്റങ്ങളും കണ്ടു രസിക്കുകയും അവയെ ഒരു തരം ആത്മസംതൃപ്തിയോടെ എടുത്തു പറയുകയയും പാർട്ടിയെ തുരങ്കം വയ്ക്കുന്നതിലേക്ക് അവയെ എല്ലാവിധത്തിലും ഉപയോഗപ്പെ ടുത്തുകയും വലുതാക്കിക്കാണിക്കുകയും ചെയ്യുക (ചിലപ്പോൾ ഈ രീതി ചില തെറ്റുകളെ എതിർക്കുകയും മറ്റൊരു വഴിക്ക് അവയെ ചാലുവച്ചു വിടത്തക്കവണ്ണം പ്രത്യേക രീതിയിൽ പാർട്ടി ലൈനിനെ പിന്താങ്ങുകയും ചെയ്യുകയെന്ന രൂപം കൈക്കൊള്ളുന്നു). പാർട്ടിക്കു വെളിയിലുള്ള നമ്മുടെ ശത്രുക്കളും ചാരൻമാരും പാർട്ടിയിലൊളിച്ചിരി ക്കുന്ന ട്രോത്സ്കിയറ്റുകാരും ഈ നിലപാടാണ് സ്വീകരിച്ചിട്ടുള്ളത്.

രണ്ടാമത്തെ നിലപാട്: ചില വ്യക്തിപരമായ സ്വാർഥമോഹങ്ങ ളെയും ആഗ്രഹങ്ങളെയും തൃപ്തിപ്പെടുത്താൻ വേണ്ടി ചില തെറ്റായ ആശയഗതികളോടും ചീത്ത ഉദാഹരണങ്ങളോടും അനുഭാവം കാണി ക്കുക, അവയെ സ്വീകരിക്കുകയും അവയിൽനിന്ന് പഠിക്കുകയും ചെയ്യുക. പാർട്ടിയിൽ ചില ന്യൂനതകളും തെറ്റുകളും ഉണ്ടായിരിക്കുന്ന്ത് തങ്ങൾക്ക് അനുകൂലമാണെന്നു അവർ കരുതുന്നു. അതുകൊണ്ട് അവർ സ്വയം ബോധപൂർവമായോ അല്ലാതെയോ അവരുടെ വളർച്ചയെ പ്രോത്സാഹിപ്പിക്കുകയും അവയെ ഉപയോഗപ്പെടുത്തുകയും ചെയ്യുന്നു. അവസരവാദികളും തീരെ അനാശാസ്യസ്വഭാവമുള്ളവരായ പാർട്ടി മെമ്പർമാരും സ്വീകരിക്കുന്ന നിലയാണിത്.

മൂന്നാമത്തെ നിലപാട്: ഈ തെറ്റുകളെയും ന്യൂനതകളെയും അനാ ശാസ്യസംഗതികളെയും തൊടാതെ വിട്ടേക്കുക, അവയുടെ ഇഷ്ടത്തിന് പൊയ്ക്കൊള്ളാൻ അനുവദിക്കുക. ഈ നിലപാട് സ്വീകരിച്ചിട്ടുള്ള ആളു കൾ കാര്യങ്ങളെ നിസാരമാക്കാൻ ശ്രമിക്കുകയും അവയ്ക്കെതിരായി സമരം ചെയ്യുന്നത് ഇഷ്ട്പ്പെടാതിരിക്കുകയും ചെയ്യുന്നു. അഥവാ അവർ പാർട്ടിക്കുള്ളിലെ സമരത്തെയും സ്വയം വിമർശനത്തെയും ഭയപ്പെടു ന്നു. അവ ഉപദ്രവകരങ്ങളാണെന്നും പാർട്ടിക്ക് നല്ലതല്ലെന്നും കണക്കാ ക്കുന്നു. അതുമല്ലെങ്കിൽ അവർ ഈ വക കാര്യങ്ങളോട് അശ്രദ്ധ കാണി ക്കുന്നു, അവയുണ്ടെന്നു കാണാൻ ഇഷ്ടപ്പെടുന്നില്ല;; ഈ സംഗതിക ളുടെ നേരെ ഉദാസീനവും അനുരഞ്ജനപരവും എല്ലാം കാണാത്തതു മായ ഒരു നിലപാട് സ്വീകരിക്കുന്നു. പാർട്ടിയോടുള്ള കടമയെ സംബ ന്ധിച്ച് വളരെ കുത്തഴിഞ്ഞ ബോധം മാത്രമുള്ള മതവാദിത്വം ആണ്ടിറ ങ്ങിയിട്ടുള്ള, ഉദ്യോഗസ്ഥമേധാവികളായ പാർട്ടി മെമ്പർമാരെടുക്കുന്ന നില പാടാണിത്.

നാലാമത്തെ നിലപാട്: പാർട്ടിയിലുള്ള തെറ്റുകുറ്റങ്ങളോടും തെറ്റാ ചിന്താഗതിയുള്ള ആളുകളോടും കഠിനമായ പക വിചാരിക്കുക. ഈ നിലപാടുള്ളവർ, അത്തരക്കാരായ ആളുകളുമായുള്ള ബന്ധത്തെ പച്ച

യായി മുറിച്ചെറിയുകയും ഒറ്റയടിക്ക് അവരെ ശുദ്ധീകരിക്കുന്നതിന്, പാർട്ടിയിൽനിന്നു പുറത്താക്കുന്നതിന് ശ്രമിക്കുകയും ചെയ്യുന്നു. എന്നാൽ ഇതിൽ അവർ തോറ്റുപോകുകയോ അവർക്ക് എതിർപ്പിനെ നേരിടേണ്ടിവരികയോ ചെയ്യുമ്പോൾ, അവർ ഒന്നും സാധ്യമല്ലെന്ന മട്ടിൽ മനംമടുത്ത്, നിരാശരായി കൈയൊഴിയുന്നു. 'അവർ അവരുടെ പാട്ടി നുപോകുന്നു', പാർട്ടിയിൽനിന്ന് വിട്ടുനിൽക്കുകയോ വളരെയധികം അക ന്നുപോകുകയോ ചെയ്യുന്നു. ഇത്തരത്തിലുള്ള അയഥാർഥനില പാർട്ടി ക്കുള്ളിലെ സമരങ്ങളെയും സ്വയംവിമർശനത്തെയും യാന്ത്രികമായി മന സിലാക്കുന്നതിലും കാണാം. പാർട്ടി സഖാക്കളുടെയിടയിലുള്ള സമരം എത്രയധികം രൂക്ഷമാകുമോ അത്രയധികം നല്ലതാണെന്ന് അവർ വിചാ രിക്കുന്നു; ഓരോ നിസ്സാര സംഗതിയെയും അവർ ' താത്വികസമരത്തിന്റെ നിലവാര'ത്തിലേക്കുയർത്തുന്നു, അവർ എത്രയോ ചെറിയ തെറ്റിനെ പോലും രാഷ്ട്രീയമായ അവസരവാദമായി ലേബലൊട്ടിക്കുന്നു, പാർട്ടി യുടെ സംഘടനാരീതികളെയും പാർട്ടിക്ക് പുറത്തുള്ള സമരങ്ങളിൽ എടു ക്കുന്ന സമ്പ്രദായങ്ങളെയും സഖാക്കളെ ശിക്ഷിക്കുന്നതിന് ദുരുപയോ ഗപ്പെടുത്തുന്നു. വസ്തുനിഷ്ഠമായ ആവശ്യങ്ങൾക്കനുസരിച്ചു ഉചിതവും മൂർത്തവുമായ രീതിയിൽ അവർ ഉൾപ്പാർട്ടി സമരം നടത്തുന്നില്ല; എന്നാൽ നേരെമറിച്ച്, യാന്ത്രികവും ആത്മനിഷ്ഠവും അതിരുകടന്നതും വീണ്ടുവിചാരം കൂടാത്തതുമായ രീതിയിൽ സമരം നടത്തുന്നു. ഏതു പരിതഃസ്ഥിതിയിലും പാർട്ടിക്കുള്ളിൽ സമരം നടത്തണമെന്നും എത്ര യധികം ഇടവിടാതെയും തീവ്രമായും സമരം നടത്തുമോ അത്രയധികം നല്ലതാണെന്നും അവർ വിചാരിക്കുന്നു. കരുതിക്കൂട്ടി ഉൾപ്പാർട്ടി സമരം സൃഷ്ടിക്കുകയും 'സമരം നടത്താനാളെ' അന്വേഷിച്ചു നടക്കുകയും ഇത്തരം യാന്ത്രികമായ 'സമരങ്ങളെ' ആശ്രയിച്ചു പാർട്ടിയുടെ പ്രവർത്ത നത്തെ പുരോഗമിപ്പിക്കാൻ നോക്കുകയുമാണിതിന്റെ ഫലം. പാർട്ടിക്കു ള്ളിലെ വൈരുധ്യങ്ങളുടെ മൂലകാരണം മനസിലാക്കാത്തവരും പാർട്ടി ക്കുള്ളിലെ അഭിപ്രായഭേദങ്ങളെ നേരിടേണ്ടവിധം അറിയാൻ പാടില്ലാ ത്തവരും ഉൾപ്പാർട്ടി സമരത്തെപ്പറ്റി യാന്ത്രികമായി മാത്രം മനസില ക്കിയിട്ടുള്ളവരുമായ പാർട്ടി മെമ്പർമാർ സ്വീകരിക്കുന്ന നിലപാടാണിത്.

അഞ്ചാമത്തേത് നാം വാസ്തവത്തിൽ സ്വീകരിക്കേണ്ട നിലപാടാ ണ്– മേൽ പ്രസ്താവിച്ച നാല് നിലപാടിനുമെതിരായ നിലപാട്.

1. ഒന്നാമതായി തന്നെ, പലവിധത്തിലുള്ള കാഴ്ചപ്പാടുകളിലും ആശയഗതികളിലും പല പ്രകാരത്തിലുള്ള അഭിപ്രായങ്ങളിലും വീക്ഷ ണങ്ങളിലും ഏതേതെല്ലാമാണു ശരിയായിട്ടുള്ളതെന്നും, പാർട്ടിയുടെ യും വിപ്ലവത്തിന്റെയും ദീർഘകാലതാൽപ്പര്യങ്ങൾക്ക് ഏതെല്ലാമാണ് ഗുണകരമായിട്ടുള്ളതെന്നും, അവയിലേതെല്ലാമാണ് തെറ്റും ദോഷകരവും പാർട്ടിയുടെയും വിപ്ലവത്തിന്റെയും ദീർഘകാല താൽപ്പര്യങ്ങൾക്കെതി രുമായിട്ടുള്ളതെന്നും നാം മനസ്സിലാക്കുകയും കണ്ടു പഠിക്കുകയും വേണം. വിവാദ വിഷയത്തിന്റെ രണ്ടു വശങ്ങളും തെറ്റാണെന്നും, മൂന്നാ

മത്തെ അഭിപ്രായവും വീക്ഷണവുമാണ് ശരിയെന്നും വരാം. തന്റേട ത്തോടുകൂടിയ സൂക്ഷ്മ പരിശോധനയ്ക്കും പരിഗണനയ്ക്കും ശേഷം നാം നമ്മുടെ വ്യക്തമായ നില നിശ്ചയിക്കുകയും ശരിയായ വശത്തു നിലയുറപ്പിക്കുകയും ചെയ്യുന്നു. നാം ആരെയും കണ്ണുമടച്ച് അനുഗമി ക്കുകയോ പൂജിക്കുകയോ ചെയ്യുന്നില്ല.

2. നാം പാർട്ടിയിലുള്ള നല്ലതും നേരും നെറിയുമുള്ളതുമായ എല്ലാ റ്റിനെയും പഠിക്കുകയും വളർത്തുകയും ഉയർത്തുകയും ചെയ്യുന്നു, ശരി യായ വീക്ഷണങ്ങളെയും അഭിപ്രായങ്ങളെയും നില നിർത്തുന്നു. ചീത്ത മാതൃകകളെ നാം അനുകരിക്കുകയോ തെറ്റായ ആശയഗതിയുടെ സ്വാധീനശക്തിക്കു സ്വയം കീഴ്പ്പെടുകയോ ചെയ്യാൻ പാടില്ല.

3. തത്വത്തിൽ തെറ്റായ പല ആശയഗതികൾക്കും വീക്ഷണ ങ്ങൾക്കുമെതിരായി പാർട്ടിയിൽ കാണുന്ന എല്ലാ അനാശാസ്യ സംഭവ ങ്ങൾക്കും എതിരായി അത്തരം തെറ്റുകളെ തിരുത്താനും സംഭവങ്ങളി ല്ലാതാക്കാനും വേണ്ടി ഇടതടവില്ലാതെ പരിശ്രമിക്കാൻ, നാം രാജിയി ല്ലാത്ത പോരാട്ടം നടത്തുന്നു, അവയോടൊരിക്കലും അനുരഞ്ജന മനോ ഭാവം സ്വീകരിക്കുന്നില്ല. ഈ തെറ്റുകളുടെയും ധാരണകളുടെയും വളർച്ചയെ പാർട്ടിയുടെ താൽപ്പര്യങ്ങളെ അപകടത്തിലാക്കുന്ന രീതി യിൽ മയപ്പെടുത്തുകയോ അനുവദിക്കുകയോ ചെയ്യരുത്. ഇത്തരം ഉൾപ്പാർട്ടി സമരത്തെ നാം ഭയപ്പെടുന്നില്ല.

4. എന്നിരുന്നാലും, കേവലവും യാന്ത്രികവുമായ ഒരു നിലപാട് നാം സ്വീകരിക്കുന്നില്ല. തത്വങ്ങളുടെ കാര്യത്തിൽ സന്ധിയില്ലായ്മയും വ്യക്തതയും, അതോടൊപ്പം സമരരീതികളിൽ അയവും ക്ഷമാപൂർവ വുമായ പ്രേരണകൊണ്ട് കാര്യം തീരുമാനിക്കുകയെന്ന മനോഭാവവും- ഇതായിരിക്കണം നമ്മുടെ നിലപാട്, നീണ്ട കാലത്തെ സമരത്തിലൂടെ, തെറ്റായ ആശയഗതികളെ വച്ചുപുലർത്തി പോരുന്ന സഖാക്കളെ – പക്ഷെ, നന്നാക്കാൻ കഴിയുന്നവരെ വിദ്യാഭ്യാസം ചെയ്യിക്കുന്നതിനും വിമർശിക്കുന്നതിനും ഉരുക്കുപോലെ ഉറപ്പിക്കുന്നതിനും പരിഷ്കരിപ്പി ക്കുന്നതിനും നാം ശ്രമിക്കുന്നു. പാർട്ടിക്കകത്തു വ്യത്യസ്തഘട്ടങ്ങളിൽ വിവിധ താത്വിക പ്രശ്നങ്ങൾക്ക് അത്യാവശ്യമായ ആശയസമരം മൂർത്തവും ഉചിതവുമായ രീതിയിൽ നാം നടത്തുന്നു. പക്ഷെ, യാന്ത്രി കവും ആത്മനിഷ്ഠവും ഭ്രാന്തുപിടിച്ചതുമായ രീതിയിൽ ലക്കില്ലാത്ത സമരം നടത്തുകയില്ല. നാം സമരഭ്രാന്തൻമാരല്ല.

5. ഉൾപ്പാർട്ടി സമരങ്ങൾ വഴി നാം പാർട്ടിയെ ഉറപ്പിക്കുകയും പാർട്ടി അച്ചടക്കത്തെയും അന്തസ്സിനെയും ഉയർത്തുകയും ചെയ്യുന്നു. ഒരിക്കലും നന്നാകാത്തവർക്കു സംഘടനാപരമായ ശിക്ഷ നൽകുന്നു. ആവശ്യമെ ങ്കിൽ അത്തരക്കാരെ പാർട്ടിയിൽ നിന്നു പുറത്താക്കുന്നു- പാർട്ടിയുടെ ആരോഗ്യത്തിനും ദൃഢതയ്ക്കും ഉറപ്പു നൽകാൻ വേണ്ടി. നല്ല പക്വത യുള്ള എല്ലാ പാർട്ടി മെമ്പർമാരും സ്വീകരിക്കേണ്ട നിലപാടിതാണ്.

മേൽ പ്രതിപാദിച്ച അഞ്ചു നിലപാടുകളിൽ അഞ്ചാമത്തേതു മാത്ര

മാണ് ശരിയായ ബോൾഷെവിക് നിലപാട്. ഒന്നാമത്തേയും രണ്ടാമ ത്തേയും നിലപാടുകൾ തെറ്റാണെന്നു വളരെ വ്യക്തമാണ്. നമ്മുടെ തെറ്റുകളെയും കുറവുകളെയും നമ്മുടെ പാർട്ടിയെ തുരങ്കം വയ്ക്കു വാൻ ശത്രുക്കൾ എടുത്തുപയോഗിക്കുന്നതിൽ അത്ഭുതമില്ല. നമ്മുടെ ജാഗ്രതക്കു മൂർച്ച കൂടുന്നതോടൊപ്പം, പാർട്ടിക്കകത്തു തെറ്റുകളും കുറ്റ ങ്ങളും ഉണ്ടാകുന്ന സന്ദർഭങ്ങളിലെല്ലാം അവയെ ഉപയോഗപ്പെടുത്തു വാൻ ശത്രുവിനു കിട്ടുന്ന സൗകര്യങ്ങളെ അങ്ങേയറ്റം കുറയ്ക്കാൻ നോക്കണം. നമ്മുടെ പാർട്ടിയെ സ്നേഹിക്കുന്ന എല്ലാ സഖാക്കളുടെയും പ്രതിജ്ഞാബദ്ധമായ കടമയാണിത്. പാർട്ടിക്കുള്ളിലെ സമരത്തിനി ടയ്ക്ക് ഒരു പാർട്ടി മെമ്പർ ഈ സംഗതി അവഗണിക്കുകയോ തൽക്കാ ലസമരത്തിലുള്ള വിജയത്തെക്കുറിച്ചും തന്റെ സ്വന്തം താൽക്കാലിക തൃപ്തിയെക്കുറിച്ചും മാത്രം ആലോചിച്ചു പ്രവർത്തിക്കുകയോ, ചീത്ത യാളുകളിൽ നിന്നു കിട്ടുന്ന സഹായത്തെ തള്ളിക്കളയാതിരിക്കുകയോ പകരം അവരുമായി യോജിക്കുകയോ പാർട്ടിക്കുള്ളിലെ സമരത്തിനിട യിൽ തന്റെ ഒരു പ്രത്യേക ഉദ്ദേശ്യം സാധിക്കാൻവേണ്ടി പാർട്ടിക്കു പുറ മെയുള്ള ചില ശക്തികളെയും സഹായത്തെയും ഉപയോഗപ്പെടുത്തു കയോ ചെയ്യുന്നുവെങ്കിൽ, അത് അക്ഷന്തവ്യമായ ഒരു രാഷ്ട്രീയ തെറ്റാ യിരിക്കും; പാർട്ടി അച്ചടക്കത്തെ പരസ്യമായി ലംഘിക്കലായിരിക്കും.

നമ്മുടെ പാർട്ടി മെമ്പർമാർ പാർട്ടിയിലുള്ള ശരിയായ ആശയഗതി യാണ് പ്രതിഫലിപ്പിക്കേണ്ടത്, നല്ല മാതൃകകളിൽ നിന്നുമാണ് പഠിക്കേ ണ്ടത്, അല്ലാതെ പാർട്ടിയിലെ തെറ്റായ ആശയഗതികളിൽ നിന്നല്ല, ചീത്ത മാതൃകകളിൽ നിന്നുമല്ല. അത്തരം തെറ്റായ ആശയഗതികൾക്കും ചീത്ത മാതൃകകൾക്കുമെതിരായി അവർ സമരം ചെയ്യണം. എന്നാലും ശരിയായ ആശയഗതികളെ പ്രതിഫലിപ്പിക്കുകയും നല്ല മാതൃകകളെ അനുകരിക്കുകയും ചെയ്യുന്നതിനുപുറമെ ചിലപ്പോൾ ചില തെറ്റായ ആശയഗതികളെ ഏറെക്കുറെ പ്രതിഫലിപ്പിക്കുകയും തെറ്റായ മാതൃകകളെ അനുകരിക്കുകയും ചെയ്യുന്ന ചില സഖാക്കൾ പാർട്ടി യിൽ ഇപ്പോഴും ഇല്ലാതില്ല. ചില സഖാക്കൾക്ക് ചീത്തയാകാൻ പഠിക്കു ന്നത് വളരെ എളുപ്പവും നല്ലവനാകാൻ പഠിക്കുന്നത് പ്രയാസവുമാ ണെന്നു തോന്നിപ്പോകും. ഇത് നമ്മുടെ കാര്യമായ ശ്രദ്ധയെ അർഹി ക്കുന്നു.

ഈ സഖാക്കൾ പാർട്ടിയിൽ എന്തെങ്കിലും തെറ്റുകളുണ്ടാകുന്ന ഘട്ടത്തിൽ കരുതിക്കൂട്ടിയോ അല്ലാതെയോ ആ തെറ്റുകളെ വളർത്തു വാനോ വലുതാക്കിക്കാണിക്കാനോ ഇടയുണ്ട്. മാത്രമല്ല, പാർട്ടിക്കു ള്ളിലെ സമരത്തിന്റെ ഘട്ടത്തിൽ അവർ പലപ്പോഴും തെറ്റായ ഭാഗത്തു ചേരുന്നു, അല്ലെങ്കിൽ ചില പ്രത്യേക കാരണങ്ങളാൽ ജയിക്കുന്ന ഭാഗം പിടിക്കുന്നു. ഈ സഖാക്കളെ സാരമായി മുന്നോട്ടു നീക്കുകയും ഉറപ്പി ക്കുകയും ചെയ്തില്ലെങ്കിൽ അവർക്ക് വളരാൻ വിഷമമാണ്.

പല തരത്തിലുള്ള തെറ്റുകളുടെയും ന്യൂനതകളുടെയും അനാ

ശാസ്യ സംഗതികളുടെയും നേരെ മിതവാദപരവും സ്വേച്ഛാധിപത്യപര
വുമായ നില സ്വീകരിക്കുന്ന, മൂന്നാമത്തെ ഇനത്തിൽപ്പെട്ട സഖാക്കൾ
നിശ്ചയമായും അങ്ങേയറ്റം തെറ്റും തികച്ചും ബോൾഷെവിക്ല്ലാത്തവ
രുമാണെന്ന് മാർക്സിസ്റ്റ് – ലെനിനിസ്റ്റ് വിദ്യാലയത്തിലെ വിദ്യാർഥിക
ളായ നിങ്ങൾക്ക് വ്യക്തമായിക്കാണുമെന്ന് ഞാൻ വിചാരിക്കുന്നു. എന്തു
കൊണ്ടെന്നാൽ, നിങ്ങൾ പഠിച്ചുകഴിഞ്ഞിട്ടുള്ള *പാർട്ടി സംവിധാനം* എന്ന
പുസ്തകത്തിൽ പാർട്ടിയിലെ സ്വയം വിമർശനത്തിന്റെയും ആശയപര
മായ സമരത്തിന്റെയും ആവശ്യകതയെപ്പറ്റി ഒരധ്യായം മുഴുവൻ പ്രതി
പാദിച്ചിട്ടുണ്ട്. അതുപോലെ ലെനിനും സ്റ്റാലിനും പല സന്ദർഭങ്ങളിലും
ഈ വിഷയത്തെക്കുറിച്ച് വ്യക്തവും അവഗാഢവുമായ വിശദീകരണ
ങ്ങൾ കൊടുത്തിട്ടുണ്ട്. അത് നിങ്ങൾക്ക് നോക്കാവുന്നതാണ്. ചൈനീസ്
പ്രസിദ്ധീകരണശാലയിൽ നിന്നു പ്രസിദ്ധപ്പെടുത്തിയിട്ടുള്ള *രാഷ്ട്രീയ
പാർട്ടികളെ പറ്റി* എന്ന പുസ്തകത്തിലെ നാലും അഞ്ചും അധ്യായങ്ങൾ
ഈ പ്രശ്നത്തെപ്പറ്റി സുദീർഘമായി പ്രതിപാദിക്കുന്നുണ്ട്. അതുകൊ
ണ്ട്, ഞാനിപ്പോൾ അതിന്റെ വിശദവിവരങ്ങളിലേക്ക് കടക്കേണ്ട ആവ
ശ്യമില്ല. എന്നിരുന്നാലും, ഞാൻ പ്രത്യേകം ചൂണ്ടിക്കാണിക്കുവാനാഗ്ര
ഹിക്കുന്ന കാര്യം, ഇത്തരം നിലപാട് അവലംബിച്ചു പോരുന്ന വളരെയ
ധികം സഖാക്കൾ ഇപ്പോഴും പാർട്ടിയിലുണ്ടെന്നാണ്. സ്വയം വിമർശനം
നടത്തുന്നതിൽ വിശേഷിച്ചും കീഴെ നിന്ന് മേലോട്ടുള്ള സ്വയം വിമർശനം
നടത്തുന്നതിൽ അതുപോലെ തന്നെ പാർട്ടിയിൽ പ്രത്യക്ഷപ്പെടുന്ന പല
തരം തെറ്റുകളെയും ന്യൂനതകളെയും വൃത്തികേടുകളെയും തിരുത്തു
ന്നതിനും ഇല്ലാതാക്കുന്നതിനുംവേണ്ടി, ചുമതലാബോധത്തോടും
ആത്മാർഥതയോടു കൂടിയും ഔപചാരികമായും അവയെ തുറന്നു
കാണിക്കുന്നതിൽ അവർ തീരെ പോരാത്തവരാണ്. ഈ സംഗതിയിൽ,
നമുക്കിനിയും വലിയ വളർച്ച ആവശ്യമാണ്. എന്നാൽ നിരുത്തരവാദപ
രവും അനൗപചാരികവും ഭീരുത്വം നിറഞ്ഞതുമായ വിമർശനവും
അസംതൃപ്തിയും, ആളുകളെപ്പറ്റിയും കാര്യങ്ങളെക്കുറിച്ചും
ഏഷണികൂട്ടലും സൊള്ളുപറയലും ധാരാളം ഉണ്ടുതാനും. പാർട്ടിയിലെ
മിതവാദിത്വിത്തിന്റെ രണ്ട് പ്രത്യക്ഷരൂപങ്ങളാണിവ. ചില സഖാക്കളെ
സംബന്ധിച്ചിടത്തോളം വിപ്ലവ സമരത്തിലുള്ള അവരുടെ രാഷ്ട്രീയ
വളർച്ചയും ചങ്കുറപ്പും ഇന്നും അപര്യാപ്തങ്ങളാണെന്നും ഉൾപ്പാർട്ടി
ജനാധിപത്യത്തിന്റെ പ്രവർത്തനം ഇപ്പോഴും തൃപ്തികരമല്ലെന്നും ഇത്
കാണിക്കുന്നു.

ചില സഖാക്കൾ തടിരക്ഷിക്കാൻ നോക്കുന്ന ഏർപ്പാട് ഉപേക്ഷി
ക്കുവാൻ കൂട്ടാക്കുന്നില്ല. മറ്റുള്ളവരെ മുഷിപ്പിക്കാനും അവരുടെ വിരോ
ധത്തെയും എതിർ വിമർശനത്തെയും നേരിടാനും ഭയപ്പെടുന്നു. അവർ
പാർട്ടിക്കുള്ളിലെ എല്ലാവിധ തെറ്റുകളെയും ന്യൂനതകളെയും അവയുടെ
പാട്ടിനു വിടുന്നു, 'എങ്ങനെയെങ്കിലും കടന്നുകൂടാ'മെന്ന തെറ്റായ നില
യെടുക്കുന്നു,'കുഴപ്പം കുറഞ്ഞാൽ അത്രയും നന്നായെ'ന്നാണ് അവരുടെ

മനോഭാവം. എങ്കിലും അവര് മറ്റുള്ളവരെ അവര് കേള്ക്കാതെ വിമര്ശി ക്കാറുണ്ട്. ഇത് പാര്ട്ടിക്ക് ഗുണകരമല്ല. ദോഷകരമാണ്. അത്തരം നിരു ത്തരവാദപരമായ വിമര്ശനവും സംഭാഷണവും പാര്ട്ടിക്കകത്ത് താത്വി കാടിസ്ഥാനമില്ലാത്ത വാദപ്രതിവാദങ്ങള്ക്കും ഭിന്നിപ്പുകള്ക്കും വഴി തെളിച്ചേക്കാം. പാര്ട്ടിക്കുള്ളില് പതിയിരിക്കുന്ന ചാരന്മാര്ക്കും ചീത്ത യാളുകള്ക്കും പാര്ട്ടിക്കുള്ളില് കുത്തിത്തിരിപ്പുണ്ടാക്കുന്നതിന് അവ സരം നല്കിയേക്കാം. മാത്രവുമല്ല, പാര്ട്ടിയിലെ തെറ്റുകളും ന്യൂനത കളും ഇത്തരത്തിലുള്ള നിരുത്തരവാദപരമായ വിമര്ശനംമൂലം ഒരിക്കലും തിരുത്താവുന്നതല്ല. അതുകൊണ്ട് ചൈനീസ് കമ്യൂണിസ്റ്റ് പാര്ട്ടിയുടെ സെന്ട്രല് കമ്മിറ്റിയുടെ ആറാമത് പ്ലീനത്തില്വച്ച് അംഗീകരിച്ച പാര്ട്ടി ചട്ടങ്ങള് അത്ര നിരുത്തരവാദപരമായ വിമര്ശനത്തെയും സംഭാഷണ ത്തെയും നിരോധിക്കുകയും പാര്ട്ടിക്ക് ഗുണകരമായ, ഉത്തരവാദിത്വമു ള്ളതും ഔപചാരികവുമായ ഉള്പ്പാര്ട്ടി സ്വയം വിമര്ശനത്തെ പ്രോത്സാ ഹിപ്പിക്കുകയും ചെയ്യുന്നു.

പല പ്രകാരത്തിലുള്ള തെറ്റുകളും ന്യൂനതകളും അബദ്ധങ്ങളും തൊളിലാളിവര്ഗത്തിന്റേതല്ലാത്ത ആശയഗതികളും പാര്ട്ടിയില് നില വിലുള്ളതുകൊണ്ട് ഈ തെറ്റായ ആശയഗതികളില് ഓരോന്നും ചിലപ്പോള് പാര്ട്ടിക്കകത്തെ ഒരു വ്യതിയാനമായി വളര്ന്നേക്കാനിടയു ണ്ട്. ചില അടിസ്ഥാനങ്ങളെപറ്റി പാര്ട്ടിയില് അഭിപ്രായവ്യത്യാസം അതു കൊണ്ടുലവാകും; പാര്ട്ടിയുടെ പ്രവര്ത്തനൈക്യത്തെത്തന്നെ ബാധിക്കും. അത്തരം സാഹചര്യങ്ങളില് നാം പാര്ട്ടിയില് ശരിയായി സ്വയം വിമര്ശനം നടത്തുകയും പലതരം തെറ്റുകളെയും ന്യൂനതകളെയും നിര ന്തരം തുറന്നുകാട്ടുകയും തിരുത്തുകയും ചെയ്യുന്നില്ലെങ്കില് തെറ്റായ എല്ലാ ആശയഗതികളെയും പരാജയപ്പെടുത്തുകയും പാര്ട്ടിയിലെ അഭി പ്രായങ്ങള് തീര്ക്കാന് ഉള്പ്പാര്ട്ടി സമരം നടത്തുകയും ചെയ്യുന്നില്ലെ ങ്കില് നേരെമറിച്ച് അതിനുപകരം അശാസ്ത്രീയമായ ഒരു നിലപാടെടു ക്കുകയും 'മധ്യവര്ത്തി'നയം സ്വീകരിക്കുകയും എങ്ങനെയെങ്കിലും കട ന്നുകൂടാന് നോക്കുകയും ചെയ്യുകയാണെങ്കില്, പിന്നെ"പാര്ട്ടിയെയും തൊഴിലാളിവര്ഗത്തെയും, ബഹുജനങ്ങളെയും ശരിയായി വിദ്യാഭ്യാസം ചെയ്യിക്കുന്നതിനു നമുക്കു കഴിയുകയില്ല." (സ്റ്റാലിന്)"പുരോഗമിക്കു ന്നതിനോ വളരുന്നതിനോ സാധ്യമല്ല","നാം തൊഴിലാളിവര്ഗവിപ്ലവകാ രികളല്ലാതാകുമെന്നു മാത്രമല്ല, തോറ്റമ്പുന്നതിനു ശീട്ടുവാങ്ങുകയും ചെയ്യും". (ലെനിന്)

സ്റ്റാലിന് പറയുന്നു:

താത്വികപ്രശ്നങ്ങളുടെ കാര്യത്തില് 'മധ്യവര്ത്തിനയം' ആശയ ക്കുഴപ്പം സൃഷ്ടിക്കുന്ന 'നയ'മാണ്. അഭിപ്രായഭേദങ്ങള്ക്കു മറ പിടിക്കുന്ന 'നയ'മാണ്, പാര്ട്ടിയുടെ ആശയപരമായ അധഃപതന ത്തിന്റെ 'നയ'മാണ്, പാര്ട്ടിയുടെ ആശയപരമായ മരണത്തിന്റെ

'നയ'മാണ്.

താത്വിക പ്രശ്നങ്ങളിൽ 'മധ്യവർത്തിനയം' നമ്മുടെ നയമല്ല. അത്, ദിനംപ്രതി ക്ഷയിച്ചുകൊണ്ടും ധാർമികമായി അധഃപതിച്ചു കൊണ്ടുമിരിക്കുന്ന ഒരു പാർട്ടിയുടെ നയമാണ്. അത്തരമൊരു നയം ആ പാർട്ടിയെ നിഷ്ഫലമായി പ്രവർത്തിക്കുന്നതും തൊഴി ലാളിവർഗത്തിൽനിന്നും ഒറ്റതിരിക്കപ്പെട്ടതുമായ ഒരു പൊള്ളയായ ഉദ്യോഗസ്ഥമേധാവിത്വ സ്ഥാപനമായി മാറുന്നതി ലേക്ക് നയിക്കാതിരിക്കാൻ തരമില്ല. ഈ വഴി നമുക്കുള്ളതല്ല.

അതുകൊണ്ട്... പാർട്ടിക്കുള്ളിലുള്ള വൈരുധ്യങ്ങളെ സമരത്തി ലൂടെ തീർക്കുകയെന്നതാണ് നമ്മുടെ പാർട്ടിയുടെ വളർച്ചയുടെ നിയമം... പാർട്ടിക്കുള്ളിലുള്ള വൈരുധ്യങ്ങളെ തീർത്തുകൊ ണ്ടാണ് 'അഖില യൂണിയൻ കമ്യൂണിസ്റ്റ് പാർട്ടി'(ബോൾഷെവി ക്) വളർന്നുവന്നതും ശക്തി പ്രാപിച്ചതും.

അതുകൊണ്ട്, മിതവാദപരവും ഉദ്യോഗസ്ഥമേധാവിത്വപരവുമായ നില സ്വീകരിക്കുന്നത് തെറ്റാണ്; പാർട്ടിക്ക് ഉറപ്പും വളർച്ചയും പുരോഗതി യും വരുത്താൻ കഴിയണമെങ്കിൽ, പാർട്ടിയിലുള്ള എല്ലാ അനാശാസ്യ സംഭവങ്ങളെയും എതിർക്കുന്നതിനും അഭിപ്രായഭേദങ്ങൾ തീർക്കുന്ന തിനുമുള്ള സ്വയം വിമർശനത്തെ വളർത്തുകയും ഉൾപ്പാർട്ടി സമരം നടത്തുകയും വേണം.

മിതവാദിത്വം മറ്റൊരു രൂപത്തിലും പ്രത്യക്ഷമാകുന്നുണ്ട്. പാർട്ടി യിൽ ഏതെങ്കിലുമൊരു വാദവിഷയം പൊട്ടിപ്പുറപ്പെട്ടുകഴിയുമ്പോൾ പല സഖാക്കളും അവരുടെ ക്രമപ്രകാരമുള്ള ജോലി മാറ്റിവച്ചിട്ട് രാപ്പകൽ അവസാനമില്ലാതെ അതേപറ്റി അസംബന്ധമായ വിവാദങ്ങളിലേർപ്പെ ടുകയോ പാർട്ടിയിലുള്ള എല്ലാ കാര്യങ്ങളെയും കരുതിക്കൂട്ടി ആക്ഷേ പിക്കുന്നതിൽ മുഴുകുകയോ ചെയ്യുന്നു; എന്താണ് ഇതിന്റെ ഫലം? അവർ പാർട്ടി ഐക്യത്തെ ദുർബലപ്പെടുത്തുന്നു, പാർട്ടി പ്രവർത്തക രുടെ പ്രവർത്തനദൃഢതയെ തകർക്കുന്നു, പാർട്ടി അച്ചടക്കത്തെ ക്ഷീണി പ്പിക്കുന്നു, പാർട്ടി നേതൃത്വത്തെ നിസ്സഹായമാക്കുന്നു, പാർട്ടിയുടെ അന്ത സ്സിനെ നശിപ്പിക്കുന്നു, സമരവീര്യമുള്ള പാർട്ടി ഘടകങ്ങളെയും പാർട്ടി സംഘടനയെത്തന്നെയും വെറും വാദപ്രതിവാദസമാജമായി മാറ്റുന്നു. നമ്മുടെ ചില പാർട്ടി സംഘടനകളിൽ ഈ വക കാര്യങ്ങൾ കഴിഞ്ഞ കാലത്ത് പലതവണ ഉണ്ടായിട്ടുണ്ട്. സ്റ്റാലിൻ പറയുന്നതുപോലെ: "ഇതു സ്വയം വിമർശനമല്ല വെറും തെറിപറയലാണ്". "ഇത് തൊഴിലാളി വർഗത്തെ അപകീർത്തിപ്പെടുത്തലാണ്". തൊഴിലാളികളുടേതല്ലാത്ത, ബോൾഷെവിക് വിരുദ്ധമായ 'സ്വയം വിമർശന'മാണ്. നാം പറയുന്ന സ്വയം വിമർശനം ഇതിനുയാതൊരു പൊരുത്തവുമില്ല. സ്വയം വമിർശനം വേണമെന്ന് നാം വാദിക്കുന്നതിനു കാരണം പാർട്ടിയുടെ അന്തസ്സ് നശി പ്പിക്കുകയല്ല, പാർട്ടി അച്ചടക്കത്തിനു തുരങ്കം വയ്ക്കുകയല്ല, പാർട്ടി

നേതൃത്വത്തെ ക്ഷീണിപ്പിക്കുകയല്ല; നേരെമറിച്ച് പാർട്ടിയുടെ അച്ചട
ക്കത്തെ ദൃഢപ്പെടുത്തുകയും പാർട്ടി നേതൃത്വത്തെ ബലപ്പെടുത്തുക
യുമാണ്.

യാന്ത്രികമായ നിലപാടു സ്വീകരിക്കുന്ന നാലാമത്തെ ഇന
ത്തിൽപ്പെട്ട സഖാക്കളും വഴിതെറ്റിയവരാണ്. ഇത് മേൽ പ്രസ്താവിച്ച
മിതവാദത്തിന് നേരെ വിപരീതമായ നിലപാടാണ്. പാർട്ടിയിലുള്ള
തെറ്റായ ആശയഗതികൾക്ക് രൂഢമൂലമായ ഒരു സാമൂഹ്യാടിസ്ഥാനമു
ണ്ടെന്നും ഒറ്റയടിക്ക് അവയെ നിശേഷം നശിപ്പിക്കുവാൻ സാധിക്കുക
യില്ലെന്നും ഇവർ മനസിലാക്കുന്നില്ല. പാർട്ടിയിലുള്ള എല്ലാ സഖാക്കളും,
വ്യത്യസ്ത കാലഘട്ടങ്ങളിൽ സമൂഹത്തിലുള്ള ചില തെറ്റായ ആശയ
ങ്ങളെ ഏറെക്കുറെ പ്രതിഫലിപ്പിക്കാനിടയുണ്ട്. മാർക്സ്, എംഗൽസ്,
ലെനിൻ, സ്റ്റാലിൻ എന്നിവരെപോലുള്ള അത്രത്തോളം നിഷ്കളങ്കരും
ഉറപ്പുളളവരും തെറ്റുപറ്റാത്തവരും കാര്യങ്ങൾ കാണുന്നതിൽ സൂക്ഷ്മ
തയും അവഗാഢതയുമുള്ളവരും ആയവർക്കു മാത്രമേ തെറ്റായ ഈ
ആശയഗതികളുടെ പിടിയിൽനിന്നും പൂർണമായും സ്വതന്ത്രരായിരിക്കു
വാൻ കഴിയു. അതുകൊണ്ടുതന്നെയാണ് ഡോക്ടർ സൺയാത് സെൻ
ലെനിനെ 'വിപ്ലവത്തിന്റെ യോഗി'യെന്നുവിളിച്ചത്. നമ്മളിൽ ഓരോരു
ത്തരും നമ്മുടെ പ്രവർത്തനത്തിനിടയ്ക്ക് ചില തെറ്റുകൾ ചെയ്തുപോ
കുമെന്നുള്ളത് അനിവാര്യമാണ്. സമൂഹത്തിലുള്ള തൊഴിലാളിവർഗപ
രമല്ലാത്ത ആശയഗതികളെ ചിലപ്പോഴൊക്കെ പ്രതിഫലിപ്പിക്കുകയും
ചില തെറ്റുകൾ പ്രവർത്തിക്കുകയും ചെയ്യുന്നുണ്ടെങ്കിലും നന്നാക്കിയാൽ
നന്നാകുന്നവരായ എല്ലാ സഖാക്കളെയും നാം കേവലം ത്യജിക്കാനും
നാമാവശേഷമാക്കാനും പുറപ്പെട്ടാൽ, നാം സഹിഷ്ണുതയും വിട്ടുവീ
ഴ്ചയും ചെയ്യാതിരുന്നാൽ, നമുക്ക് പാർട്ടി കെട്ടിപ്പടുക്കുവാൻ സാധ്യമ
ല്ല. അത്തരം തള്ളിക്കളയലിന്റെയും നശിപ്പിക്കലിന്റെയും അവസാനഫലം
യാന്ത്രികമായ ഈ നിലപാടു സ്വീകരിക്കുന്ന സഖാക്കളെക്കൂടി പാർട്ടി
യിൽനിന്നു പുറന്തള്ളാനിടയുണ്ട്. കാരണം, അവർ 'വിപ്ലവത്തിന്റെ
യോഗി'കളല്ല; അവർക്കും തെറ്റു പറ്റാതിരിക്കാൻ നിവൃത്തിയില്ല. ഉദാ
ഹരണത്തിന് കഴിഞ്ഞകാലത്ത് പിന്തിരിപ്പൻ വിഭാഗങ്ങളെ അമർത്തു
ന്നതിനുള്ള പ്രക്ഷോഭത്തിനിടയിൽ, ഈ യാന്ത്രികനിലപാടു സ്വീകരി
ക്കുന്ന സഖാക്കൾ, കമ്യൂണിസത്തിനുവേണ്ടിയുള്ള സമരത്തിനിടയ്ക്ക്
മനുഷ്യസമൂഹത്തെയാകെ കമ്യൂണിസ്റ്റ് സമൂഹത്തിലെ സ്വാർഥരഹിത
രായ പൗരൻമാരാക്കി മാറ്റുകയാണ് ഏറ്റവും മഹത്തും അതേസമയത്ത്
ദുഷ്കരവുമായ കടമയെന്ന് പ്രത്യേകിച്ചു മനസ്സിലാക്കുന്നില്ല. ഈ തത്വം
മനസിലാക്കുന്നുണ്ടെങ്കിൽ, ദീർഘകാലത്തെ സമരത്തിനിടക്ക് എല്ലാവിധ
ദൗർബല്യങ്ങളോടും കൂടിയ മനുഷ്യരെയാകെ ഉരുക്കുപോലുറപ്പിക്കു
കയും പഠിപ്പിക്കുകയും ഉയർന്ന നാഗരികതയോടു കൂടിയ കമ്യൂണിസ്റ്റു
കാരാക്കി മാറ്റുകയും ചെയ്യാമെന്ന് അവർ മനസിലാക്കുന്നുണ്ടെങ്കിൽ,
പാർട്ടിയിൽ ചേർന്നിട്ടുള്ള, പക്ഷേ, ഇപ്പോഴും പഴയ സമൂഹത്തിന്റെ ആശ

യാവശിഷ്ടങ്ങളെ ഏറെക്കുറെ വച്ചുപുലർത്തുന്ന പാർട്ടി മെമ്പർമാരെ പഠിപ്പിക്കുന്നതിനും പരിഷ്കരിക്കുതിനും എന്തുകൊണ്ട് അവർക്ക് കഴിവില്ല?.

സ്വാഭാവികമായിത്തന്നെ, ഈ പാർട്ടിമെമ്പർമാരെ പരിഷ്കരിക്കുന്നതിനും പഠിപ്പിക്കുന്നതിനും ദീർഘകാലത്തെ ക്ഷമാപൂർവമായ അധ്യയനവും ദൃഢീകരണവുമാവശ്യമുണ്ട്. അതൊരു വിഷമമേറിയ ജോലിയാണ്. എന്നുവരികിലും, ബുദ്ധിമുട്ടുള്ള ഈ ചെറിയ കടമ നിറവേറ്റുന്നതിന് നാം വിമുഖത കാണിക്കുകയും പിന്മാറുകയും ചെയ്യുകയാണെങ്കിൽ ലോകത്തെയും മനുഷ്യരാശിയെയും മാറ്റുന്നതിനെക്കുറിച്ച് സംസാരിക്കുവാൻ നമുക്കെങ്ങനെ കഴിയും? ലോകത്തെയും മനുഷ്യരാശിയെയും മാറ്റുകയെന്ന ഏറ്റവും പ്രയാസമേറിയ ഈ കടമ ഏറ്റെടുക്കുവാൻ– അതിൽനിന്നും ഒഴിഞ്ഞുമാറുവാനല്ല– നാം തീരുമാനമെടുത്തുകഴിഞ്ഞ സ്ഥിതിക്ക് നമ്മെ അധൈര്യപ്പെടുത്താനും പേടിപ്പിക്കാനും ഇന്ന് ലോകത്ത് മറ്റെന്തു ദുഷ്കരമായ ചുമതലയുണ്ട്? ജീവിത വീക്ഷണത്തെയും ലോകവീക്ഷണത്തെയും സംബന്ധിച്ച കമ്യൂണിസ്റ്റ് തത്വശാസ്ത്രത്തിൽ വിശ്വസിക്കുന്ന പാർട്ടിമെമ്പർമാർ യാതൊരു വിഷമതകളിലും ബുദ്ധിമുട്ടുകളിലും കുലുങ്ങാത്തവരും ഭയപ്പെടാത്തവരുമാണ്, അതേസമയം ലോകസംഭവങ്ങളുടെ വളർച്ചയുടെ ഗതി കഷ്ടമാണെന്നും അവർക്കറിയാം. യാന്ത്രികമായ നിലപാട് സ്വീകരിക്കുന്ന സഖാക്കൾ കമ്യൂണിസമെന്ന ലക്ഷ്യത്തിന്റെ പ്രയാസമേറിയതും ക്ളിഷ്ടവുമായ സ്വഭാവത്തെ ഇനിയും മനസിലാക്കുന്നില്ല. അവർ ക്ലേശങ്ങളെ ഭയപ്പെടുകയും വളവും തിരിവുമില്ലാത്ത നേർമാർഗത്തിൽ സഞ്ചരിക്കുവാനും ഒറ്റയടിക്ക് എല്ലാ വൃത്തികേടുകളെയും തുടച്ചെറിയുവാനും അവരുടെ ആദർശലോകത്തിലേക്ക് ഒറ്റച്ചാട്ടത്തിന് കുതിച്ചെത്താനും ആഗ്രഹിക്കുന്നുവെങ്കിൽ തീർച്ചയായും അവർ സ്വയം തലതല്ലിപ്പൊളിക്കും. അതിനുശേഷം അവർ ദോഷൈകദൃക്കുകളും ആശയറ്റവരുമായിത്തീരും, കമ്യൂണിസത്തിന്റെ ഭാവിയിൽ വിശ്വാസം നശിക്കും, അങ്ങനെ അവരുടെ തൊഴിലാളിവർഗപരമല്ലാത്ത ആശയഗതിയുടെ പൊരുൾ പുറത്താകും. ഏറെക്കുറെ ഈയൊരു നിലപാട് സ്വീകരിക്കുന്ന വളരെയേറെ സഖാക്കൾ ഇപ്പോഴും നമ്മുടെ പാർട്ടിയിലുണ്ടെന്ന് വരുന്നത് എത്ര പരിതാപകരം!

പാർട്ടിക്കുള്ളിലെ സമരം ആവശ്യമാണെന്നുള്ളതിന് കാരണം, പാർട്ടിയുടെയും തൊഴിലാളിവർഗത്തിന്റെയും വളർച്ചയുടെ ഗതിയിൽ പാർട്ടിക്കുള്ളിൽ തത്വങ്ങളെ അടിസ്ഥാനമാക്കിയുള്ള ഭിന്നാഭിപ്രായങ്ങൾ പൊന്തിവരുമെന്നുള്ളതാണ്; ആ സന്ദർഭത്തിൽ, "ഏതെങ്കിലുമൊരു തത്വത്തിനുവേണ്ടി, അഥവാ സമരത്തിന്റെ ഏതെങ്കിലുമൊരു ലക്ഷ്യപ്രാപ്തിക്കുവേണ്ടി, അതുമല്ലെങ്കിൽ ലക്ഷ്യത്തിലേക്കു നയിക്കുന്ന ഏതെങ്കിലുമൊരു സമരരീതിക്കുവേണ്ടി" നടത്തുന്ന സമരംകൊണ്ടു മാത്രമെ ഭിന്നാ

ഭിപ്രായങ്ങളെ കീഴടക്കുന്നതിനും വൈരുധ്യങ്ങളെ പരിഹരിക്കുന്നതിനും കഴിയൂ. യാതൊരുതരം സന്ധികൊണ്ടും പ്രയോജനമില്ല. നാം സമരം ചെയ്യുന്നതിനും വഴക്കടിക്കുന്നതിനും താൽപ്പര്യമുള്ളവരായതുകൊണ്ടല്ല ഉൾപ്പാർട്ടി സമരം ആവശ്യമാകുന്നത്. അതായത്, പ്രശ്നങ്ങൾ തത്വ ത്തിന്റെ പരിധിയിലേക്ക് വളർന്നുകഴിയുമ്പോൾ, സമരം കൊണ്ടല്ലാതെ മറ്റൊന്നുകൊണ്ടും അവയെ തീർക്കാൻ നാം പാർട്ടിക്കുള്ളിൽ വിട്ടുവീ ഴ്ചയില്ലാതെ സമരം നടത്തണം. തിരക്കിട്ടും വിട്ടുവീഴ്ചയില്ലാതെയും തീരാത്ത വെറുപ്പോടും ദൈനനംദിനനയങ്ങളെയും പ്രായോഗികമായ കാര്യങ്ങളെയും സംബന്ധിക്കുന്ന എല്ലാ അഭിപ്രായഭേദങ്ങൾക്കെതി രായും നാം ഉൾപാർട്ടി സമരം നടത്തണമെന്ന് ഇപ്പറഞ്ഞതിനർഥമില്ല.

സഖാവ് സ്റ്റാലിൻ പറഞ്ഞിട്ടുണ്ട്.

തൽക്കാലനയം സംബന്ധിച്ച പ്രശ്നങ്ങളിലും തനി പ്രായോഗിക സ്വഭാവമുള്ള വിപരീതാഭിപ്രായക്കാരോട് എല്ലാവിധത്തിലും യോജിപ്പിലെത്താൻ നമുക്ക് കഴിയണം, കഴിഞ്ഞേതീരൂ.

നമ്മുടെ പാർട്ടിയിൽ അവസരവാദപരമായ ആശയങ്ങൾ പ്രത്യക്ഷപ്പെ ടുമ്പോഴും അഭിപ്രായഭേദങ്ങൾ ഉണ്ടാകമ്പോഴും ഈ അബദ്ധസിദ്ധാ ന്തങ്ങളെയും അവസരവാദത്തെയും എതിർക്കുന്നതിനും അവയെ കീഴ ടക്കുന്നതിനും നാം സമരം നടത്തണം; പാർട്ടിയിൽ, സിദ്ധാന്തപരമായ അഭിപ്രായവ്യത്യാസമില്ലാത്തപ്പോഴും അവസരവാദമുണ്ടാകാത്തപ്പോഴു മെല്ലാം ചില വെറും പ്രായോഗിക സംഗതികളെക്കുറിച്ച് സഖാക്കളുടെ ഇടയിലുണ്ടാകുന്ന നിസാരമായ അഭിപ്രായ വ്യത്യാസങ്ങളെ മനോനി ഷ്ഠമായും കരുതിക്കൂട്ടിയും വലുതാക്കിക്കാണിക്കാൻ ശ്രമിക്കുകയും, അതിനെ 'സിദ്ധാന്തത്തിലുള്ള അഭിപ്രായഭേദ'മാക്കി എടുക്കുകയും, ചില സഖാക്കളെ ഉൾപ്പാർട്ടി സമരത്തിന്റെ ഉന്നമാക്കാൻ 'അവസരവാദി'കളെ കണ്ടുപിടിക്കുന്നതിന് ഓടിനടക്കുകയും ചെയ്യണമെന്ന് ഇതിനർഥമില്ല. അത്തരം ഉന്നങ്ങളുടെ നേർക്ക് തീ വമിക്കുന്നതുകൊണ്ടുമാത്രം, പാർട്ടി യുടെ പ്രവർത്തനവും പാർട്ടിയുടെ വളർച്ചയും തൊഴിലാളി വിപ്ലവസമ രത്തിന്റെ വിജയവും ഐന്ദ്രജാലികമായി വികസിക്കുമെന്നു കരുതണ മെന്നും ഇതിനർഥമില്ല, തീർച്ചയായും ഇതു പാർട്ടിക്കുള്ളിലെ സമരം കാര്യമായി നടത്തലല്ല, നേരെമറിച്ച് ഇതു പാർട്ടിയെ കേവലം പരിഹാ സപാത്രമാക്കിത്തീർക്കലാണ്; എത്രയും ഗൗരവമേറിയ ഒരു കാര്യമായ പാർട്ടിക്കുള്ളിലെ സമരത്തെക്കൊണ്ടു കുട്ടിക്കളി കളിക്കുകയാണ്.

താത്വികമായി തെറ്റു ചെയ്യുകയും അവസരവാദപരമായ ആശയ ങ്ങൾ പ്രകടിപ്പിക്കുകയും ചെയ്തതിനുശേഷം ചില സഖാക്കൾ ദുണ്ണദോഷം കൈക്കൊള്ളാതിരിക്കയും, പാർട്ടിവിമർശനത്തെ അവഗണി ക്കുകയും സ്വന്തം തെറ്റുകളിൽ തന്നെ വാശിപിടിച്ചു നിൽക്കുകയും, പാർട്ടിയുടെ നയത്തിനെതിരായി സമരം ചെയ്യത്തക്കവിധം ഔദ്ധത്യ

ക്കാരും ദുഃശാഠ്യക്കാരുമായിത്തീരുകയും ഇരുതലകുത്തുന്ന നിലയെടു ക്കുകയും ചെയ്യുകയാണെങ്കിൽ അവരെ നിർബന്ധിക്കുകയും, പരസ്യ മായി വിമർശിക്കുകയും സംഘടനാപരമായ ശിക്ഷ ചുമത്തുകയും ചെയ്യേണ്ടതാവശ്യമായിത്തീരും. എന്നാൽ തെറ്റുചെയ്ത സഖാക്കൾ അവ രുടെ തെറ്റുകളിൽതന്നെ വാശിപിടിച്ചുനിൽക്കാതിരിക്കുകയും. ചർച്ചക്കും ഗുണദോഷത്തിനും ശേഷം അവരുടെ തെറ്റുകൾ തിരുത്തുന്നതിനും പഴയ വീക്ഷണഗതികൾ ഉപേക്ഷിക്കുന്നതിനും താൽപ്പര്യം പ്രകടിപ്പി ക്കുകയുമാണെങ്കിൽ,അഥവാ അവർ അവരുടെ തെറ്റുകളെക്കുറിച്ച് ശാന്ത മായി ചിന്തിക്കാനും മറ്റു സഖാക്കളുമായി നിഷ്പക്ഷബുദ്ധിയോടെ ചർച്ച ചെയ്യുവാനും തുടങ്ങുകയാണെങ്കിൽ, നാം അവരെ എതിർക്കുകയോ ശിക്ഷിക്കുകയോ ചെയ്യരുത്. സ്വയം വിമർശനവും ഉൾപ്പാർട്ടി സമരവും നടത്തുന്നതിൽ കൂടുതൽ വെറുപ്പുകാണിച്ചാൽ കൂടുതൽ നല്ലതാണെന്ന് നാം കരുതുന്നില്ല. സ്വയം വിമർശനത്തിന്റെയും ഉൾപാർട്ടി സമരത്തി ന്റെയും ഏറ്റവും ഉന്നതമായ ലക്ഷ്യം പാർട്ടിയെ ഫലപ്രദമായി വിദ്യാ ഭ്യാസം ചെയ്യിക്കയും തെറ്റുചെയ്തവരായ സഖാക്കളെ പഠിപ്പിക്കുകയും തെറ്റുതിരുത്തുകയും പാർട്ടിയെ ദൃഢീകരിക്കയുമാണ്. സഖാക്കളെ എതിർക്കുന്നതിനുപകരം, സമാധാനപരമായ വാദപ്രതിവാദവും, ഗുണ ദോഷവും, വിമർശനവും മുഖേന ഈ ഉദ്ദേശ്യം സാധിക്കുമെങ്കിൽ ഇതു സാധ്യമാണെങ്കിൽ–തീർച്ചയായും അത് ഏറ്റവും നല്ലതാണ്. എന്നുവരി കിലും, കഴിഞ്ഞ ചില കാലഘട്ടങ്ങളിൽ, സിദ്ധാന്തത്തെ അടിസ്ഥാനമാ ക്കിയുള്ള അഭിപ്രായ വ്യത്യാസങ്ങളുടെ അഭാവത്തിൽ നിന്നും ഉടലെടു ക്കുന്ന ആഭ്യന്തരമായ പാർട്ടിസമാധാനവും ഐക്യവും ആശാസ്യവും ആവശ്യവുമാണെന്നു തുറന്നുപറയുന്നു. അഭിപ്രായങ്ങൾ വളരെ അപൂർവമായേ പ്രകടിപ്പിച്ചുകേട്ടിട്ടുള്ളൂ. പുറമേക്കു കിറുക്കന്മാരെന്നുതോ ന്നുന്ന ചിലരെ സംബന്ധിച്ചിടത്തോളം തത്വത്തിലും നയത്തിലുമുള്ള ഐക്യത്തിൽ നിന്നുണ്ടാകുന്നതാണെങ്കിൽക്കൂടി ഉൾപ്പാർട്ടിസമരം കരു തിക്കൂട്ടിയുണ്ടാക്കിയാൽ മാത്രമേ നാം ബോൾഷെവിക്കുകളാവുകയു ള്ളൂ. തീർച്ചയായും ഇത്തരക്കാരായ ആളുകൾ ബോൾഷെവിക്കുകളേ അല്ല, അവർ ഒട്ടുമുക്കാലും എത്ര ശ്രമിച്ചാലും നന്നാകാത്തവരും 'ബോൾഷെവിക് ' എന്ന പേരു തട്ടിയെടുത്ത സ്ഥാനമോഹികളുമാണ്.

മുമ്പു പറഞ്ഞ നാലു നിലപാടുകളും തെറ്റാണെന്ന് പറഞ്ഞതിന് കാരണമിതാണ്. പാർട്ടിയിലുള്ള തെറ്റുകൾ, കുറ്റങ്ങൾ അനാശാസ്യ സംഗ തികൾ ഇവയെ കൈകാര്യം ചെയ്യുന്നതിൽ എന്ത് നിലപാടാണ് നാം സ്വീകരിക്കേണ്ടതെന്ന ചോദ്യത്തിന് ഇതാണ് ഉത്തരം. വാസ്തവം പറഞ്ഞാൽ, പാർട്ടിക്കുള്ളിലും പുറത്തുമുള്ള ഇരുണ്ട വശങ്ങൾക്കെതി രായ സമരം മുഖേനയാണ് നാം ലോകത്തെയും മാനവസമുദായ ത്തെയും മാറ്റാൻ നോക്കുന്നത്.പാർട്ടിക്ക് വെളിയിലുള്ള സമരം പാർട്ടിക്കു വെളിയിൽ വച്ചു നടക്കുന്ന വർഗസമര – വിപ്ലവകരമായ ബഹുജനസ മരത്തിനിടയ്ക്ക് പാർട്ടി സ്വയം ഉരുക്കുപോലുറപ്പിക്കുകയും വളരുകയും

ദൃഢീകരിക്കുകയും ചെയ്യുന്നു. അതേസമയം തന്നെ പാർട്ടിക്കുള്ളിലെ സമരത്തിനിടയ്ക്ക്, വിപ്ലവകരമായ ബഹുജനസമരത്തെ കൃത്യമായും ശരിയായും ഫലപ്രദമായും നയിക്കാൻ വേണ്ട ദൃഢതയും ഐക്യവും നേടുകയും ചെയ്യുന്നു.

അതുകൊണ്ട് പാർട്ടിക്കകത്തുള്ള തെറ്റുകളും കുറ്റങ്ങളും അനാ ശാസ്യ സംഭവങ്ങളുമുണ്ടാകുന്നതിനോടു ഒരു മിതവാദിത്വ നിലപാടെ ടുക്കുന്നത്, ഉൾപ്പാർട്ടി സമരത്തിൽ നിന്നൊഴിഞ്ഞുമാറുന്നത്, പാർട്ടി യിൽ താത്വികമായ അഭിപ്രായങ്ങളെ നിഷേധിക്കുന്നത്, ഉൾപ്പാർട്ടി സമ രങ്ങളെ മറച്ചുവച്ച് എങ്ങനെയെങ്കിലും കഴിഞ്ഞുകൂടാൻ നോക്കുന്നത് തീരെ തെറ്റും ശത്രുവിന് സഹായകവുമാണ്. കാരണം, അത് വർഗസ മരത്തിന്റെ മൗലികനിയമത്തിനും സമരത്തിലൂടെ ലോകത്തെയും മാനവ സമൂഹത്തെയും മാറ്റുകയെന്ന നമ്മുടെ മൗലികനിലപാടിനും എതിരാണ്.

പാർട്ടിക്കു പുറമേയുള്ള വർഗസമരത്തിൽനിന്ന് ബഹുജനങ്ങളുടെ വിപ്ലവസമരത്തിൽനിന്ന് – ഉൾപ്പാർട്ടി സമരത്തെ വേർതിരിക്കുന്നത് തെറ്റായിരിക്കും. എന്നാൽ ഉൾപ്പാർട്ടി സമരം വെറും പൊള്ളയായ സൊള്ളലായിത്തീരും. കാരണം, ബഹുജനങ്ങളുടെ വിപ്ലവസമരത്തിൽ നിന്നും സ്വയം വേർപെട്ടുകൊണ്ട് പാർട്ടിക്ക് ഉരുക്കുപോലെ ഉറയ്ക്കാ നാകട്ടെ, വളരാനാകട്ടെ, ഐക്യപ്പെടാനാകട്ടെ സാധ്യമല്ല.

എന്നാലും കാര്യം മറ്റേ അറ്റത്തേക്ക് കൊണ്ടു പോകുന്നതും ശരി യല്ല; ശ്രമിച്ചാൽ നന്നാകാനിടയുള്ള സഖാക്കളുടെ തെറ്റുകുറ്റങ്ങളുടെ നേരെ യാന്ത്രികമായ നിലപാട് സ്വീകരിക്കുന്നതും, കരുതിക്കൂട്ടി ഉൾപ്പാർട്ടി സമരം സൃഷ്ടിക്കുന്നതും ശരിയല്ല– കാരണം അത് പാർട്ടിയെ തുരങ്കം വക്കും, നമ്മുടെ പാർട്ടിയെ തുരങ്കം വക്കുന്നതിന് ശത്രുവിന് അവസരം നൽകും. മാത്രമല്ല, ഇത് പാർട്ടിയുടെ വളർച്ചയുടെ നിയമ ങ്ങൾക്ക് എതിരുമാണ്. പാർട്ടിയിലുള്ള സത്യസന്ധരായ സഖാക്കൾ ചില തെറ്റുകൾ ചെയ്തുവെന്ന കാരണത്താൽ ഉടനെ അവരുമായി തെറ്റി പ്പിരിയരുത്; പിന്നെയോ, കാര്യമായും അനുഭാവത്തോടും അവരെ ഗുണ ദോഷിക്കുകയും വിദ്യാഭ്യാസം ചെയ്യിക്കുകയും ഉരുക്കുപോലെ ഉറപ്പി ക്കാൻ ശ്രമിക്കയും വേണം. കൂടിയേതീരൂ എന്ന ഘട്ടത്തിലല്ലാതെ നാം അവരെ പരസ്യമായി എതിർക്കുകയോ പാർട്ടിയിൽ നിന്ന് പുറത്താക്കു കയോ ചെയ്യാൻ പാടുള്ളതല്ല.

ഇപ്പോഴും പാർട്ടിക്കകത്ത് തെറ്റുകളും കുറ്റങ്ങളുമുണ്ടെങ്കിലും ഒറ്റ പ്പെട്ട വ്യക്തികളുടേതായ ചില വൃത്തികേടുകൾ ഇന്നും നമ്മുടെ പാർട്ടി യിൽ നിലവിലുണ്ടെങ്കിലും, തൊഴിലാളി പ്രസ്ഥാനത്തിന്റെ വളർച്ചയിലും ബഹുജനങ്ങളുടെ മഹത്തായ വിപ്ലവസമരത്തിലും വച്ച് ഇവയെ നാം നിശ്ചയമായും നശിപ്പിക്കുമെന്നും നമുക്കതിന് കഴിയുമെന്നും പൂർണ മായും വിശ്വസിക്കുന്നവരാണ് നാം. ചൈനീസ് കമ്യൂണിസ്റ്റ് പാർട്ടിയുടെ കഴിഞ്ഞ പത്തുവർഷത്തിൻമേലുള്ള സമരചരിത്രവും അതിന്റെ ബഹു മുഖമായ മഹത്തായ പുരോഗതിയും ലോകത്തിലെ എല്ലാ രാജ്യങ്ങളി

ലെയും തൊഴിലാളി പ്രസ്ഥാനത്തിന്റെ വളർച്ചയുടെ ചരിത്രവും ഇക്കാ
ര്യത്തിൽ നമുക്ക് പൂർണമായ ബോധ്യം നൽകുന്നുണ്ട്.

പാർട്ടിക്കുള്ളിലെ സമരമെന്നത് പാർട്ടിയുടെ വിപ്ലവസമരത്തിന്റെ
അനുപേക്ഷണീയവും കാതലുമായ ഭാഗമാണ്. അതുകൊണ്ട് നമ്മുടെ
സഖാക്കൾ പാർട്ടിക്കു വെളിയിലുള്ള സമരത്തിനിടയ്ക്ക് ഉരുക്കുപോലെ
ഉറപ്പിക്കയും വിദ്യാഭ്യാസം നടത്തുകയും ചെയ്താൽ മാത്രം പോര, രണ്ടു
മുന്നണിയിലുമുള്ള ഉൾപ്പാർട്ടി സമരത്തിലൂടെയും ഉരുക്കുപോലെ ഉറ
പ്പിക്കയും വിദ്യാഭ്യാസം ചെയ്യുകയും വേണം. എങ്കിലും ഈ തത്ത്വം
ഇനിയും പൂർണമായി ബോധ്യപ്പെടാത്തവരും ഈ വിഷയത്തിൽ സ്വയം
വിദ്യാഭ്യാസവും ദൃഢീകരണവുമില്ലാത്തവരുമായ സഖാക്കൾ ഇപ്പോഴും
കുറച്ചൊന്നുമല്ല. ഈ  സംഗതി പാർട്ടിക്കുള്ളിലെ താത്ത്വികാടിസ്ഥാനമി
ല്ലാത്ത സമരത്തിലും താഴെപറയുന്ന ഉദാഹരണങ്ങളിലും പ്രത്യക്ഷമാ
കുന്നുണ്ട്; നമ്മുടെ ചില സഖാക്കൾ, വിശേഷിച്ചും വളരെക്കാലം പട്ടാള
ത്തിൽ ചേർന്ന് സേവനമനുഷ്ഠിച്ചിട്ടുള്ളവർ, എതിർ വിപ്ലവത്തിനെതി
രായ സമരത്തിന്റെ കാലഘട്ടത്തിൽ ഒരിക്കലും ആടിക്കളിക്കയോ പരാതി
പ്പെടുകയോ അധൈര്യപ്പെടുകയോ ചെയ്തിട്ടില്ല. സമരം എത്ര ക്രൂരവും
കഠിനവുമായിരുന്നെന്നോ, എത്ര എതിർപ്പുകളും തെറ്റുകളും അനീതി
കളും അവർ അനുഭവിച്ചിട്ടുണ്ടെന്നോ ഉള്ളത് അവർക്ക് കാര്യമായിരു
ന്നില്ല. എന്നാൽ ഉൾപ്പാർട്ടി സമരത്തിൽ യാതൊരു എതിർപ്പും അനീതി
കളും ഒരൊറ്റവാക്കുപോലും അവർക്ക് സഹിക്കാനാവുന്നില്ല. അല്ലെങ്കിൽ
അവർ പരാതിപ്പെടാനും ഭഗ്നാശരാകാനും ഇടയാകുന്നു. സഖാക്കളേ,
ഇത്തരം സംഭവങ്ങളെ നമുക്ക് കാര്യമായി ശ്രദ്ധിക്കാതിരിക്കാൻ
നിവൃത്തിയില്ല.

അവർ എതിർ വിപ്ലവത്തിനെതിരായി ഉറച്ചുനിന്നു സമരം ചെയ്ത
വരായതുകൊണ്ടും പാർട്ടിയെ അവരുടെ പ്രിയപ്പെട്ട മാതാവായി പരിഗ
ണിക്കുന്നതുകൊണ്ടും പൊതുവിൽ നാമവരെ നല്ല സഖാക്കളായി എണ്ണേ
ണ്ടതുണ്ട്. എതിർവിപ്ലവത്തിനെതിരായ പല കഠിനയുദ്ധങ്ങളും നടത്തി,
മഹിമയേറിയ സ്വന്തം അമ്മയുടെ മടിയിലേക്ക് തിരിച്ചെത്തിയതിനു
ശേഷം അവർ പ്രോത്സാഹനവും ആശ്വാസവും വാത്സല്യവുമാണ് പ്ര
തീക്ഷിക്കുന്നത്; കൂടുതൽ എതിർപ്പുകളും വിമർശനവും അനീതിയുമ
ല്ല: അവർക്ക് അത്തരം പ്രതീക്ഷകളുണ്ടാവുന്നത് സ്വാഭാവികം മാത്രമാ
ണ്. എങ്കിലും, അവർ കണക്കാക്കാത്തതോ അതോ തികച്ചും കണക്കാ
ക്കാത്തതോ ആയ ഒരു പ്രധാന സംഗതിയുണ്ട്. പാർട്ടിയിൽ ഇപ്പോഴും
പലതരം തെറ്റുകളും കുറവങ്ങളുമുള്ളതുകൊണ്ട് ഉൾപ്പാർട്ടി സമരം നട
ത്തേണ്ടതാവശ്യമാണ്. അതിൽ ഓരോ സഖാവും പങ്കെടുക്കുകയും
വേണം. ഉൾപാർട്ടി സമരത്തിനിടയിൽ എല്ലാവർക്കും തെറ്റോ ശരിയോ
ആയ വിമർശനങ്ങളും എതിർപ്പുകളും അനീതിയും അധർമവും പോലും
നേരിടുമെന്നത് അനിവാര്യമത്രേ. ഓരോ സഖാവും ഇതു സഹിച്ചേ മതി
യാവൂ. നമ്മുടെ പാർട്ടി അത്ര ഹൃദയശൂന്യമായതുകൊണ്ടല്ല, നേരെമ

റിച്ച് വർഗസമരത്തിന്റെ കാലഘട്ടത്തിൽ ഇതൊരു ഒഴിച്ചുകൂടാനാവാത്ത സംഭവമായതുകൊണ്ടാണ്. എങ്കിലും ഈ സഖാക്കൾ ഇക്കാര്യം ധരി ക്കുന്നില്ല. അതുകൊണ്ട് അവർ ഈ കാര്യങ്ങളെ നേരിടുമ്പോൾ, അമ്പു തപ്പെടുന്നു. അങ്ങേയറ്റം വിഷമമനുഭവിക്കുന്നു, നിരാശരാകുന്നു.

ഇക്കാര്യത്തിൽ, ഞാൻ കരുതുന്നു, നമ്മുടെ സഖാക്കൾ മറ്റു സഖാ ക്കളുമായി യോജിക്കാൻ പ്രത്യേകം ശ്രദ്ധിക്കണം, ആത്മാർഥതയോടും കലവറകൂടാതെയും അവരോടു പെരുമാറണം, യാദൃച്ഛികമായ മുള്ളു വാക്കുകൾകൊണ്ടോ അവരുടെ നേർക്കു മൂർച്ചയേറിയ പരിഹാസങ്ങ ളെയെറിഞ്ഞിട്ടോ അവരുടെ വികാരങ്ങളെ നോവിക്കരുത്. പ്രത്യേകിച്ചും സഖാക്കളെ നിരുത്തരവാദപരമായി പിന്നിൽ നിന്നു വിമർശിക്കരുത്. ഏറ്റ വും പിടിവാശിക്കാരും തങ്ങളുടെ തെറ്റുകളിൽ ഉറച്ചുനിൽക്കുകയും പാർട്ടിയിൽ എല്ലാത്തരം കുറ്റങ്ങളും ചെയ്യുകയും ചെയ്യുന്നവരുമായവരെ ഒഴിച്ചാൽ, തെറ്റു ചെയ്യുന്ന സഖാക്കളെ പൊതുവിൽ, അവരുടെ സാന്നി ധ്യത്തിലും സഹായകരവും സ്നേഹപൂർവവുമായ രീതിയിലും വ്യക്ത മായും ആത്മാർഥമായും നാം ഗുണദോഷിക്കയും വിമർശിക്കയും വേണം. നാം, വിശിഷ്യ താരതമ്യേന കൂടുതൽ ഉത്തവാദപ്പെട്ട നമ്മുടെ സഖാക്കൾ പ്രത്യേകം ശ്രദ്ധിക്കേണ്ട കാര്യമാണിത്. ഒരു പഴയ ചൈനീസ് ചൊല്ല് നാം മനസ്സിൽ ധരിക്കുന്നതുകൊള്ളാം: "ഒരു മൂർച്ചയുള്ള കത്തി കൊണ്ട് ശരീരം മുറിക്കുമ്പോൾ ആ വ്രണം ഉണങ്ങും, എന്നാൽ കൊള്ളി വാക്കുകൾ ഉണ്ടാക്കുന്ന പക ഒരിക്കലും ക്ഷമിക്കപ്പെടുകയില്ല". മറുവ ശത്ത്, നമ്മുടെ സഖാക്കൾ ഉൾപ്പാർട്ടി സമരത്തിനു തയാറാവുകയും വിമർശനത്തെയും, എതിർപ്പുകളെയും തെറ്റിദ്ധാരണകളെയും അനീതി കളെയും സഹിക്കാനൊരുങ്ങുകയും വേണം; വിശേഷിച്ചും മറ്റുള്ളവർ നട ത്തുന്ന നിരുത്തരവാദപരവും തെറ്റുമായ വിമർശനത്തെയും അപവാദ ത്തെയും കേട്ടു ക്രുദ്ധരാകാതിക്കുവാൻ ശ്രദ്ധിക്കണം. പാർട്ടിസംഘടന കളിൽ സഖാക്കൾ തമ്മിൽ നടക്കുന്ന ഔപചാരികമായ പരസ്പര വിമർശനത്തിനു പുറമെ, നമ്മുടെ ആശയഗതിയും പെരുമാറ്റവും പ്രവർത്തനവും ശരിയായിരിക്കുന്നിടത്തോളം, ആവശ്യമെങ്കിൽ മറ്റുള്ള വരുടെ അബദ്ധധാരണകൾക്കും നിരുത്തരവാദപരമായ വിമർശനത്തിനും മറുപടിയായി ചില വിശദീകരണങ്ങൾ നൽകാം, അത്തരം വിശദീകര ണങ്ങൾകൊണ്ടു പ്രയോജനമില്ലെങ്കിൽ മറ്റുള്ളവർ, ഇഷ്ടംപോലെ എന്തും പറഞ്ഞുകൊള്ളട്ടെ എന്നു വിടുന്നതാൻ നല്ലത്. വേറെ രണ്ടു പഴയ ചൈനീസ് ചൊല്ലുകൾ കൂടി നമ്മുടെ മനസിലിരിക്കട്ടെ? 'താൻ കേൾക്കാതെ തന്നെപ്പറ്റി മറ്റുള്ളവർ സൊള്ളാതിരിക്കുകയും മറ്റുള്ളവ രെക്കുറിച്ച് സ്വയം സൊള്ളുകയും ചെയ്യാത്ത ആരുണ്ട്?' കൊടുങ്കാറ്റില കുമ്പോൾ, മീൻപിടിത്തത്തോണിയിൽ ശാന്തമായി ഇളകാതിരിക്കുക'. ഒരു തരത്തിലല്ലെങ്കിൽ മറ്റൊരു തരത്തിൽ തെറ്റിദ്ധരിക്കപ്പെടാത്ത ഒരാളുപോ ലുമില്ല. ഒരു ഭാഗത്ത് ഏതു തെറ്റിദ്ധാരണയും സഹിക്കുന്നതിനു നാം ശക്തരാകണം. താത്വികാടിസ്ഥാനമില്ലാത്ത സമരങ്ങളിൽ നാം ഉൾപ്പെ

ടുകയുമരുത്; മറുഭാഗത്തു നാം എല്ലായ്പ്പോഴും ജാഗ്രതയായിരിക്കു കയും നമ്മുടെ സ്വന്തം ആശയങ്ങളെയും നടപടികളെയും പരിശോധി ക്കുകയും വേണം.

അതായത്, നമ്മുടെ യാദൃച്ഛികവാക്കുകൾ നിമിത്തം മറ്റ് സഖാക്ക ളുടെ മനോവികാരങ്ങൾക്ക് ക്ഷതമുളവാക്കരുത്, എന്നാൽ മറ്റുള്ളവർ നമ്മുടെ മേൽ വാരിയെറിയുന്ന ഏതു വാക്കുകളെയും പൊറുക്കുന്നതിന് നാം ശക്തരായിരിക്കുകയും വേണം.

നാം പാർട്ടിയിൽ താത്വികാടിസ്ഥാനമില്ലാത്ത ചർച്ചകൾക്ക് സമൂലം എതിരാണ്. അവ താത്വികാടിസ്ഥാനമില്ലാത്തവയായതുകൊണ്ട്, പാർട്ടിക്ക് ഉപദ്രവകരവും പ്രയോജനമില്ലാത്തതുമാണ്. അവ താത്വികാ ടിസ്ഥാനമില്ലാത്തവയായതുകൊണ്ടുതന്നെ, അവയിൽ നൻമയോ തിൻമയോ തെറ്റോ ശരിയോ ഇല്ല, താത്വികാടിസ്ഥാനമില്ലാത്ത സമര ങ്ങളിൽ ആരാണ് ശരി, ആരാണ് തെറ്റ്, അല്ലെങ്കിൽ ആരാണ് നല്ലവൻ, ആരാണ് മോശക്കാരൻ എന്നൊന്നും കണ്ടുപിടിക്കാൻ നാമാരും തല കായേണ്ട കാര്യമില്ല. കാരണം, അങ്ങനെ തീർച്ചപ്പെടുത്താൻ സാധ്യമ ല്ല. ഇത്തരം താത്വികാടിസ്ഥാനമില്ലാത്ത സമരത്തെ നാം അടിമുടി എതിർക്കുന്നു; അതിലേർപ്പെട്ടിരിക്കുന്ന സഖാക്കളോട് അതിൽനിന്ന് നിരു പാധികം പിൻവലിക്കുവാനും താത്വികപ്രശ്നങ്ങളിലേക്ക് തിരിയുവാനും ആവശ്യപ്പെടുന്നു. താത്വികാടിസ്ഥാനമില്ലാത്ത തർക്കങ്ങളിൽ നാം സ്വീക രിക്കേണ്ട നയമിതാണ്. പാർട്ടി നൽകുന്ന നിരോധനത്തെയും നമ്മുടെ എതിർപ്പിനെയും വകവെക്കാതെ താത്വികാടിസ്ഥാനമില്ലാത്ത അനേകം പ്രശ്നങ്ങളെ വാരിവലിച്ചിടുകയാണെങ്കിൽ, നാമെന്തു ചെയ്യണം? താത്വി കാടിസ്ഥാനമില്ലാത്ത പ്രശ്നങ്ങൾ നമ്മുടെമേൽ ചെലുത്തുകയും നാമ തിൽ കുടുങ്ങിപ്പോവുകയും ചെയ്യുകയാണെങ്കിൽ നാമെന്തു ചെയ്യണം? ഇതുപോലുള്ള കാര്യങ്ങളിൽ നമ്മുടെ ശ്രദ്ധ മുഴുവനും താത്വിക പ്രശ്ന ങ്ങളിൽ കേന്ദ്രീകരിക്കണം. താത്വികാടിസ്ഥാനമില്ലാത്ത പ്രശ്നങ്ങളെ തള്ളിക്കളയണം, മേൽപ്പറഞ്ഞ നയങ്ങൾക്കനുസരിച്ച് താത്വികാടിസ്ഥാ നമല്ലാത്ത തർക്കങ്ങളിൽ കുടുങ്ങിപ്പോകാതെ അവസാനം വരെ നമ്മുടെ നിലപാടിലുറച്ചു നിൽക്കണം. നാം ' തെറ്റി'നെ തെറ്റുകൊണ്ട് തിരുത്താൻ നോക്കരുത്. മറ്റുള്ളവരുടെ തെറ്റുകളെ എതിർക്കാൻ നാം ശരിയുടെ ഭാഗത്ത് നീക്കുപോക്കില്ലാതെ ഉറച്ചു നിൽക്കണം. നമ്മുടെ ചില സഖാ ക്കൾക്ക് ഇത് ചെയ്യാൻ അത്ര എളുപ്പമുള്ളതല്ല. അതുകൊണ്ട് നാം ദൃഢീകരണവും വിദ്യാഭ്യാസവും നടത്തണം.

ഒറ്റവാക്കിൽ പറഞ്ഞാൽ നമ്മുടെ ആശയപരമായ വിദ്യാഭ്യാസ ത്തിന്റെ ലക്ഷ്യം മൗലികമായി പാർട്ടിയോടു കൂറുള്ളവരും നിഷ്കള ങ്കരും പുരോഗമനവാദികളുമായ മാതൃകാമെമ്പർമാരായും പ്രവർത്തക രായും നമ്മെ ദൃഢപ്പെടുത്തുകയാണ്. അതിന് താഴെപറയുന്ന കാര്യ ങ്ങൾ നാം അനുഷ്ഠിക്കണം.

1. മാർക്സിസം–ലെനിനിസത്തിന്റെ പഠനവും വിപ്ലവപ്രവർത്ത

നവും മുഖേന നമ്മുടെ പാർട്ടി-വർഗനിലപാടിനെ ഉറപ്പിച്ചു കെട്ടിപ്പടു ക്കുക.

2. നമ്മുടെ സ്വന്തം ആശയങ്ങളെയും നടപടികളെയും പരിശോധി ക്കുകയും തെറ്റായ ആശയങ്ങളെ തിരുത്തുകയും, അതേസമയം ജീവി തത്തെയും ലോക വീക്ഷണത്തെയും ഉറച്ച നിലപാടിനെയും സംബ ന്ധിച്ച കമ്യൂണിസ്റ്റ് തത്വശാസ്ത്രത്തിന്റെ അടിസ്ഥാനത്തിൽ പ്രശ്നങ്ങ ളെയും മറ്റു സഖാക്കളെയും വീക്ഷിക്കുകയും ചെയ്യുക.

3. പാർട്ടിയിലുള്ള പലതരം തെറ്റായ ആശയഗതികൾക്കെതിരായി, വിശിഷ്യ അന്നന്നുള്ള വിപ്ലവസമരത്തെ ബാധിക്കുന്ന കാര്യങ്ങളിൽ, സമരത്തിൽ, ഒരു ഉചിതമായ നിലപാടും രീതിയും എപ്പോഴും സ്വീകരി ക്കുക.

4. ആശയഗതിയിലും സംഭാഷണത്തിലും നടപടിയിലും നാം നമ്മെത്തന്നെ നിഷ്കർഷമായി നിയന്ത്രിക്കുക. ഒരു ഉറച്ച നിലപാടെടു ത്തുകൊണ്ടും തത്വത്തിലുറച്ചുനിന്നും അന്നന്നത്തെ വിപ്ലവസമരത്തെ സംബന്ധിക്കുന്ന രാഷ്ട്രീയാശയങ്ങളെയും പ്രസംഗങ്ങളെയും പ്രവ ർത്തനങ്ങളെയും നാം പ്രത്യേകം നിയന്ത്രിക്കണം. കൂടാതെ പല നിസ്സാരകാര്യങ്ങളിൽപോലും (സ്വകാര്യജിവീതം, നടപടി മുതലായവ) ശ്രദ്ധപതിക്കുന്നത് വളരെ നന്നായിരിക്കും. എന്നാൽ മറ്റു സഖാക്കളെ സംബന്ധിച്ചിടത്തോളം,താത്വികപ്രശ്നങ്ങളും പ്രധാനമായ രാഷ്ട്രീയ പ്രശ്നങ്ങളുമൊഴിച്ച്, അവരുടെമേൽ ചുമത്തുന്ന നമ്മുടെ നിബന്ധന കൾ അത്ര കഠിനമായിരിക്കരുത്, 'നിസ്സാരകാര്യങ്ങളെസംബന്ധിച്ച് കുറ്റം കാണാൻ നാം ശ്രമിക്കരുത്'.

സഖാക്കളേ! എന്റെ അഭിപ്രായത്തിൽ കമ്യൂണിസ്റ്റ് പാർട്ടി മെമ്പർമാരുടെ മൗലികമായ ആശയവിദ്യാഭ്യാസമെന്നാൽ ഇതാണ്.

# മനുഷ്യന്റെ വർഗസ്വഭാവം

**വ**ർഗങ്ങളുള്ള ഒരു സമൂഹത്തിൽ മനുഷ്യന്റെ വർഗസ്വഭാവമാണ് അവന്റെ പ്രകൃതിയും സത്തയും എല്ലാം തന്നെ തീർച്ചപ്പെടുത്തുന്നത്.

ഒരു ഭിന്ന സമൂഹത്തിൽ എല്ലാ മനുഷ്യരും ഏതെങ്കിലും പ്രത്യേ കവിഭാഗത്തിൽപ്പെട്ട മനുഷ്യരായി നിലകൊള്ളുന്നു. അതുകൊണ്ട് അവന്റെ വർഗനിലയാണ് അവന്റെ സാമൂഹ്യസ്വഭാവം നിർണയിക്കുന്ന ത്. ഒരാളുടെ വർഗനനില മറ്റൊരാളുടേതിൽനിന്നു ഭിന്നമായതുകൊണ്ട് അയാളുടെ സാമൂഹ്യസ്വഭാവവും മറ്റൊരാളുടേതിൽ നിന്നു ഭിന്നമായി രിക്കും. പണ്ടുകാലത്ത് * മെൻസിയൂസും കോത്സെയും സൂൺത്സെ യും മറ്റും മനുഷ്യപ്രകൃതി നൻമയോ തിൻമയോ എന്നു യാതൊരു ഫല വുമില്ലാതെ തർക്കിച്ചു. ഇതിനു കാരണം, ഒന്നുകിൽ അവർ മനുഷ്യന്റെ സാമൂഹ്യസ്വഭാവത്തിലുള്ള വർഗഭിന്നതകളെ മനസിലാക്കിയില്ല. അല്ലെ ങ്കിൽ അതിനെ കരുതിക്കൂട്ടി മറച്ചുവെക്കുവാൻ നോക്കി. ഒരു ഭിന്നവർഗ സമൂഹത്തിൽ നൻമയെയും തിൻമയെയും സംബന്ധിച്ചുള്ള മനുഷ്യരുടെ ആശയങ്ങൾ വിഭിന്നങ്ങളാണ്. ഏതിനെയാണോ ചൂഷകർ നൻമയായി കരുതുന്നത് അതിനെ ചൂഷിതർ തിൻമയായി കരുതുന്നു. അതുപോലെ മറിച്ചും. സ്വാഭാവികമായി, വർഗങ്ങൾ തമ്മിലുള്ള ബന്ധത്തെ കണക്കി ലെടുക്കാതെ 'മനുഷ്യസ്വഭാവം നൻമയോ തിൻമയോ' എന്ന പ്രശ്ന

---

* മൂന്നുപേരും ചൗ രാജവംശത്തിന്റെ അവസാനകാലത്തെ പ്രധാന കൺഫ്യൂഷൻ പണ്ഡിതന്മാരായിരുന്നു. (1122–255 – ക്രി:മു:). മനുഷ്യപ്രകൃതിയെ സംബന്ധിച്ച് ഭിന്നവീക്ഷ ഗതിക്കാരായിരുന്നു അവർ. മനുഷ്യപ്രകൃതി മൗലികമായി നല്ലതാ ണെന്ന അഭിപ്രായക്കാരനായിരുന്നു മെൻസിയൂസ്; അതു തിൻമയാണെന്ന് സൂൺത്സെയും; അതു മാറിക്കൊണ്ടിരിക്കുമെന്ന് കോത്സെയും സിദ്ധാന്തിച്ചു.

ത്തെപ്പറ്റി തർക്കിച്ചിട്ട് എവിടെയും എത്തുകയില്ല. അതുപോലെതന്നെ, നാം ഒരു തൊഴിലാളിവർഗനിലപാട് സ്വീകരിക്കുന്നില്ലെങ്കിൽ ആളുക ളുടെ ഗുണദോഷങ്ങൾ നിർണയിക്കാൻ സാധ്യമല്ല. അവരുടെ പാർട്ടി സ്പിരിറ്റിനെപ്പറ്റി വിധിയെഴുതാൻ അത്രപോലും കഴിയില്ല.

ഒരു മനുഷ്യന്റെ വർഗസ്വഭാവം നിർണയിക്കുന്നത് അവന്റെ വർഗ നിലയിലാണ്. അതായത്, ഒരു നിശ്ചിത ജനവിഭാഗത്തിൽപ്പെട്ട ആളു കൾ വളരെക്കാലമായി ഒരു നിശ്ചിത വർഗത്തിന്റെ നില, അതായത്, സാമൂഹ്യോൽപ്പാദനത്തിൽ ഒരു പ്രത്യേകനില, വഹിച്ചു വന്നിട്ടുണ്ടെങ്കിൽ ഒരു നിശ്ചിതരീതിയിൽ വളരെക്കാലം ഉൽപ്പാദിപ്പിക്കുകയും ജീവിക്കു കയും പോരാടുകയും ചെയ്തിട്ടുണ്ടെങ്കിൽ അവർ അവരുടെ പ്രത്യേക ജീവിതരീതിയും പ്രത്യേക താൽപ്പര്യങ്ങളും ആവശ്യങ്ങളും മനഃശാസ്ത്ര ങ്ങളും ആശയങ്ങളും ആചാരക്രമങ്ങളും അഭിപ്രായങ്ങളും സ്വഭാവരീ തികളും മറ്റു ജനവിഭാഗങ്ങളും വസ്തുക്കളുമായുള്ള ബന്ധങ്ങളും സൃഷ്ടിക്കുന്നതായിരിക്കും. ഇവയെല്ലാം മറ്റ് ഗ്രൂപ്പുകൾ സൃഷ്ടിച്ചിട്ടുള്ള തിൽ നിന്ന് വ്യത്യസ്തങ്ങളോ വിപരീതങ്ങളോ ആണ്. ഈ വിധത്തിൽ മനുഷ്യരുടെ സവിശേഷ സ്വഭാവലക്ഷണങ്ങൾ, അവരുടെ സവിശേഷ വർഗ സ്വഭാവം, രൂപീകരിക്കപ്പെടുന്നു.

സമൂഹത്തിലെ ഭിന്നവർഗങ്ങളിൽപ്പെട്ട മനുഷ്യർക്ക് ഭിന്നമായ താൽപ്പര്യങ്ങളും ആവശ്യങ്ങളും ആശയങ്ങളും ആചാരക്രമങ്ങളും ഉള്ള തുപോലെ, അവർക്ക് രാജ്യതന്ത്രം, ധനശാസ്ത്രം, സംസ്കാരം മുത ലായ സമൂഹത്തിലും ചരിത്രത്തിലുമുള്ള എല്ലാ കാര്യങ്ങളും വീക്ഷി ക്കുന്നതിൽ ഭിന്നമാർഗങ്ങളും അവയുമായി ഇടപെടുന്നതിൽ ഭിന്നനയ ങ്ങളുമുണ്ട്. ഭരണാധികാരിവർഗങ്ങൾ തങ്ങളുടെ താൽപ്പര്യങ്ങൾക്കും ആവശ്യങ്ങൾക്കും അഭിപ്രായങ്ങൾക്കും അനുയോജ്യമായ വിധത്തിൽ നിയമങ്ങളും നടപടിക്രമങ്ങളും നിർമിക്കുന്നു. തൽഫലമായി, സമൂഹ ത്തിലെ രാഷ്ട്രീയവും സാമ്പത്തികവും സാംസ്കാരികവുമായ വ്യവ സ്ഥകളെല്ലാം ഭരണാധികാരിവർഗങ്ങളുടെ ആയുധമായിത്തീരുകയും അവയിലെല്ലാം വർഗസ്വഭാവം ഇറുകിപ്പിടിക്കുകയും ചെയ്യുന്നുണ്ട്.

നാനാവർഗങ്ങളുള്ള ഒരു സമൂഹത്തിൽ, മനുഷ്യരുടെ എല്ലാ ആശ യങ്ങളിലും വചനങ്ങളിലും പെരുമാറ്റത്തിലും സാമൂഹിക വ്യവസ്ഥക ളിലും സിദ്ധാന്തങ്ങളിലും ചില വർഗങ്ങളുടെ പ്രത്യേക താൽപ്പര്യങ്ങ ളെയും ആവശ്യങ്ങളെയും പ്രതിനിധീകരിക്കുന്ന ഒരു വർഗസ്വഭാവ ത്തിന്റെ മുദ്രപതിഞ്ഞിട്ടുണ്ടാകും. മനുഷ്യരുടെ വ്യത്യസ്തങ്ങളായ ആവ ശ്യങ്ങളിൽ നിന്നും സിദ്ധാന്തങ്ങളിൽനിന്നും ആശയങ്ങളിൽനിന്നും വച നങ്ങളിൽനിന്നും പെരുമാറ്റത്തിൽനിന്നും അവരുടെ വ്യത്യസ്തമായ വർഗ സ്വഭാവം കണ്ടുപിടിക്കാൻ കഴിയും.

ഉദാഹരണത്തിന്, സ്വാഭാവിക കാർഷിക-സാമ്പത്തിക വ്യവസ്ഥ യുടെയും കൈത്തൊഴിൽ വ്യവസായത്തിന്റെയും ഉൽപ്പാദനരീതിയാണ് നാടുവാഴിസമൂഹത്തിന്റെ അടിസ്ഥാനം. അത്തരം ഉൽപ്പാദനത്തിൽ നാടു

വാഴി പ്രഭുക്കൾ കർഷകരുടെ മിച്ചമായ അധ്വാനത്തെ ചൂഷണം ചെയ്യാൻ കഴിയുന്ന നിലയിലാണ്. അവർ ഒട്ടും തന്നെ അധ്വാനിക്കാതെ, പാട്ട ത്തെയും ജന്മിഭോഗത്തെയും ആശ്രയിച്ചു ജീവിക്കുന്നു. അതുകൊണ്ട് അവർ കൂടുതൽ ഭൂമി കയ്യടക്കാനും സ്ഥിരമായി കൈവശം വെക്കാനും ആഗ്രഹിക്കുന്നു. കൃഷിക്കാർ കൂടുതൽ പാട്ടമടയ്ക്കണമെന്നും പ്രതി ഫലം കൂടാതെ വേറെയും സേവനങ്ങൾ അനുഷ്ഠിക്കണമെന്നും അവർ കൽപ്പിക്കുന്നു. കൃഷിക്കാരെ ചവിട്ടിയമർത്താനും ചൂഷണം ചെയ്യാനു മുള്ള തങ്ങളുടെ അവകാശം ന്യായമാണെന്നു അംഗീകരിക്കാൻ അവർ ആവശ്യപ്പെടുന്നു– ഇതാണ് അവരുടെ നാടുവാഴിസ്വഭാവവും മറ്റുള്ളവരെ വിഴുങ്ങുന്ന സമ്പ്രദായവും ധൂർത്തും അലസതയും ക്രൂരതയും ആഭി ജാത്യവും സൃഷ്ടിക്കുന്നത്.

ആധുനിക വ്യവസായത്തിലെ യന്ത്രമുപയോഗിച്ചുള്ള ഉൽപ്പാദന രീതിയാണ് മുതലാളിത്ത സമൂഹത്തിന്റെ അടിസ്ഥാനം. അത്തരം ഉൽപ്പാ ദനത്തിൽ മുതലാളിവർഗം തൊഴിലാളിവർഗത്തിന്റെ മിച്ചമായ അധ്വാന ത്തെ ചൂഷണം ചെയ്യുന്നു. മുതലാളി ഉൽപ്പാദനോപകരണങ്ങളുടെയും എല്ലാ ഉൽപ്പന്നങ്ങളുടെയും ഉടമയാണ്. അവരുടെ ഉപജീവനമാർഗം തൊഴിലാളികൾ നിർമിക്കുന്ന മിച്ചവിലയെ ആശ്രയിച്ചിരിക്കുന്നു. അങ്ങ നെയിരിക്കെ, അവർ ചരക്കുകളുടെയും അധ്വാനശക്തിയുടെയും സ്വത ന്ത്രമായ ക്രയവിക്രയവും സമരമത്സരവും ആഗ്രഹിക്കുന്നു. തങ്ങളുടെ എതിരാളികളെ ഇല്ലായ്മ വരുത്തുന്നതിനും തങ്ങൾക്കുമാത്രമായി സാമ്പ ത്തികവും രാഷ്ട്രീയവുമായ കുത്തക സ്ഥാപിക്കുന്നതിനും വേണ്ടി അവർ സാമ്പത്തിക മാർഗങ്ങൾ ഉപയോഗിക്കുന്നു. അവർ തങ്ങളുടെ സ്വകാര്യസ്വത്ത് അലംഘനീയമാണെന്ന് അവകാശപ്പെടുകയും തൊഴി ലാളികൾ അളവിലും (കൂടുതൽ ജോലി സമയവും കൂടുതൽ വേഗവും) ഗുണത്തിലും (കൂടുതൽ നല്ലതും പരിചയം നേടുന്നതുമായ വൈദ ഗ്ധ്യം) കൂടുതൽ അധ്വാനമിച്ചം തങ്ങൾക്ക് നൽകണമെന്ന് ആവശ്യപ്പെ ടുകയും ചെയ്യുന്നു. തങ്ങൾക്ക് ധനികരായിത്തീരുവാനും, സമൂഹത്തിന്റെ സമ്പത്ത് കുത്തകയാക്കുവാനുമുള്ള അവകാശം ന്യായമാണെന്ന് തൊഴി ലാളികൾ അംഗീകരിക്കണമെന്ന് അവർ ആവശ്യപ്പെടുന്നു, അങ്ങനെ കിടമത്സരം, കുത്തകാധികാരം, ധൂർത്ത്, തങ്ങളുടെ സംഘടനയുടെ കേന്ദ്രീകൃതവും യാന്ത്രികവുമായ സ്വഭാവം മുതലായവ അവരുടെ സ്വഭാ വങ്ങളാകുന്നു. ഈ വിധമാണ് മുതലാളി വർഗത്തിന്റെ സ്വഭാവലക്ഷ ണങ്ങൾ.

കൃഷിക്കാരുടെ കാര്യമെടുക്കുക, കൃഷിക്കാർ ദീർഘകാലമായി ഭൂമി യുമായി ബന്ധിക്കപ്പെട്ടവരാണ്. ചിന്നിച്ചിതറി കിടക്കുന്നതും സ്വതന്ത്ര വും, ലളിതവും സ്വയം സമ്പൂർണവും പരസ്പര സഹകരണം കുറഞ്ഞ തുമായ രൂപത്തിലുള്ള ഉൽപ്പാദനത്തിലേർപ്പെട്ടിട്ടുള്ളവരാണ്. അവരുടെ ജീവിതരീതി ലളിതവും വ്യക്തിപരവുമാണ്. അവർ പാട്ടത്തിന്റെയും കൂലി യില്ലാത്ത സേവനങ്ങളുടെയും ഭാരം ചുമക്കുന്നു. ഇങ്ങനെ, അവരുടെ

അയഞ്ഞുകുഴഞ്ഞ ജീവിതരീതികള്‍ യാഥാസ്ഥിതികത്വം, സങ്കുചിത മനഃസ്ഥിതി, പിന്നോക്കനില. സ്വകാര്യ ഉടമകളുടെ വീക്ഷണഗതി, നാടുവാ ഴിപ്രഭുക്കള്‍ക്കെതിരായ കലാപം, രാഷ്ട്രീയ സമത്വം വേണമെന്ന ആവശ്യം മുതലായവയ്ക്ക് കളമൊരുക്കുന്നു. ഈ വിധമാണ് കര്‍ഷക വര്‍ഗത്തിന്റെ സ്വഭാവലക്ഷണങ്ങള്‍.

തൊഴിലാളിവര്‍ഗം അതിസൂക്ഷ്മമായ തൊഴില്‍വിഭജനത്തോടുകൂടി ഉല്‍പ്പാദനം നടത്തിക്കൊണ്ടിരിക്കുന്ന വന്‍കിട വ്യവസായങ്ങളിലൊ ന്നിലാണ് കേന്ദ്രീകരിക്കപ്പെട്ടിരുന്നത്; അവരുടെ എല്ലാ പ്രവര്‍ത്തനങ്ങ ളെയും യന്ത്രങ്ങളും പരസ്പരാശ്രയവും നിയന്ത്രിക്കുന്നു; തങ്ങളുടെ അധ്വാനശക്തി വില്‍ക്കുന്നവരും യാതൊരു ഉല്‍പ്പാദനോപകരണങ്ങളും കൈവശമില്ലാത്തവരുമായ കൂലിവേലക്കാരാണവര്‍. ജീവിതോപായമായി കൂലിയെയാണ് അവര്‍ ആശ്രയിക്കുന്നത്. അവരുടെ അടിസ്ഥാന താല്‍പ്പ ര്യങ്ങള്‍ അധ്വാനിക്കുന്ന മറ്റു ജനവിഭാഗങ്ങളുടെ താല്‍പര്യങ്ങള്‍ക്കെതി രല്ല. അതുകൊണ്ട് അവരുടെ വമ്പിച്ച ഐക്യം, അന്യോന്യസഹകര ണം, സംഘടനാബോധം, അച്ചടക്കബോധം, പുരോഗമനപരമായ വീക്ഷ ണം, പൊതുവുടമ വേണമെന്ന ആവശ്യം എല്ലാ ചൂഷകന്മാര്‍ക്കുമെതി രായ കലാപം, സമരധീരത, പിടിവാശി മുതലായ ഗുണങ്ങള്‍ക്ക് അടി സ്ഥാനം സൃഷ്ടിക്കപ്പെടുന്നു. ഈ വിധമാണ് തൊഴിലാളിവര്‍ഗത്തിന്റെ സ്വഭാവലക്ഷണങ്ങള്‍.

എല്ലാ ചൂഷകവര്‍ഗങ്ങളും ചൂഷിതരെ വഞ്ചിക്കുന്നു, കൊള്ളയടി ക്കുന്നു; ചൂഷിതര്‍ ഉല്‍പ്പാദിപ്പിക്കുന്ന മിച്ചവിഭവങ്ങള്‍ക്കോ മിച്ചവിലക്കോ വേണ്ടി തമ്മില്‍ തമ്മില്‍ പോരടിക്കുകയും ചെയ്യുന്നു. അങ്ങനെ വഞ്ചന, മനുഷ്യദ്രോഹം, പരസ്പരം കൊള്ളചെയ്യല്‍ മുതലായ അവരുടെ ഗുണ ങ്ങളും ഉദ്ഭവിക്കുന്നു. ചരിത്രത്തിലെ പല യുദ്ധങ്ങളും ചൂഷിതരുണ്ടാ ക്കുന്ന മിച്ചവിഭവങ്ങളും മിച്ചവിലയും പിടിച്ചടക്കി പങ്കിടുന്നതിന്റെ പേരില്‍ ചൂഷകവര്‍ഗങ്ങള്‍ തമ്മില്‍ തമ്മില്‍ കലഹിച്ചതുമൂലം ഉണ്ടായിട്ടുള്ളതാ ണ്.

എല്ലാ ചൂഷകന്മാര്‍ക്കും പൊതുവായ ഒരു സവിശേഷത, മറ്റു ജന ങ്ങളെ കഷ്ടതകളിന്‍മേലാണ് തങ്ങളുടെ സൗഖ്യം അവര്‍ കെട്ടിപ്പടു ക്കുന്നതെന്നതാണ്. ഒരു വ്യക്തിക്കോ ചെറിയ ഒരു കൂട്ടം ആളുകള്‍ക്കോ പ്രത്യേകാവശ്യങ്ങളും സൗഭാഗ്യങ്ങളും ഉണ്ടാക്കാന്‍വേണ്ടി മുഴുവന്‍ മനു ഷ്യസമൂഹത്തിന്റെയും അല്ലെങ്കില്‍ ബഹുഭൂരിപക്ഷം ജനങ്ങളുടെയും സൗഖ്യത്തെ ബലിയര്‍പ്പിക്കുക, അവരെ വിശപ്പിനും–തണുപ്പിനും അപ മാനത്തിനും വിധേയരാക്കുക – ഈ വിധമാണ് എല്ലാ ചൂഷകരുടെയും 'ഉല്‍കൃഷ്ടസ്വഭാവത്തിന്റെ 'മഹത്വത്തിന്റെ', 'മാന്യത'യുടെ അടിത്തറ.

തൊഴിലാളിവര്‍ഗത്തിന്റെയും കമ്യൂണിസ്റ്റുകാരുടെയും കാര്യം നേരെ മറിച്ചാണ്. തങ്ങളുടെ സൗഖ്യത്തെ മറ്റെല്ലാവരുമായി പങ്കിടുക യെന്ന അടിസ്ഥാനത്തിന്‍മേല്‍ കെട്ടിപ്പടുക്കുവാന്‍ അവര്‍ ആഗ്രഹിക്കു ന്നു. അധ്വാനിക്കുന്ന വിസ്തൃത ജനവിഭാഗത്തിന്റെയും എല്ലാ മനുഷ്യ

രാശിയുടെയും മോചനത്തിനുവേണ്ടിയുള്ള സമരത്തിൽ അവർ തങ്ങ
ളെതന്നെ മോചിപ്പിക്കുവാനും ചുരുക്കം ചിലർക്കു മാത്രമായ പ്രത്യേ
കാവശ്യങ്ങളെ നിശ്ശേഷം നീക്കുവാനും നോക്കുന്നു. ഇങ്ങനെയാണ്,
കമ്യൂണിസ്റ്റുകാരുടേതായ ഉൽകൃഷ്ട സ്വഭാവത്തിന്റെയും മഹത്വത്തി
ന്റെയും മാന്യതയുടെയും ധാർമികബോധത്തിന്റെയും അടിത്തറ.

ഒരു ഭിന്നവർഗസമൂഹത്തിലെ ജനങ്ങളുടെ വിവിധ ലക്ഷണങ്ങൾ
ഇങ്ങനെയെല്ലാമാണ്. ഈ വർഗലക്ഷണങ്ങൾ, ദീർഘകാലമായി ഉൽപ്പാ
ദനത്തിൽ മനുഷ്യരെടുക്കുന്ന പ്രത്യേക നിലയുടെയും അവരുടെ പ്രത്യേ
കമായ ഉൽപാദനബന്ധങ്ങളുടെയും പ്രത്യേകജീവിതരീതിയുടെയും
ഫലമായി ക്രമേണ രൂപമെടുത്തതാണ്.

മനുഷ്യരുടെ ഇത്തരം വർഗലക്ഷണങ്ങളുടെ ഏറ്റവുമുയർന്ന രൂപ
മാണ് പാർട്ടിസ്പിരിറ്റ്. അതുകൊണ്ട് മനുഷ്യർക്ക് പലതരത്തിലുള്ള
പാർട്ടി സ്പിരിറ്റുകളുണ്ട്. നാടുവാഴിവർഗത്തിന്റെ മുതലാളിവർഗത്തിന്റെ
തൊഴിലാളിവർഗത്തിന്റെ– ഓരോരുത്തരുടെയും പാർട്ടി സ്പിരിറ്റ്.

ഒരു കമ്യൂണിസ്റ്റുകാരന്റെ പാർട്ടി സ്പിരിറ്റ് തൊഴിലാളിവർഗത്തിന്റെ
വർഗസ്വഭാവം, പൊരുൾ, താൽപ്പര്യങ്ങൾ എന്നിവയുടെയെല്ലാം ഏറ്റവും
ഉയർന്ന രൂപമാണ്. ഒരു കമ്യൂണിസ്റ്റുകാരനെ പാർട്ടി സ്പിരിറ്റിൽ ഉറപ്പി
ക്കുകയും വളർത്തുകയും ചെയ്യുകയെന്നത് അയാളുടെ ആന്തരസത്ത
യെത്തന്നെ വീണ്ടും വാർത്തെടുക്കുകയാണ്.

കമ്യൂണിസ്റ്റ് പാർട്ടി, തൊഴിലാളി വർഗത്തിന്റെ മഹത്തും പുരോഗ
മനപരവുമായ അനേകം സ്വഭാവലക്ഷണങ്ങളെ ഏറ്റവും ഉയർന്ന നില
വാരത്തിലേക്ക് വികസിപ്പിക്കേണ്ടതാണ്. ഓരോ കമ്യൂണിസ്റ്റുകാരനും
ഈ സ്വഭാവലക്ഷണങ്ങൾക്കനുസരിച്ച് തന്നെത്താൻ പുതുതായി രൂപ
പ്പെടുത്തുകയും ഈ സർവോൽകൃഷ്ടമായ സ്വഭാവ ലക്ഷണങ്ങൾ
ഉൾക്കൊള്ളുകയും വേണം. ഇതാണ് ആത്മസത്തയെത്തന്നെ വീണ്ടും
വാർത്തെടുക്കുകയെന്നുപറഞ്ഞാൽ, വ്യവസായ തൊഴിലാളികളുടെ
അണികളിൽനിന്നു വരാത്ത എല്ലാ പാർട്ടി മെമ്പർമാരും തൊഴിലാളി
വർഗത്തിന്റേതല്ലാത്ത സ്വഭാവലക്ഷണങ്ങൾ ഉൾക്കൊള്ളുന്നവരാണ്;
അതുകൊണ്ടുതന്നെ പ്രത്യേകിച്ചും അവരെ വീണ്ടും വാർത്തെടുക്കേ
ണ്ടതായിട്ടുണ്ട്.

തൊഴിലാളിവർഗത്തിന്റെ ഈ സ്വഭാവലക്ഷണങ്ങൾ മാറ്റാൻ വയ്യാ
ത്തവയല്ല. തൊഴിലാളി വർഗത്തിന്റെ ഉത്ഭവത്തിനും വളർച്ചയ്ക്കുമിട
ക്കാണ് അതിന്റെ ഈ സ്വഭാവലക്ഷണങ്ങൾ രൂപം പ്രാപിച്ചതും വളർന്ന
തും, അവസാനമായി മാർക്സിസം-ലെനിനിസം സൃഷ്ടിച്ചതും. ഭാവി
യിലെ സോഷ്യലിസ്റ്റ് പരിണാമഘട്ടത്തിലും, സോഷ്യലിസം കമ്യൂണി
ത്തിലേക്ക് കടക്കുന്ന കാലഘട്ടത്തിലും, തൊഴിലാളിവർഗം സമൂഹ
ത്തെയും മനുഷ്യരാശിയുടെ ആത്മസത്തയെയും അതേസമയം സ്വന്തം
സത്തയെയും സ്വഭാവങ്ങളെയും തുടർച്ചയായി മാറ്റിത്തീർക്കും. കമ്യൂ
ണിസ്റ്റ് സമൂഹത്തിൽ മനുഷ്യർ തമ്മിലുള്ള വർഗവ്യത്യാസങ്ങളും അതു

പോലെ മനുഷ്യരുടെ വർഗസ്വഭാവലക്ഷണങ്ങളും നശിച്ചു പോകുന്ന താണ്. അതിനുശേഷം മനുഷ്യസമൂഹത്തിന്റെ പൊതുസ്വഭാവം, അതാ യത് പൊതുവായ മനുഷ്യപ്രകൃതി രൂപമെടുക്കും. മനുഷ്യസമൂഹത്തിന്റെ തന്നെ ആത്മസത്ത പുതുതായി വാർത്തെടുക്കപ്പെടുന്നതിന്റെ വളർച്ച ഇങ്ങനെയാണ്.

പക്ഷെ, ലോകചരിത്രത്തിൽ കമ്യൂണിസ്റ്റുകാരും മാർക്സിസ്റ്റുകാരും മാത്രമാണ്, തങ്ങളുടെയെന്നപോലെ മറ്റെല്ലാ ജനങ്ങളുടെയും എല്ലാ ചരി ത്രപരവും സാമൂഹ്യവുമായ സംഗതികളുടെയും വർഗസ്വഭാവവും പാർട്ടി സ്പിരിറ്റും അംഗീകരിക്കുന്നത്: തൊഴിലാളിവർഗത്തിന്റെ പ്രത്യേകമായ വർഗനില ഈ സത്യത്തെ പരസ്യമായി പ്രഖ്യാപിക്കുന്നതിനും അംഗീ കരിക്കുന്നതിനും കമ്യൂണിസ്റ്റുകാരെ ശക്തരാക്കുന്നുവെന്നതാണ് ഇതിനു കാരണം. ഈ സത്യപ്രഖ്യാപനം തൊഴിലാളിവർഗത്തിന് യാതൊരു ഹാനിയുമുണ്ടാക്കുന്നില്ല. നേരെമറിച്ച് അത് ചൂഷകവർഗങ്ങൾക്ക് കാര്യ മായൊരു അടികൊടുക്കുന്നു; കാരണം, അവരുടെ വഞ്ചനയെ തുറന്നു കാണിക്കുകയും ചുരുക്കം ചിലരുടെ താൽപ്പര്യങ്ങൾ സംരക്ഷിക്കുവാൻ അവർക്ക് കൂടുതൽ വിഷമമമുണ്ടാക്കുകയും ചെയ്യുന്ന ഒന്നാണത്. മറ്റു യാതൊരു പാർട്ടിയും വർഗവും തന്നെ തങ്ങളുടെ പാർട്ടിബോധവും വർഗ സ്വഭാവവും പ്രഖ്യാപിക്കുന്നില്ല അവർ 'പാർട്ടിക്കുപരി'യായും 'വർഗത്തി നുപരി'യായും സ്വയം ചിത്രീകരിക്കുവാൻ ശ്രമിക്കുന്നു. വാസ്തവത്തിൽ, 'പാർട്ടിക്കുപരി', 'വർഗത്തിനുപരി' എന്നീ അസംബന്ധത്തിന് പിന്നിൽ ചൂഷകവർഗങ്ങളോളം തന്നെ സ്ഥാപിത താൽപ്പര്യങ്ങളും ഒളിഞ്ഞുകി ടക്കുന്നുണ്ട്. ചൂഷിതജനങ്ങളുടെ മുമ്പിൽ അവർ തങ്ങളുടെ പാർട്ടിബോധവും വർഗസ്വഭാവവും സമ്മതിക്കുവാൻ ധൈര്യപ്പെടുന്നി ല്ല. തങ്ങളുടെ വ്യാമോഹങ്ങളും അജ്ഞതയും കാരണം പെറ്റി– ബൂർഷ്വാസി 'കക്ഷിക്കുപരി', 'വർഗത്തിനുപരി' ഇത്യാദി വിവരക്കേട് സ്വീകരിക്കുന്നുണ്ട്.

വ്യാമോഹങ്ങളിൽ മുഴുകിക്കഴിയുകയും കാര്യമായ പ്രവർത്തന ത്തെയും സമരത്തെയും ഭയപ്പെടുകയുമെന്നതാണ് പെറ്റിബൂർഷ്വാ സിയുടെ സ്വഭാവവിശേഷം.

www.ingramcontent.com/pod-product-compliance
Lightning Source LLC
LaVergne TN
LVHW040019070726
842759LV00026B/526